मीरेची मधुशाला

ओशो

अनुवाद
स्वाती चांदोरकर

मेहता पब्लिशिंग हाऊस

JHUK AAYEE BADARIYA SAWAN KI

Originally Published in Hindi

under the title : 'Jhuk Aayee Badariya Sawan Ki.' (Chapters 1 to 5)

Licence of the Marathi Translation with Mehta Publishing House

Translated into Marathi Language by Swati Chandorkar

Meerechi Madhushala

मीरेची मधुशाला

अनुवाद : स्वाती चांदोरकर

बी-२, ओम पुष्पांजली सोसायटी, वीरा देसाई रोड,

अंधेरी (प.), मुंबई - ४०० ०५८ ✆ ०२२-२६७६२९८६

मराठी अनुवादाचे व प्रकाशनाचे हक्क मेहता पब्लिशिंग हाऊस, पुणे.

प्रकाशक : सुनील अनिल मेहता, मेहता पब्लिशिंग हाऊस,

१९४१ सदाशिव पेठ, माडीवाले कॉलनी, पुणे - ३०.

अक्षरजुळणी : इफेक्ट्स, २१/६ब, आयडिअल कॉलनी, कोथरूड, पुणे - ३८.

मुखपृष्ठ : फाल्गुन ग्राफिक्स

प्रकाशनकाल : ऑक्टोबर, २०१० / पुनर्मुद्रण : ऑगस्ट, २०१३

ISBN 978-81-8498-169-8

प्रस्तावना

प्रस्तुत लेखन 'पग घुंघरू बांध' हा ओशोंद्वारे वेळोवेळी मीराने रचलेल्या पदांवर विस्तृतपणे दिलेल्या प्रवचनांचा संग्रह आहे. ओशोंच्या मतानुसार ही प्रवचनं नाहीत, तर आपल्या सर्वांना मीराच्या प्रेमाच्या सरोवरातील नौका विहारासाठी पाठवलेलं आमंत्रण आहे. हे प्रेमाचं सरोवर अद्भुत आहे, अनुपम आहे. कारण ह्या सरोवराचं पाणी सर्वसाधारण नाहीये. हे तर मीराच्या अश्रूंचं मानसरोवर आहे आणि हे इतकं शुद्ध, निर्मळ आहे, की कदाचित गंगेचं पाणीही तसं असू शकणार नाही.

मीराला समजणं खूप कठीण आहे. काव्य, तर्क, ज्ञान ह्या दृष्टिकोनांतून मीराला समजण्याचा प्रयत्न केला तर चूक होणारच. कारण मीरा ना कविता आहे, ना शास्त्र, ना तर्क. ती तर दुखऱ्या प्रेमाची एक अतिशय सुंदर अशी अनुभूती आहे. मीरा शरीराने अस्तित्वात नाहीये, ना होती. मीराच्या रूपाने भक्तीने शरीर धारण केलं नी अस्तित्वात आली.

'निराकार जब तुम्हें दिया आकार
स्वयं साकार हो गया.'

प्रेमाच्या ह्या साकार प्रतिमेच्या डोळ्यांमधील एक एक अश्रू, एक एक पद आहे आणि एक एक पद म्हणजे एक एक खंडकाव्य आहे. जशी मीरा तिच्या गिरिधर-गोपाळपर्यंत पोहोचण्यासाठी लोकलज्जा, मानमर्यादा, कुळाचार, घरदार सर्व सोडून धावली, तसंच, ज्ञानाचं सूत्र, तर्कवितर्क, काव्याचे सारे प्रकार आपण जोपर्यंत सोडून देत नाही, विसरत नाही तोपर्यंत आपण मीरापर्यंत पोहोचू शकत नाही. हे युगानुयुगे चालत आलेले ह्या काव्य शास्त्राचे नियम मीराच्या पदापर्यंत पोहोचण्यासाठी फोल आहेत. मीराने अश्रूंनी प्रेमाचे इतके विविध रंग रंगविले, खुलविले, उधळले की ते मोजता येणार नाहीत. ना वजनाने, ना काव्यशास्त्राने. ह्या प्रेमाच्या पदपथावरून ती इतकी दूरपर्यंत पोहोचली आहे की तिला तिच्या स्वतःच्या अस्तित्वाची जाणीव नाही–

'हम तेरी चाह में ऐ यार वहां तक पहुंचे

होश ये भी न जहां है कि कहां तर पहुंचे।।'

'असणं' हे जोपर्यंत जाणवतं तोपर्यंत 'नसणं' म्हणजे काय हे जाणू शकत नाही. ते तेव्हाच शक्य आहे जेव्हा–

'वो न ज्ञानी, न वो ध्यानी, बिरहमन, न वो शेख
वो कोई और थे जो तेरे मकां तक पहुंचे।।'

ज्ञान, ध्यान, जोगी, भोगी, जात-पात, पंथ-संप्रदाय, जागृती ह्या सर्व गोष्टी ज्याने सोडून दिल्या आहेत, तोच 'त्या' मुक्कामापर्यंत पोहोचू शकतो, त्या घरापर्यंत पोहोचू शकतो. मीरासुद्धा ह्या सर्व बंधनांना तोडूनच 'त्या' घरापर्यंत पोहोचू शकली. मीराला जाणण्यासाठी आपल्याला ही सर्व बंधनं तोडून देऊन फक्त प्रेमाचं बंधनच बांधायला हवं. आणि नेमकं हेच आपल्यापाशी नाहीये. आपल्यापाशी आहे, शब्द, सूत्र, शास्त्र, तर्क वगैरे वगैरे. हे सर्व सोपं आहे. ही सर्व स्वस्त बंधनं आहेत. पण मीराचे पद अनमोल आहेत, आपण त्यांना व्यवहाराच्या पातळीवर मोजू शकत नाही. पारखू शकत नाही. म्हणूनच आपण ह्या मीराला समजू शकत नाही. आपणच कशाला? मोठमोठे विद्वान, आचार्य, मुनीसुद्धा मीराच्या पदांचं मर्म समजण्यामधे चुका करतात. गाता-नाचताना जी वेदना थरथरते तिचंच दुसरं नाव मीरा आहे. मीरा गाते, 'हेरी मैं तो दर्द दीवानी, मेरा दरद न जाने कोय' खरंच, कुणाला भिडणार आहे हे दुःख? आम्ही दुःख म्हणजे इतकंच समजतो की ज्यामुळे आम्ही रडतो. पण मीराचं दुःखं काही वेगळंच आहे. ते फक्त रडवत नाही, ते गाणंही म्हणतं. गावातल्या गल्ल्यांमधून नाचतं, मंदिरात घंटा घुमघुमवतं आणि सुळीवर प्रियकराबरोबर बिछानाही घालतं. असं कुठलं प्रेमाचं मद्य मीराने प्यायलं आहे की 'युगानुयुगं तमाम दुनिया तिथे पोहोचू शकणार नाही, तिथे एका घोटातच प्रेमी जाऊन पोहोचतात.' मीरा दुःखामुळे घायाळ आहे आणि वेडीही आहे. घायाळ ते वेडं होण्यापर्यंत, मस्तीपासून हस्ती (अस्तित्व) संपवण्यापर्यंत, असण्यापासून नसण्यापर्यंत आणि अश्रू ते संगीतापर्यंत– हा जेवढा प्रवास आहे, हाच प्रवास मीराच्या पदांची काव्ययात्रा आहे.

हिंदी भाषेमधे कवि जे भक्त आहेत, ह्यांची खूप मोठी परंपरा आहे. भक्तांच्या ह्या मोत्यांच्या माळेत मीरा 'कौस्तुभ मणी' आहे. तिची प्रतिभा सर्वांत मोहक, सर्वांत प्रखर-तेजस्वी आणि सर्वांत जिवंत अशी आहे. भक्ती ही कधीच संतुष्ट होत नाही; जिथे स्व येतो.

ह्या मंदिरात जो जातो तो परतताना ना शरीर घेऊन येतो ना मन. इथे तन-मन अर्पण केल्याशिवाय काम होत नाही. पुरुष मूलतः कठोर स्वभावाचा असल्याकारणाने तो संपूर्णपणे स्वाहाः होऊ शकत नाही. संपूर्णपणे 'स्व' सोडू शकत नाही. विसर्जित करू शकत नाही. पण स्त्री मूलतः स्वभावाने दानशील, कोमल. निसर्गानेच तिला

तसं बनवलंय. प्रेमाच्या दाहात ती मेणबत्तीसारखी संपूर्णपणे विरघळून जाते. म्हणूनच भक्तिमार्गात स्त्री अग्रगण्य ठरते आणि पुरुष थोडे मागे पडतात. स्त्री जेव्हा प्रेम करते तेव्हा ती संपूर्णपणे प्रेम करते, एक कणही काही मागे ठेवत नाही. जी स्त्री संपूर्ण प्रेम करत नाही, समजावं तिथे प्रेम नाहीये– 'यह आग का दर्या है और डूब के जाना है!'

मीरा– लोक गातात, गुणगुणतात; पण फार थोडे जण तिच्या पदाच्या आत्म्यापर्यंत पोहोचतात. ओशो हे एकच– एकमेव व्यक्ती! ज्यांनी मीराच्या अश्रूंच्या मानसरोवरात डुंबून स्नान केलं. हे शक्य आहे कारण त्यांचं जीवन, प्रेमाचं एक महाकाव्य आहे, जसं मीराचं. प्रेमच त्यांची दुलई आणि प्रेमच त्यांची चटई. त्यांचं संपूर्ण अस्तित्व म्हणजे प्रेमाची तहानलेली हाक! हृदयातलं एक खोल असं मंदिर, दालन, जिथे मीराने तिच्या गोपालाला मिळवलं होतं, जे ओशोंनी बघितलं, अनुभवलं. त्यांचं मंदिर, ओशो मंदिर प्रेमाचं मंदिर आहे, तिथे जर यायचं असेल तर काही नियम आहेत.

'यह प्यासों को प्रेम नगर है, यहां संभलकर आना जी...'

जर तुम्ही मरण्यासाठी तयार असाल, तर तुम्ही तुमचं नाव, गाव, डिग्री, हुद्दा, नाती सर्व कपडे उतरवून टाकण्यासाठी तयार आहात. ज्याची नशा जन्मोजन्मी उतरत नाही असं मद्य प्यायला तयार असाल, तर स्वागत आहे तुमचं अशा प्रेम मंदिरात, ओशोंच्या मंदिरात. तुम्ही या. नक्की या.

गोपालदास 'नीरज'

जनकपुरी, मेरिस रोड,
अलीगढ (उत्तर प्रदेश)

सहा

अनुक्रम

✆ +91 020-24476924 / 24460313

Email : info@mehtapublishinghouse.com
production@mehtapublishinghouse.com
sales@mehtapublishinghouse.com

Website : www.mehtapublishinghouse.com

◆ *या पुस्तकातील लेखकाची मते, घटना, वर्णने ही त्या लेखकाची असून त्याच्याशी प्रकाशक सहमत असतीलच असे नाही.*

भक्ती : एक विराट तृष्णा

प्रवचन पहिले

सूत्र

म्हारो जनम-मरन को साथी, थानें नहिं बिसरूं दिन-राता।
तुम देख्यां बिन कल न पड़त है, जानत मेरी छाती।
ऊंची चढ़-चढ़ पंथ निहारूं, रौवै अखियां राती।
यो संसार सकल जग झूंठो, झूंठा कुल रा न्याती।
दोउ कर जोडयां अरज करत हूं सुण लीजो मेरी बाती।
यो मन मेरो बड़ो हरामी, ज्यूं मदमातो हाथी।
सतगुरू हस्त धरयो सिर ऊपर, अंकुस दे समझाती।
पल पल तेरा रूप निहारूं, हरि चरणां चित राती।

मोहे लागी लगन गुरु चरनन की।
चरण बिना कछुवै नहिं भावै, जग माया सब सपनन की।
भव-सागर सब सूखि गयो है, फिकर नहीं मोहे तरनन की।
मीरा के प्रभु गिरधर नागर, आस वही गुरु सरनन की।

होरी खेलत है गिरधारी।
मुरली चंग बजत डफ न्यारो, संग जुवति व्रजनारी।
चंदन केसर छिड़कत मोहन, अपने हाथ बिहारी।
भरि-भरि मूठि गुलाल लाल चहुं देत सवन पै डारी।
छैल-छबीले नवल कान्ह, संग स्यामा प्राण प्यारी।
गावत चार धमार राग तंह दै दै कल करतारी।
फागु जु खेलत रसिक सांवरो, बाढ़यो ब्रज रस भारी।
मीरा के प्रभु गिरधर नागर, मोहन लाल बिहारी।

छलकती हुई शराब आए
जोश में फिर मेरा शबाब आए,
फिर थिरकते हुए उठे नगमें
हाथ में इश्क का रुबाब आए
हर तरफ से निगाहे शौक को आज
इक शगुफ्ता हसीं जवाब आए

भक्ती म्हणजे नृत्य करणारा धर्मच! आणि नृत्य करणारा धर्म जर नसेल, तर तो धर्म नाहीच. म्हणूनच भक्ती हाच मौल्यवान धर्म आहे, आधार आहे.

धर्म जगतो, तो भक्तीच्या स्पंदनांनी. ज्या दिवशी भक्ती हरवते, त्या दिवशी धर्मही हरवतो. धर्माची इतर सारी रूपं गौण आहेत. धर्माची सर्व अंगं भक्तीच्या आधारानेच जगतात.

भक्त तर भगवान आहे. भक्त नाहीत तर भगवानही नाही. भक्त जर नसतील तर धर्माची सैद्धांतिक चर्चाच फक्त अस्तित्वात राहील, पण त्यामध्ये हृदयाची स्पंदनं नसतील, त्यामध्ये रसधारा नसेल, त्यामध्ये नृत्य नसेल.

आणि हे सर्व अस्तित्व भक्तांचं सहयोगी आहे. कारण हे सारं अस्तित्व एक उत्सव आहे. इथे जर परमात्म्याला जाणून घ्यायचं असेल तर उत्सवातून जाणून घेण्याव्यतिरिक्त दुसरा कुठलाही पर्याय नाही. अश्रू जरी ओघळत असतील तरी ते आनंदाने ओघळावेत. दुःख जरी असेल तरी ते त्याच्या प्रेमाचं दुःख असेल.

चारही दिशांनी प्रकृतीला बघतो, उत्सवच उत्सव आहे, नादच नाद आहे. सर्व तऱ्हेचे सूर वाजत आहेत. पक्ष्यांमध्ये, डोंगरांमध्ये, सागरामध्ये, सर्व ठिकाणी खूप

ढंगांत आणि रूपांत परमात्मा रंगांची उधळण करत आहे. होळी खेळतो आहे. किती तऱ्हेचे रंग परमात्मा तुमच्यावर उधळतो आहे, कितीतरी गुलाल उधळतोय तुमच्यावर! आणि हे जर तुम्ही बघू शकत नसाल, तर त्याला तुमच्याशिवाय अन्य कुणीही जबाबदार नाही.

लोक परमात्म्याचा शोध घेण्यासाठी बाहेर पडतात. त्यांनी खरं तर उत्सव शोधण्यासाठी बाहेर पडावं. ज्या दिवशी उत्सव समजेल. त्याच दिवशी परमात्माही समजेल. सरळ सरळ परमात्म्याला पकडण्याचा उपाय उपलब्ध नाही. रस, त्यामध्येच शोधा त्याला; त्यामध्ये बुडून, मुग्ध होऊन, शास्त्रांत नाही, सिद्धांतात नाही. ज्ञानी व्यक्तींच्या व्यर्थ चर्चेत नाही. जिथे भक्तांची ऊठ-बस असते, जिथे भक्त अश्रू ढाळतात, जिथे भक्त भक्तिरसात बुडून त्याचे गुणगान गातात, जिथे त्याच्या प्रशंसेचे स्वर उमटतात, जिथे कुणी भक्त आपली एकतारी घेऊन नाचत राहतो, तिथे शोधा. मंदिरातही नाही मिळणार. ज्यांनी आपल्या मनाच्या मंदिरात विराजमान केलं आहे तिथे भेटेल. भगवानाला शोधायचं असेल, तर भक्ताचा शोध घ्या. भक्त जर भेटला तर भगवान प्राप्त होण्यासाठी जास्त काळ लागणार नाही.

हां, छलकती हुई शराब आए।

परमात्मा मदिरा आहे. भक्तच फक्त हे असं म्हणण्याचं धैर्य करू शकतो.

जोश में फिर मेरा शबाब जाए।

आणि भगवान तर कायमच तरुण आहे. शाश्वत यौवन आहे. म्हणून तर आम्ही कृष्णाच्या वार्धक्याची प्रतिमा बनवली नाही – ना रामाची, ना बुद्धाची! अस्तित्व हे कायम तरुण आहे. कायम ताजं आहे, कायम कौमार्य आहे, कधी विकृत होत नाही. अस्तित्व हे कायम स्वस्थ आहे. असं अजिबातच नाही की बुद्ध म्हातारे झाले नाहीत. असं नाही की कृष्ण म्हातारे झाले नाहीत. पण आम्ही तशी प्रतिमा बनवली नाही. जी स्थिती वयस्कर अशी, त्यामध्ये ते फक्त आवरण आहे. देह जीर्ण झाला, जसं एखादं वस्त्र जीर्ण होतं. पण आत चिरंतर जे लपलं आहे, ते सदासर्वदा तरुण आहे, ते कधीही वयस्कर होत नाही. कारण जे वयस्कर होतं, ते मरतं, देह वयस्कर होतो म्हणून मृत्यू पावतो. त्या देहाच्या आत जो चिरंजीव आहे, ना म्हातारा होत, ना मृत्यू पावत, त्यावर कसलेही परिणाम होत नाहीत.

जोश में फिर मेरा शबाब आए

फिर थिरकते हुए उठें नगमें

हाथ में इश्क का रुबाब आए

जोपर्यंत हातात प्रेमाचा रुबाब येत नाही, प्रेमाची सतार येत नाही आणि जोपर्यंत तुमच्या जीवनात प्रेमाचं गीत वाजत नाही, तोपर्यंत तुम्ही लोक काशी आणि काबा, कैलास आणि गिरनार भटका, दगडाची पूजा करा, मंदिरात जाऊन डोकं आपटा.

पण जोपर्यंत हातात प्रेमाची वीणा नसेल, तोपर्यंत तुम्ही परमात्म्याला ओळखू शकणार नाही. त्याच्याशी ना तर्कानं नातं बनतं, ना त्याच्याशी त्यागानं नातं बनतं.

तार्किक कायम गुंतलेला राहतो त्याच्या बुद्धीत आणि त्यागी गुरफटून राहतो, त्याच्या देहाशी. लक्षात ठेवा! जसा भोगी त्याच्या शरीराशी गुंतलेला राहतो, तसाच त्यागीही त्याच्या शरीराशी गुंतलेला राहतो, दोहोत काहीच फरक नाही. हां! एक काळजीत असतो की, कसं शरीराला सजवू, शृंगार करू, कसे सुरेख कपडे घालू, कसे सुंदर दागिने घालू...! त्यागी सुद्धा शरीरातच गुंतून राहतो, शरीराला कसा त्रास देऊ, शरीराला कसं शिणवू, काट्यांवर बस, काट्यांवर झोप, कडक उन्हात उभं रहा, कसा उपास करू, कसा डोक्यावर उभं राहून शीर्षासन करू...! दोघंही देहात गुंतलेले. तार्किक गुंतून राहतो बुद्धीत. त्यागी गुंतून राहतो शरीरात. दोघंही चुकतात. कारण परमात्मा तर हृदयात आहे, ना बुद्धीत, ना देहात! बुद्धी तर क्षुद्र आहे. क्षुद्रापेक्षाही व्यवहारी आहे. व्यर्थ हिशोब करायचे तर बुद्धीचा वापर, उपयोग करावा लागेल. देहसुद्धा उपयोगी आहे. बाहेर जायचं असेल, देहाची मदत घ्यावी लागेल. पण परमात्मा आत आहे. परमात्मा क्षुद्र नाहीये की बुद्धी त्याचा हिशोब करेल, स्तिमित नाहीये की बुद्धीच्या जाळ्यात अडकू शकेल. परमात्मा इतका लहान नाहीये की तुम्ही त्याची विचारांनी व्याख्या करू शकाल.

तुमच्या सर्व व्याख्या, तर्क, परिमाणं संपुष्टात येतात, तेव्हा परमात्मा मिळतो. तुमचे सर्व तर्क संपुष्टात येतात, निराश होतात, तेव्हा परमात्मा मिळतो. तुमचं डोकं जेव्हा झुकतं, तेव्हा परमात्मा मिळतो.

आणि परमात्मा बाहेर नाहीये की शरीर नामक रथावर बसून प्रवास करत त्याला मिळवायचं आहे. परमात्मा आत आहे. परमात्मा म्हणजे तुमचं 'असणं' आहे. जेव्हा तुम्ही आत हृदयापाशी गदगदता तेव्हा तुम्ही त्याच्या जवळ असता. जेव्हा तुम्ही आतून तल्लीन होता 'रस विभोर' होता, तेव्हा तुम्ही त्याच्या जवळ असता.

फिर थिरकते हुए उठें नगमे।

जेव्हा तुमच्या प्राणांत गीतं उमटतात – कृतज्ञतेची, जेव्हा तुमच्या हातात वीणा असते – प्रेमाची! जेव्हा प्रेमाच्या वीणेवर तुम्ही तार छेडता!

हाथ में इश्क का रुबाब आए
हर तरफ से निगाहे शौक को आज
इक शगुफ्ता हसीं जवाब आए।

जेव्हा तुमच्या आत अशी एक अपूर्व घटना घडते की प्रेमाची वीणा वाजते आणि आनंदाची गीतं उमटतात, तेव्हा चहूबाजूंनी परमात्मा तुमच्याकडे धावत येतो.

भक्ताला परमात्म्याजवळ जावं लागत नाही, परमात्माच भक्ताजवळ येतो. भक्ताला फक्त हाक द्यावी लागते आणि आम्ही जरी जाऊ इच्छित असलो तरी

जाणार कसे! आमचे पाय खूप लहान आहेत आणि यात्रा खूप मोठी आहे. आणि आम्हाला त्याचा ठावठिकाणाही माहीत नाही. जाऊन जाणार तरी कुठे? कोणत्या दिशेला जाणार – पूर्वेला की पश्चिमेला? कोणत्या भाषेत त्याच्याशी बोलायचं! काय बोलून त्याला संतुष्ट करायचं आणि मनवायचं? नाही, भक्ताला त्याची काहीही माहिती नाहीये. भक्ताला त्याचा ठावठिकाणा माहीत नाही. तो कुठली भाषा समजून घेईल, हे माहीत नाही. भक्त आपल्या तृष्णेला गीतांमधून व्यक्त करतो. भक्त आपली तृष्णा वाढवत नेतो. त्याची तृष्णा सघन होत जाते. भक्त स्वत:च एक विराट, विशाल तृष्णा बनतो, एक उत्तप्त अग्नी! त्या तृष्णेतच परमात्मा धावत येतो. तुम्ही बघितलं आहेत की उन्हाळ्यानंतर पाऊस पडतो. ग्रीष्म ऋतू नंतर आकाशात ढग जमू लागतात. ग्रीष्मानंतरच का जमतात हे ढग! कारण ग्रीष्मामुळे आणि उष्णतेमुळे, जळणाऱ्या सूर्यामुळे, वायू विरळ होत जातात. जागोजागी वायू विरळ होत जातात आणि वायूमध्ये विवरं तयार होतात. जेव्हा विवर तयार होतात तेव्हा ढग येतात, त्या विवरांना भरून काढण्यासाठी. कारण या जगाच अस्तित्व विवरांना सहन करू शकत नाही. म्हणूनच तर डोंगर रिकामे राहतात आणि दरी भरली जाते. ग्रीष्मानंतर ढग भरून जमू लागतात, कारण वायूमध्ये रिकामे शून्य विवर तयार होते आणि जिथे जिथे शून्य आहे तिथे तिथे आकर्षण आहे. शून्यात मोठं प्रबळ आकर्षण आहे. शून्य खेचून घेतं. ढग धावत येतात.

अशीच घटना अंतरात्म्यात घडते. तृष्णा जेव्हा प्रज्ज्वलित होते, प्राण जेव्हा त्याच्या आकांक्षेत आतुरतात, विरहाचा दाह जेव्हा जाळत राहतो तेव्हा तुमच्या आत ही एक शून्य तयार होतं.

ज्या शून्याला ज्ञानी ध्यानांतून निर्माण करतो, कष्टपूर्वक निर्माण करतो आणि मोठ्या मुश्कीलीने सफल होतो, त्या शून्याला भक्त प्रेमाने निर्माण करतो. सुगमतेने, सहजतेने निर्माण करतो आणि नेहमीच यशस्वी होतो. रडून निर्माण करतो. विरहात जळून निर्माण करतो. इथे भक्त शून्य झाला की तिथे परमात्म्याचे मेघ भक्ताच्या दिशेने प्रवास करू लागतात.

तुम्ही नाही परमात्म्यापर्यंत पोहोचू शकणार, परमात्माच सदा तुमच्यापर्यंत पोहोचतो आणि हे योग्यही आहे.

लहान मूल जेव्हा रडतं तेव्हा आई धावत येते. ते जे लहान मूल पाळण्यात आहे. असहाय्य, त्याने प्रयत्न जरी केला, तरी आईला शोधायला कुठे जाणार? चालण्याचं सामर्थ्य नाही. आपल्या पायांवर उभंही राहता येत नाही. पण रडू मात्र शकतो.

भक्ताच्या सर्व कला त्याच्या अश्रूंमध्ये आहेत. भक्ताची सर्व साधना पद्धती त्याच्या विरहात आहे.

मीराच्या या काव्य पदांमध्ये प्रवेश करण्यापूर्वी ही गोष्ट अगदी लक्षात ठेवा – कारण हे काव्य, ही पदं मीराच्या प्रेमाची आहेत. मीरा प्रेम का 'रुबाब' लेकर बजाती है। यामध्ये खूप रस आहे. अश्रूही खूप आहेत. प्रेमही खूप आहे. आनंदही खूप आहे. सर्वांचं अद्‌भुत मिश्रण आहे. कारण भक्त आनंदातही रडतो. इतकं मिळालं ते काय कमी आहे? भक्त विरहातही रडतो. कारण जितकं मिळालं, त्यामुळे तृष्णा वाढली. अजून मिळण्याची, मिळवण्याची तृष्णा! भक्त आभारी होऊनही रडतो, कारण जेवढं मिळालं ते त्याच्या योग्यतेपेक्षा जास्त मिळालं. भक्त हव्यासेपोटीही रडतो की जेव्हा इतकं दिलं तर आता तळमळत ठेवू नकोस. अजून दे. अजून दे!

तर या अश्रूंमध्ये तुम्ही आनंदाचे अश्रूही बघाल, विरहाचे अश्रूही बघाल, अनुग्रहाचे अश्रूही बघाल, हव्यासाचे अश्रूही बघाल. या अश्रूंमध्ये स्वाद आहे. मीराचे सुंदर अश्रू तुम्ही अजून कुठे बघाल! ही भजनं नाहीयेत, ही गीतंही नाहीयेत. यामध्ये मीराने आपलं हृदय ओतलंय. जर तुम्ही जाणिवेने यामध्ये प्रवेश केलात तर त्या शब्दांत तुम्ही जिवत्व मिळवलंत, तिथून कृष्ण फार दूर नाही. जिथे भक्त आहे, तिथे भगवान आहे. भक्ताला जर समजून घेतलंत तर भगवानासाठी, भगवानाच्या संबंधात श्रद्धा निर्माण होते. भगवान तर दिसत नाही, अदृष्य आहे. भक्त दृष्य आहे.

कृष्णाला जाणून घ्यायचं असेल तर मीराला सेतू बनवा. मीरासारखा अपूर्व सेतू तुम्हाला कुठे सापडणार नाही. कारण पुरुष भक्तसुद्धा झाले आहेत, पण शेवटी ते पुरुष आहेत. त्यांच्या प्रेमात थोडे पुरुषत्व असते. रडला जरी तरी संकुचित होऊन रडतो, लाजत-लाजत... नाच, नृत्य करतो तरी संकोच असतो. परमात्म्याला साद घालतो, तर आधी चहूदिशांनी बघतो, कुणी ऐकत तर नाहीये ना? हे स्वाभाविक आहे. स्त्रीहृदय जेव्हा हाक मारतं तेव्हा नि:संकोचतेने हाक मारतं. हाक देणं स्वाभाविक आहे. स्त्रीहृदय जेव्हा रडतं तेव्हा तिथे संकोच नसतो, अश्रू सहज आहेत. स्व-स्फूर्तीने येतात. वाहतात....

ही पदं मीराने बैठक मारून नाही लिहिलेली, जशी कवी मंडळी लिहितात. ही पदं नाचता-नाचता निर्माण झालेली आहेत. त्यात अजूनही तिच्या घुंगरांचा नाद आहे. झंकार आहे. ती अजूनही ताजी आहेत. ती कधीही शिळी होणार नाहीत.

जे बैठक घालून ठरवून काव्य निर्मिती करतात. त्यांची काव्यं जन्मण्यापूर्वीच मृत पावलेली असतात. जन्मच घेत नाहीत किंवा मेलेली जन्मतात. ही गीतं कवितेसारखी लिहिली गेलेली नाहीयेत. हाच त्यांचा गौरव आहे. हेच वलय, तेज आहे. हाच त्यांचा महिमा आहे. हे निर्मित झाले आहेत. नाचता-नाचता कुठल्या तरी सुरांमधून नाचतानाच सहजतेने. यांच्यासाठी काहीही आयोजन नव्हतं. प्रयत्न नव्हते. मीरा कुणी कवी नाहीये. मीरा भक्त आहे. कविता तर अशाच होत गेल्या, जसं तुम्ही रस्त्यावरून चालला आहात आणि तुमच्या पायांचे ठसे धुळीवर उमटले. ठसे

बनवायचे नव्हते. बनवण्यासाठी म्हणून निघाला नव्हतात, तसा विचारही केला नव्हतात. रस्त्यावरून चालला होतात, धुळीवर ठसे उमटले. अगदी अचानक, उन्हातून चालला होतात मागे-मागे सावली येत राहिली. सावलीला चालवण्यासाठी म्हणून तुम्ही चालत नव्हतात. सावलीने पाठोपाठ चालायला हवं अशी योजनाही केली नव्हतीत, ना तसा विचार केला होतात आणि ही पदचिन्हं उमटली. या पदचिन्हांत जर तुम्ही जाणिवेने उतराल, प्रेमाने उतराल, तर तुम्हाला फक्त मीराचे पायच नाही, तर मीराच्या पावलांच्या आत जो नाचत होता, त्याची झलकही मिळेल.

या शब्दांत मीराचेच शब्द नाही तर मीराच्या हृदयात जो विराजमान झालेला आहे त्याचा स्वरही घेरून राहिलेला जाणवेल. हे मीराने एकटीने गायलंय हे मानूच नका. एकटी मीरा हे गाऊ शकतच नाही, अशी अपूर्व गीतं एकटीने गायली जातच नाहीत. ही परमात्म्याने मीराच्या संगतीने गायली आहेत. मीरा जणू काही बासरी होती, गायलं परमात्म्याने. मीरा तर केवळ एक माध्यम होती. जे सूर वाहिले ते तिच्यातूनच. हे भाव घेऊनच आपण या अपूर्व शब्दांत उतरू.

'म्हारो जनम मरन को साथी, थाने नहिं बिसरूं दिन-राती!'

तीन शब्द विचारात घ्या – जन्म, जीवन, मृत्यू-मरण! तुम्ही जीवनात खूप साथीदार शोधले आहेत. पण जीवनाचे साथीदार तर जीवनाबरोबरच हरवून जातील. जन्म आणि मृत्यू यांच्या मध्ये 'जीवन' आहे. जे तुम्ही जीवनात शोधलं आहे. ते जीवनाबरोबरच संपणार. पती आहे, पत्नी आहे, मित्रं आहेत, वडील आहेत, आजी आहे, मुलं आहेत, भाऊ-बांधव आहेत. हे सगळे जीवनाचे साथीदार आहेत. जन्माअगोदर यांच्याशी काहीही संबंध नव्हता. ज्यांच्याशी जन्माअगोदर काहीही संबंध नव्हता, त्यांच्याशी मेल्यावर मेल्यानंतर कसा काय संबंध राहणार! ज्याच्याशी जन्मण्यापूर्वी संबंध होता, त्याला शोधून काढा, त्याच्याशी मृत्यूनंतरही संबंध राहील.

आणि एक मजेशीर गोष्ट! की ज्याच्याशी जन्मण्यापूर्वी संबंध नव्हता आणि मृत्यूनंतर ज्यांचा संबंध तुटणार, त्यांच्याशी जीवनात तरी काय संबंध निर्माण होणार! ही केवळ एक कल्पनाच वाटेल, स्वप्नच वाटेल. जे अगोदर साथीदार नव्हते, ते नंतरही साथीदार राहणार नाहीत. यामध्ये साथ कशी काय मिळणार? अचानक? अकारण? अनायास? जे आधी संगतीला नव्हते, जे नंतर संगतीत राहणार नाहीत, त्यांना भेटणं असं आहे जसं रस्त्यावरून चालणारे दोन वाटसरू एकमेकांना भेटतात. जे आधी ओळखीचे नव्हते, तासाभराने पुन्हा रस्ते वेगवेगळे होणार. निरोप घेतला जाणार आणि मग कधीही पुन्हा भेटणार नाहीत. जसं रेल्वे प्रवासात कुणाशी ओळख झाली; कारण जवळ बसणं झालं, रेल्वेत – ट्रेनमध्ये

चढताना माहीतही नव्हतं की कुणाशी भेटगाठ होणार आहे, ट्रेनमधून उतरल्याबरोबर विसरूनही जाणार. जे अकस्मात घडलं होतं, पाण्याच्या बुडबुड्यांप्रमाणे विरूनही जाणार.

ज्याच्याशी जन्माअगोदरही साथ-संगत होती, त्याच्याशी मृत्यूनंतरही साथ संगत राहणार आणि ज्याच्याशी जन्म-मृत्यू या दोन्ही घटनांमध्ये साथ राहणार आहे, त्याच्याशी खरी साथ आपली जीवनातही राहते. भाग्यवान आहेत ते, जे जीवनातही त्याची साथ शोधतात, ज्याची साथ जन्माअगोदरही असते आणि मृत्यूनंतरही असते. हा शाश्वत साथीदार आहे. त्या शाश्वत साथीदाराला 'भगवान' म्हणतात. हाच मित्र आहे. बाकी सर्व मनाचे खेळ आहेत. बाकी सर्व धोके आहेत. ठीक आहे की, काळापुरतं स्वास्थ्य मिळतं. काही काळ मन गुंतून राहतं. जसं लहान मुलं खेळण्यात रमून जातात किंवा असं की कोणी कागदाची होडी करून पाण्यात सोडतात, दिसायला, म्हणायला तर होडीच असते. पण त्यात बसता येत नाही, ना त्यामुळे दुसरा किनारा गाठता येतो. दुसऱ्यांची गोष्ट राहू दे. होडी स्वत: किनारा गाठू शकणार नाही, कागदाची आहे. आत्ता बुडेल, मग बुडेल! बुडण्यासाठीच तर बनवली आहे.

या जगातली सर्व नाती, मैत्री कागदाच्या होड्या आहेत किंवा पत्त्यांची घरं आहेत, हवेची जराशी झुळूक येते आणि पडतात.

तुम्ही बघितलं असेल, तुमची मैत्री – हवेची एक जराशी झुळूक आणि तुटली! जे मित्र होते ते क्षणात शत्रू होतात. जे आपले होते ते क्षणात परके होऊन जातात. इथे कोण आपलं नि कोण परकं? इथे सर्व मनाचे खेळ आहेत. हां! सांत्वन होतं, मन व्यस्त होतं. गुंतून राहतं आणि एक समज होतो की आपले असे इथे आहेत. आपण एकटे नाही आहोत.

लक्षात ठेवा. जोपर्यंत परमात्मा मिळत नाही, तोपर्यंत तुम्ही एकटे आहात. एकटे आहात आणि एकटेच आहात. कितीही मन रमवा अथवा समजवा, पण प्रत्येक खोट्यामागे एक सत्य उभं आहे की तुम्ही एकटे आहात. दिवस, दोन दिवसांकरता स्वप्नांनी डोळे भरून जातील, पण त्यामुळे अंतिम परिणाम हातात येणार नाही.

मीराने ते साथीदार सोडून दिले, जे जन्मानंतर बनले होते. ते साथीदार सोडून दिले होते जे मृत्यूनंतर साथ सोडून देणार होते. मीरा म्हणते, 'ज्यांची मृत्यूनंतर संगत सुटणार आहे त्यांची खरं तर तेव्हाच गरज होती.' इथे तर ठीक आहे. साथ संगत नसेल तरी चालेल. या गर्दीतून चालताना, कुणी संगत नसेल तरी चालून जातं. हॉटेल मध्ये बसलो, सिनेमाला जाऊन बसलो – गर्दी तर कायम आहे. कुणी संगतीला नसेल तरी तुम्ही तुमचं एकटेपण विसरू शकता. मृत्यूनंतर तर तुम्ही अगदी एकटे होऊन जाल, ना सिनेमा असेल, ना क्लब असेल, ना बाजार असेल,

कुणीही नसेल. अगदी एकटे व्हाल. एकांत असेल. या अशा एकाकी अवस्थेत जर कुणी साथ द्यायला नसेल तर त्या साथीचं काय महत्त्व! काय किंमत!

असं म्हणतात की मित्र तर तेच, जे संकटात साथ देतात, वाईट दिवसांत साथ देतात. मृत्यूपेक्षा जास्त मोठा वाईट दिवस, दुर्दैवी दिवस कुठला? पण त्या दिवशी कुणीच कामाला येत नाही. ना तुमची पत्नी तुमच्याबरोबर येणार, ना तुमचा पती तुमच्याबरोबर येणार. सगळे तुम्हाला निरोप देतील. तुम्ही चितेवर एकटेच जळाल. तुमची एकट्याचीच कबर होईल. त्या अनंत अशा अंधकारात, ज्याचं नाव मृत्यू आहे, कुणीही तुमच्याबरोबर येणार नाही. कुणीही हात देणार नाही, कुणीही असं म्हणणार नाही, 'थांब मी येतो.'

मीराने त्या सर्व साथ संगती सोडून दिल्या ज्या जन्मानंतर मिळाल्या होत्या. त्या सर्व संयोगिक होत्या. नदीचा होडीशी संयोग, ज्याचं काही मूल्य नाही. ती साथ सोडून दिली जी मृत्यूनंतर सुटणार होती. मृत्यू जे हिरावून घेणार आहे. त्याला स्वत:नेच, त्याने हिरावून घेण्याअगोदरच सोडून दिलं; हे असं करणं हेच उचित आहे. मृत्यू आणि जन्माच्या आरपार ज्याची शाश्वत साथ आहे. त्याचा शोध, त्याचं नावच कृष्ण आहे. तुम्ही जे काही द्याल – द्यावंसं वाटेल. राम किंवा बुद्ध!

'म्हारो जनम मरन को साथी, थाने नहिं बिसरूं दिन राती।'

मीरा म्हणते, आता मी ओळखलं आहे की माझा साथी कोण आहे, माझा खरा साथी कोण आहे! खोट्या जगातून जाग आली आहे. धोक्यांपासून सावध झाले आहे; जागृत झाले आहे.

'म्हारो जनम मरन को साथी, थाने नहिं बिसरूं दिन राती।'

ही जी दुसरी पंक्ती 'थाने नहिं बिसरू दिन राती' समजून घ्या. शब्द वापरला आहे बिसरू. विस्मरण! मी तुला विसरू शकत नाही. सर्वसाधारणपणे लोकं असं विचारतात – भगवानाचं, देवाचं स्मरण कसं करावं? आणि मीरा म्हणते की विस्मरण कसं करू? इथूनच तफावत सुरू होते. खऱ्या भक्तात आणि तथाकथित भक्तात. सर्वसामान्य भक्त विचारतो, 'ईश्वराचं स्मरण कसं करू?' कारण त्याला विसर पडतो. संसाराचं स्मरण करावं लागत नाही, त्याचं स्मरण शाश्वत आहे. धन, पैसा-अडका विस्मृतीत जात नाही, दुकान, व्यापार आठवणीत राहतो, बाजाराची आठवण राहते आणि सर्वच गोष्टींचं स्मरण राहतं. ईश्वरासाठी चौकशी होते, 'स्मरण कसं करू, ईश्वराची आठवण कशी काढू?'

जेव्हा कुणी असं विचारतं की ईश्वराचं स्मरण कसं करू, तेव्हा एक गोष्ट स्पष्ट होते की ईश्वराचं स्मरण आत्ता होत नाहीये, करावं लागतंय. जे करावं लागतं, त्याची किंमत शून्य. जे कुणी असं विचारतं की ईश्वराचं स्मरण कसं करावं लागतं, जे कुणी असं विचारतं की ईश्वराचं स्मरण कसं करायचं, तो खरं तर असं विचारत असतो

की, संसाराचं स्मरण तर स्वाभाविकतेने होतं, पण ईश्वराचं स्मरण ओढून-ताणून करावं लागणार. म्हणून तर लोक मंदिरात जातात, मशिदीत जातात आणि पूजाअर्चा करतात. काही नियम बनवतात की रोज सकाळी किंवा रात्री तासभर स्मरण करायचं. जेव्हा स्मरण करण्यासाठी बसतात तेव्हाही स्मरण होत नाही, तुटत जातं, तेव्हाही संसाराची आठवण येतच जाते. माळाजप करत राहतात आणि विसरून जातात माळ फिरायची कधी थांबली आणि केव्हा पैशाचं मोजमाप सुरू झालं. राम... राम... जप करता करता विसरून जातात. जप चालू राहतो, पोपटपंचीसारखा! ओठ पुटपुटत राहतात आणि आत इतर हजार गोष्टी चालू राहतात. उद्या कोर्टात केस आहे. परवा काही वेगळं काम आहे, मुलाचं लग्न आहे, बायको आजारी आहे. राम, राम... चालूच आहे आणि सर्व तऱ्हेच्या वासना आतमध्ये झोके घेत राहतात. ही साधारण अशी अवस्था आहे. मीरा अगदी उलट गोष्ट सांगते.

मीरा सांगते, 'थाने नहिं बिसरूं दिन राती.' माझी इच्छा जरी झाली, तरी मी तुला विसरू शकत नाही. दिवस येतो, रात्र येते. विस्मरण होत नाही.

म्हणूनच प्रश्न हा नाहीये की ईश्वराचं स्मरण कसं व्हावं? प्रश्न असा आहे की अशी चैतन्याची दशा कशी होईल, जिथे त्याचं विस्मरण होणार नाही. हा फरक अगदी नीट लक्षात घ्या. राम-राम जप करून काहीही होणार नाही. राम-राम जप करणं म्हणजे फक्त स्वत:ला धोका देणं. जप असा व्हावा, जसा श्वासोच्छ्वास होतो. जसं धमन्यांमधून रक्त वाहतं, जसं हृदय धडधडतं, असा जप व्हावा. ज्याला नानकने 'अजपा जाप' असं म्हटलं आहे. तुम्हाला जप करावा लागता कामा नये. होतच राहायला हवा – अहर्निश. तुम्ही उठा, तुम्ही बसा. तुम्ही बाजारात जा, तुम्ही काम करा. विश्राम करा आणि तरीही जप चालू राहतो. जपाची एक धारा, एक प्रवाह बनून.

हे केव्हा होणार! हे कसं होणार? हे परमात्म्याला आठवून नाही होणार, हे संसाराला जाणिवेने बघितल्याने होईल.

लोक चुकीच्या प्रश्नांनी सुरुवात करतात म्हणून कुठेच पोहोचू शकत नाहीत. एकदा चुकीचा प्रश्न विचारलात तर तुम्ही मोठ्या अडचणीत सापडाल. कारण जी काही उत्तरं मिळतील ती चुकीची असतील. तुम्ही कुणाला विचारलं, 'परमात्म्याचं स्मरण कसं करावं?' तुम्ही चुकीचा प्रश्न विचारलात. तो म्हणेल की 'ठीक आहे, ही वही घ्या आणि लिहीत रहा राम-राम-राम... असा अभ्यास होऊन जाईल.

अभ्यास! रामाचा जर अभ्यास केला आणि अभ्यासाने जर राम-राम झाला तर प्राणांचा त्याच्याशी काही संबंधच नसेल. अभ्यास तर यंत्रवत होतो. अभ्यासाची तर काही किंमतच नाही. प्रेमाचा कधी अभ्यास होतो का? अभ्यास त्याचा अर्थच मुळी असा आहे की जबरदस्तीने लादला गेला. आतून तर उमटत नव्हता. बाहेरून कसं

तरी पकडून चारही दिशांनी आयोजन केलं.

अभ्यास म्हणजे सर्कस. सर्कशीत जंगली जनावरांना अभ्यास करवतात. चाबकाच्या भीतीने, अन्नाच्या आशेन. दंड आणि भय, प्रलोभन आणि लोभ यांच्या आधारे गोळ्यामधून उडी मारणे, चाबूक आणि प्रलोभन! नाही केलं, तर मार खावा लागेल. केलं तर स्वादिष्ट भोजन मिळेल.

तुम्ही जेव्हा परमात्म्याचा अभ्यास करता तेव्हा नरक आणि स्वर्ग या कारणांमुळे तो अभ्यास म्हणजे सर्कस आहे. त्याचं कवडीमोला इतकं महत्त्व आहे. भक्त परमात्म्याचा अभ्यास करत नाही.

ठीक – योग्य प्रश्न हा नाहीये की परमात्म्याला कसं स्मरू? ठीक – योग्य प्रश्न असा आहे की संसाराचं मला इतकं स्मरण होतं का? ही संसाराची इतकी खोल आठवण मला का आहे! त्याचं मूळ काय आहे? त्यांचा विस्तार कुठे आहे? या मुळांना कसं कापून टाकू? संसाराची स्मृती कशी सुटेल? हा खरा प्रश्न आहे. जर संसार विस्मृतीत जाईल तर तुम्हाला अचानक सापडेल, तुमच्या आतून दरवळणारा सुगंध, भरून राहिलेले प्राण. नाद होईल, डोलू लागेल कणन्‌कण! तेव्हा तुम्ही मीराला समजू शकाल, 'थानें नहिं बिसरूं दिन राती!'

मीरा म्हणते, 'मी तुला विसरू शकत नाही. हे काय केलं आहेस? कसली जादू? उठते, बसते, काम करते. स्नानही करते, भोजनही करते, पण तुझी आठवण आहे जी अहर्निश वाहत राहते माझ्यातून!

'म्हारो जनम मरन को साथी, थानें नहिं बिसरूं दिन राती!'

म्हणून परमात्म्याला आठवायचं नाहीये. एक अशी चेतनेची दिशा जागी करायची आहे, जिथे परमात्म्याचं विस्मरण होणार नाही. दोन्हीत मोठा फरक आहे आणि दोन्ही वरवर बघता एक सारखे वाटतात, म्हणून त्यात धोकाही खूप आहे.

प्लॅस्टिकचं फूल बघितलंत? फुलासारखंच दिसतं, कधीकधी तर फुलापेक्षाही सुंदर दिसतं आणि प्लॅस्टिकच्या फुलाची खूप वैशिष्ट्यं आहेत, जी खऱ्या फुलांत नाही येत. एक प्लॅस्टिकचं फूल शाश्वत आहे. खरं फूल तर सकाळी फुलतं, संध्याकाळी कोमेजून जातं. खरं फूल आत्ता होतं, आत्ता गेलं, क्षणभर नाचलं हवेवर. क्षणभर हितगूज केलं चंद्र-ताऱ्यांशी, मग धुळीत मिसळून गेलं. अक्षय खोल निद्रेत! आत्ता होतं तेव्हा, पक्षांच्या संगतीत नाचत होतं, हवेशी झुंजलं, दिमाखात जगलं, आता नाही, तर पाकळ्या धुळीत हरवल्या. साधी खूणही राहिली नाही. कुठला ठसाही मागे राहिला नाही. चार दिवसांनंतर फूल होतं की नव्हतं. हे ठरवणंही कठीण होईल. प्लॅस्टिकचं फूल आपल्या जागेवर बसून राहील, बसूनच राहील. तुम्ही मरून जाल, पण तुम्ही लावलेलं प्लॅस्टिकचं फूल मरणार नाही. प्लॅस्टिकच्या फुलांत मोठा धोका आहे. शाश्वततेचा धोका आहे. आहे खोटं पण मोठं मजबूत आहे.

आणि अशीच अवस्था परमात्म्याच्या खऱ्या स्मरणाची आणि खोट्या नकली स्मरणाची आहे. नकली स्मरण हे प्लॅस्टिक सारखं आहे. अभ्यास! बसलेत तासन्तास आणि अभ्यास करत आहेत. राम-राम-राम...! मिरवत जात आहेत. म्हणत जात आहेत पुन:पुन्हा, म्हणताम्हणता अभ्यास ठासून होईल. प्लॅस्टिकचं फूल तयार होईल. पण त्याला काही मोल नाहीये. त्याचं काही मोल नाही, कारण याच्याशी तुमच्या हृदयाचा काहीही संबंध नाही. याला काही मोल नाही. दुसऱ्यांना धोका होईल. राम-राम अशी चादर बघून की भक्त येत आहे, पण मुखाने राम आणि बगलेत सुरी असेल. स्वत:ला कसा धोका द्याल? तुम्ही तर जाणालंच, हे प्लॅस्टिकचं फूल आहे!

मी ऐकलंय की, ‘मुल्ला नसरुद्दीन रोज आपल्या खिडकीत उभा राहायचा. त्याने खिडकीत एक कुंडी लटकवून ठेवली होती जी फुलांनी भरलेली होती. त्याला तो रोज पाणी घालायचा. पण फवारा रिकामाच. शेवटी एकदा शेजाऱ्याने त्याला राहावलं नाही, कुतूहल जागृत झालं म्हणून विचारलं की नसरूद्दीन, पाणी तर रोज घालतोस, पण पाणी पडताना दिसत नाही! नसरुद्दीन म्हणाला, ही फुलं तरी कुठे खरी आहेत! प्लॅस्टिकची फुलं आहेत. यांना खऱ्या पाण्याची गरजच नाही.

पण मग रोज खोटं-खोटं पाणी का घालायचं?

ते शेजाऱ्यांसाठी; नाही तर त्यांना शंका येईल की कुंडीत पाणी तर कधी घालत नाही आणि तरीही फुलं आहेत जी कायम फुललेली दिसतात!

तो जो तुम्ही राम-राम जप करता, तो शेजाऱ्यांकरता करता, स्वत:साठी नाही. तुम्ही कितीही शेजाऱ्यांना धोका द्या, स्वत:ला कसा काय धोका देऊ शकणार! आणि जर स्वत:ला देऊ शकला नाहीत तर आपल्या आत अव्याहत लपलेल्या परमात्म्याला कसा काय धोका देऊ शकाल! तुम्ही तर जाणालाच ना की फूल प्लॅस्टिकचं आहे, राम-राम अभ्यास आहे की सामाजिक प्रतिष्ठा मिळवण्याचा उपाय आहे, स्वर्गात जाण्याचा हा एक मार्ग आहे, की नरकापासून बचाव करण्याचा प्रयत्न आहे? पण नरकापासून बचाव तो करू इच्छितो, ज्याचं परमात्म्याशी प्रेम असतं, जीव जडलेला असतो.

जर परमात्मा नरकात असेल, तर प्रेमी नरकात जाऊ इच्छील. तो म्हणेल, ‘परमात्मा जिथे आहे, तिथे राहीन. नरकात राहीन पण राहीन त्याच्याचपाशी. ज्याला नरकाची भीती वाटते तो जर परमात्मा नरकात जात असेल तर म्हणेल, ‘तुम्ही एकटे जा, आम्ही स्वर्गाच्या दिशेने जात आहोत. माझं नरकाशी काही देणं-घेणं नाही.

भगवानाला ज्याने निवडलं, ते अभ्यासाने होऊ शकत नाही. मग काय करावं? मग तर मोठी गडबड झाली. कारण अभ्यास सुगम वाटतो. रोज अर्धा-

एक तास वेळ काढून स्मरण करू शकतो. एवढं गरीब तर कुणीही नाही जो अर्धा तास काढू शकत नाही. पलंगावर पडल्यापडल्या सुद्धा राम-राम जप करू शकतो. अर्धा तास कमी झोपू. एका पिशवीत जपाची माळ घेऊन बसमध्ये बसल्या बसल्यासुद्धा करू शकतात. ट्रेनमध्ये बसल्याबसल्या माळ जपू शकतात.

पण अभ्यासाने कुणी कधी परमात्म्यापर्यंत पोहोचलेलं नाही. मग कसे पोहोचले? मग जरा घबराट होते. मग तर सारे दरवाजे बंद झाल्यासारखे वाटतात.

नाही. दारं बंद झालेली नाहीत. तुम्ही चुकीचा प्रश्न विचारू नका. खरा प्रश्न असा आहे की संसाराची इतकी आठवण का येते? पैसा इतका का आठवतो? पदाची इतकी आठवण का येते? माणूस मरायला टेकतो तरीही पैशांबद्दल विचार करत राहतो.

मी ऐकलंय की एक धनाढ्य माणूस मृत्यू पावत होता. शेवटचा काळ, त्याने आपल्या पत्नीला विचारलं, 'माझा मोठा मुलगा कुठे आहे?' पत्नी म्हणाली, 'तुम्ही पडून रहा. चिंता करू नका. तो तुमच्या जवळच बसला आहे.' नजर अंधुक झालीये, ऐकूही कमी येतंय, ऐंशी-पंच्याऐंशी वर्षांचा म्हातारा उठूही शकत नाहीये. वैद्यांनी सांगितलंय, ही शेवटची रात्र आहे.

त्याने विचारलं, 'आणि छोटा मुलगा?'

तिने सांगितलं, 'तोही तुमच्याजवळ बसला आहे. तुम्ही चिंता करू नका. तुम्ही आराम करा.' 'आणि मधला मुलगा?'

पत्नी म्हणाली, 'तो या बाजूला बसला आहे. आम्ही सर्वजण इथेच आहोत. सर्व कुटुंब इथे आहे. तुम्ही चिंता करू नका.'

तो तर हाताचा आधार घेऊन उठून बसला. म्हणाला, 'मग दुकानावर कोण आहे? सगळे इथेच बसलेत. अरे, नालायकांनो! अजून तर मी जिवंत आहे. मी मेल्यावर येऊन बसा. जे करायचं असेल ते करा. आता तरी माझा विचार करा, मी अजून जिवंत आहे, मेलेलो नाहीये.' हाच गृहस्थ पुन्हा दुसऱ्या दिवशी मरणावस्थेतच होता. सकाळी सकाळी शेवटचे श्वास मोजत होता. जसा बाप तसा बेटा! मुलं विचार करू लागली की कशी व्यवस्था करायची. आता तर हे मरतील, त्यांना स्मशानापर्यंत कसं घेऊन जायचं? मोठा मुलगा म्हणाला, 'मोठ्या इतमामात न्यायचं, सगळ्या गावातल्या गाड्या, जेवढ्या टॅक्सी आहेत त्या बोलावू.'

मधला मुलगा म्हणाला, 'एवढा खर्च? त्याचा फायदा तो काय? आता जो मेला तो मेला. रोल्स राईस आणा की कॅडिलॅक आणा. काय उपयोग, काय फायदा! आपल्या घरची ॲम्बॅसिटर चांगली आहे. त्यातच ठेवून घेऊन जाऊ.'

तिसरा मुलगा म्हणाला, 'ॲम्बॅसिटरची काय गरज! म्युनिसिपालिटीचा ठेला...!'

बाप हे सर्व ऐकत आहे. बाप उठून बसला आणि म्हणाला, 'माझे बूट आणा.

मी चालत जातो. ठेलेवाल्याला शेवटी पैसे द्यावेच लागणार. अजून मी जिवंत आहे.'

मनुष्य पैशांचा इतका विचार का करतो? मरेस्तोवर पदाची इतकी काळजी का करतो? मोरारजीभाई देसाईंना विचारा. ब्याऐंशी वर्षं पण एकच गोष्ट प्राणांत अडकून राहिली आहे, पद-पद-पद! कसंही करून मिळवायचं, जिवंत असताना मिळालं तरी ठीक, मेल्यावर मिळालं तरी ठीक – पण पद मिळो!

मनुष्य इतकं का धन, पद, संसाराचं स्मरण करतो?

ईश्वराला स्मरण करण्याअगोदर या स्मरणाला समजणं आवश्यक आहे. ही समज जेवढी खोलवर जाईल, तेवढंच हे शिथिल होत जाईल. जर डोळ्यांनी व्यवस्थित बघितलं की मी धनाची एवढी अपेक्षा का करतो आहे, जर ही गोष्ट समजू शकलात की धनाच्या अपेक्षेने सुरक्षितता आहे, धनाची अपेक्षा असा विचार देते की, जर धन असेल तर सर्व काही मिळेल. पण धनामुळे काय मिळतं? कुणाला काय मिळालं आहे? जर तुम्हाला असं दिसलं की धन, संपत्तीमुळे कुणाला काहीही मिळत नाही, तर संपत्तीची आठवण आपोआप विसर्जित होईल. पदाची स्पर्धा व्यर्थ आहे तर पद मिळवण्याची मनात जी धुंदी आहे, ती कायमची उतरून जाईल.

जिथे संसारातल्या आशा-आकांक्षा समर्पित, शांत होतात, शून्य होतात तेव्हा परमात्म्याची आठवण येते. तुम्ही आठवण करून होत नाही. तुम्ही तर एकदम अवाक होऊन जाता, कारण तुमच्या सर्व इच्छा मरगळून पडतात. आता तुम्हाला काही समजत नाही. एक अनिच्छेची वेळ येते. पण या अनिच्छेतच तुमच्या आत पहिल्यांदा एक नवा सुगंध प्रकट होतो. एक नवी सरगम वाजते. या सरगमचं नावच परमात्मा आहे; त्याची आठवण आहे.

'म्हारो जनम मरन को साथी, थाने नहिं बिसरूं दिन राती।
तुम देख्यां बिन कल न पड़त है, जानत मेरी छाती।'

मीरा म्हणते, 'माझं हृदय जाणतं की तुला बघितल्याशिवाय मला क्षणभरही चैन पडत नाही. जरा संधी मिळाली की डोळे बंद करून तुला बघून घेते. जिथे संधी मिळते, तिथे तुला बघते.

संसार बघायचा असेल तर डोळे उघडे ठेवावे लागतात आणि परमात्म्याला बघायचं असेल तर डोळे बंद करून घ्यावे लागतात. हे डोळे संसाराला बघण्यासाठी उपयुक्त ठरतात. हे डोळे बंद झाले की आतली नजर उघडते.

बाहेरच्या दिशेने जाणारी तुमची जी दर्शन क्षमता आहे, जेव्हा बाहेर जात नाही तेव्हा तीच दर्शन क्षमता आतमध्ये परतून येते. हेच तरंग, हीच बघण्याची पात्रता, आत बरसू लागते. तिथे विराजमान आहे तो, जो अव्याहत साथीदार आहे. तिथे विराजमान झालेला आहे, तुमचा अंतर्यामी !

तुम देख्या बिन कल न पड़त है, जानत मेरी छाती।

ऊंची चढ़-चढ़ पंथ निहारूं, रोवै अंखियां राती।

आणि मीरा म्हणते, 'माझे डोळे बघताय ना, रडूनरडून लाल झाले आहेत. 'ऊंची चढ़-चढ़ पंथ निहारूं' आणि जितकं वर वर जाता येईल, तितकं जाऊन तुझी वाट बघत आहे. कारण कदाचित असं होऊ शकतं की खाली राहून तू दिसणार नाहीस.'

असं समजा की तुम्ही एका रस्त्यावर उभे आहात. रस्त्यावरून कोण येतंय बघताय, किती दूरपर्यंत बघाल? जास्त दूरपर्यंत बघू शकणार नाही. मग एका झाडावर चढाल तर रस्ता दूरपर्यंत दिसेल. मग जर विमानात बसलात तर संपूर्ण रस्ताच दिसेल. जितके तुम्ही वरवर जाल. तितक्या दूरपर्यंत रस्ता दिसेल.

हे वर उंच जाण्याचा अर्थ जर तुम्हाला समजावून घ्यायचा असेल तर योग्य तऱ्हेने व्यवस्था व्हायला हवी. ज्यांना योगीने सात चक्र म्हटलं आहे, ती शिडी आहे तुमच्या आत वरपर्यंत पोहोचण्यासाठी. जर तुम्ही मूलाधारापाशी थांबून बघितलंत तर परमात्मा दिसणार नाही. मूलाधारतेत फक्त कामवासना दिसेल. जर तुम्ही पुरुष असाल तर स्त्री दिसत राहील, जर स्त्री असाल तर पुरुष दिसत राहील. जर मूलाधारतेतून बघितलंत तर स्त्री-पुरुष ही रूपं दिसतील. यातून जास्त काही दिसणार नाही. ही सर्वांत खालची शिडी, पायरी आहे. इथून परमात्मा त्याच पद्धतीने दिसतो. जरा वर याल, स्वाधिष्ठानमधून बघाल, तर स्त्रीचा देह दिसणार नाही. पुरुषाचा देह दिसणार नाही तर स्त्री-पुरुषाचं मनही दिसू लागेल. दृष्टी थोडी सूक्ष्म झाली.

मूलाधारतेतून फक्त देह दिसतो. स्त्रिया म्हणजे सुंदर देह, जो स्वाधिष्ठानमधून बघतो, त्याला स्त्रीचं मनही दिसतं, ती म्हणजे फक्त देह नाही आणि जो अजून वरच्या पायरीवर आला, मणिपूरमधून बघतोय त्याला स्त्रीचा आत्माही दिसतो.

ही तीन खालच्या अंगाची चक्रं आहेत. चौथं चक्र आहे, 'अनाहत – हृदय.' ज्याला मीरा छाती म्हणते. जो हृदयातून बघतो, तो कामवासनेतून मुक्त होतो. त्याच्या जगात, त्याच्या जीवन चैतन्यांत प्रेमाचा आविर्भाव झाला. आता त्याच्या नजरेत प्रेमाची सावली असेल. आताही तेच लोक दिसतील, पण आता त्यांचा देह दिसणार नाही – ना मन दिसेल, ना आत्मा आता त्यांच्यात परमात्म्याची झलक दिसू लागेल. झलक कधी दिसेल, कधी हरवेल. जशी रात्री वीज कडाडते. मग अंधार होतो. एका क्षणासाठी प्रकाश, नंतर अंधार... अशी झलक असेल.

मग पाचवं चक्र, 'विशुद्ध.' झलक स्थिर होत जाते. बराच काळ स्थिर राहते. प्रकाश थांबतो, दिसत राहतो. एकदम निघून जात नाही. प्रकाशाचे क्षण वाढत जातात, अंधाराचे क्षण कमी होत जातात.

मग सहावं चक्र आहे, 'आज्ञा.' आता प्रकाश अगदी स्थिर होऊ लागतो, पण अजूनही कधी कधी अंधार होतो. कधी तरीच. जसं आधी कधी प्रकाश होत होता,

आता कधीकधी अंधार होतो. दिवसदिवस सरतात, मन रसमय असतं. भावनांमध्ये बुडून वाहतं, पण क्वचित एखाद दिवस चुकतो, पाय घसरतो. याला मीरा म्हणते, 'यो मन मेरो बडो हरामी' मंदिराच्या पायऱ्या चढताचढता घसरायला होतं. पण हे क्वचितच होतं. साधारणपणे प्रकाश कायम राहतो.

मग सातवं चक्र आहे, 'सहस्त्रार.' ही शेवटची पायरी आहे. यावर उभं राहून जो बघतो त्याला परमात्मा दिसतो, संसार दिसत नाही.

म्हणूनच तर ज्ञानी आणि अज्ञानी लोकांमध्ये संवाद होऊ शकत नाही, खूप कठीण गोष्ट आहे.

ज्ञानी म्हणतो, 'परमात्मा आहे. संसार कुठे आहे!' अज्ञानी म्हणतो, 'संसार आहे, परमात्मा आहे, स्वप्न आहे, कविता आहे.' ज्ञानी म्हणतो, 'संसार सत्य आहे. परमात्मा ही एक कल्पना आहे. स्वप्न आहे, कविता आहे.' ज्ञानी म्हणतो, 'परमात्मा सत्य आहे, संसार माया आहे.' कसा काय होणार मेळ? यांच्याच शिड्या वेगवेगळ्या आहेत, ह्यांचा दृष्टिकोन वेगवेगळा आहे. संसारी व्यक्ती अगदी खालच्या पातळीवरून बघतेय, जसा कुणी जमिनीवर सरपटत आहे आणि बघतो आहे. त्याला फक्त आजूबाजूला पडलेला केर-कचरा दिसत आहे आणि मग कुणी आकाशात पंख पसरून उडत आहे. चंद्र, ताऱ्यांशी हितगुज करत आहे आणि तिथून पृथ्वीला बघत आहे. तर त्याला केर-कचरा दिसत नाही. हिरवीगार, बहरलेली पृथ्वी! नववधू प्रमाणे सजलेली पृथ्वी! तिथून खड्डे सुद्धा दिसत नाहीत, डबकी दिसत नाहीत. तिथून सर्व सुंदरच दिसतं. 'सत्यम् शिवम् सुंदरम्,' तिथून सर्व असंच आहे.

हे आपल्यावर अवलंबून आहे की आपण कुठून बघतो, कसं बघतो, कोणत्या जागेवरून बघतो.

'ऊंची चढ़-चढ़ पंथ निहारूं...!'

मीरा म्हणते, वरती अजून वरती चढून तुला बघते. 'मूलाधारापासून निघाली, स्वाधिष्ठानपासून निघाली, मणिपूरमधून निघाली. अनाहतवर उभं राहून तुला बघितलं. विशुद्धतेत बघितलं, आज्ञामधून तुला बघितलं, सहस्त्रार कधीकधी येते, जिथे सहस्त्रदलांचं कमळ फुलतं. तिथे विराजमान होऊन तुला बघते. उंच चढून तुला बघते, म्हणजे तुला मन भरून बघू शकेन, म्हणजे तुला असं बघू, जसा तू आहेस. असं नको बघायला जसा तू मला दिसावास असं वाटतं, तसंच बघू जसा तू आहेस. तुझं रूप प्रकट होवो. माझ्या कल्पना सर्व भस्मसात होऊ देत, तुझं सत्य दर्शन होऊ देत.

'ऊंची चढ़-चढ़ पंथ निहारू, रौवे अखियां राती।
यो संसार सकल जग झूंठो, झूठा कुल रा न्याती।'

आणि मीरा म्हणते, 'आता दिसतंय की हा संसार खोटा आहे. नाती, संबंध सर्व खोटं आहे.

'दोउ कर जोड़यां अरज करत हूं, सुण लीजो मेरी बाती।'

दोन्ही हात जोडून विनंती करते की माझी प्रार्थना ऐका.

दोन हात जोडण्याची गोष्ट तुम्हाला समजायला हवी. जगात, कोणत्याही देशात दोन्ही हात जोडून नमस्कार करण्याची प्रथा नाहीये. हे अचानक घडलेलं नाहीये. यामागे एक मोठी परंपरा आहे. एक मोठा बोध आहे. हे दोन हात म्हणजे मनुष्याच्या मनात चालणाऱ्या द्वंद्वाचं प्रतीक आहेत. दोन्ही हात जोडून जोपर्यंत निर्द्वंद्व अवस्था होत नाही, तोपर्यंत अव्दैताची अवस्था येत नाही. तोपर्यंत प्रार्थना त्याच्यापर्यंत पोहोचत नाही. द्वंद्वामुळे उठणारे सर्व स्वर संसारात विरघळून जातात, हरवून जातात. द्वैतामुळे उठणारे सर्व निरोप, पत्रप्रपंच संसारात एक दुसऱ्यापर्यंतच पोहोचतो. तुमचं पत्र परमात्मापर्यंत तेव्हा पोहोचेल. जेव्हा ते अद्वैतातून उमटेल. जेव्हा तुमचे दोन्ही हात जोडलेले असतील. जेव्हा डावं आणि उजवं एक होऊन जाईल. जेव्हा बुद्धी आणि लक्ष्य एक होईल, जेव्हा शरीर आणि आत्मा एक होईल. यश, अपयश एक होतील, सफलता-असफलता एक होईल, जेव्हा तुमच्यातले सर्व विरोध एक होऊन जातील, तेव्हा तुमच्या आत एक स्वर उमटेल.

ज्या क्षणी तुमच्या मनात एक निर्द्वंद्व भावदशा असते, त्याच क्षणी तुमचं पत्र परमात्म्यापर्यंत पोहोचतं, त्याअगोदर नाही.

दोउं कर जोड़या अरज करत हूं...!

मीरा म्हणते, 'दोन्ही हात जोडून प्रार्थना करते, आता तरी ती पोहोचायलाच पाहिजे. निर्द्वंद्व होऊन प्रार्थना करत आहे. तुझी एकट्याचीच अभिलाषा उरली आहे, अजून कुठलीच अभिलाषा नाही. 'सुण लीजो मेरी बाती!' आता तरी मी काय म्हणतेय ते ऐक!'

'यो मन मेरो बड़ो हरामी, ज्यूं मदमातो हाथी।'

मीरा म्हणते, 'मला माहीत आहे, मी पुरेपूर जाणून आहे, हातांना जोडून बसते. तरी हात सुटतात. 'यो मन मेरो बड़ो हरामी!' कसं तरी दोघांना बांधते तरी सुटतात, हरवतात, मी घसरते. तुझ्या मंदिराच्या पायऱ्यांवरूनही घसरते, पडते. ते जे सहस्त्रदल कमळ आहे त्याला स्पर्श करते आणि पुन्हा हरवते. एखाद्या मोठ्या लाटेसारखी उठते, पण पुन्हा फुटून जाते.

मीराने भक्ताच्या मनाची परिस्थिती वर्णन केली आहे, असंच आहे. कधीकधी क्षण-दोन क्षण हात जोडले जातात आणि जेव्हा हे हात जोडले जातात तेव्हा आशीर्वादांचा पाऊस पडतो. कधीकधी तुमच्या जीवनातही जोडले जातात, एखाद्या सकाळी अकारण, तुम्हाला समजतच नाही का? कदाचित रात्री झोप छान झाली

असेल. शरीर स्वस्थ असेल. सकाळी उठला आहात, सूर्योदय होत आहे. पक्षी किलबिल करताना परमेश्वराची स्तुती करत आहेत, मंदिरात घंटा वाजत आहे आणि अचानक तुमचे दोन्ही हात जोडले गेले! ही सर्व बाजूंची परिस्थिती, हे वातावरण आणि हात जोडले गेले. एका क्षणासाठी तुमच्या आत निर्द्वंद्व झालं. तुम्ही धरेपर्यंत हरवलंही. पण त्या एका क्षणासाठी तुमच्या आत अमृतधारा वाहून गेली. असं सर्वांच्या आयुष्यात होतं. अचानक झालेलं आहे, म्हणून तुम्ही त्या क्षणाचे मालक होत नाही. अचानक होतं आणि इतकं पटकन होतं. हरवतं की पकडू शकत नाही, म्हणूनच विश्वासच बसत नाही. तुम्ही विचार करता, 'असेल एखादी कल्पना....'

कालच कुणी मला पत्र लिहिलंय की, 'जेव्हा इथे आश्रमात असते (कुणा संन्यासिनीचं पत्र आहे) तेव्हा मन अतिशय शांत असतं, नाचते. तरी आतून शांत असते, स्थिर असते. गाते तरी आत नि:शब्दता असते आणि त्याक्षणी आपण जे सांगता की तुम्ही सर्वजण बुद्ध आहात, ते संपूर्णपणे समजतं. पण जर बाहेर पडले तर सर्व हरवून जातं. मग ही जी गोष्ट आहे की 'सगळे बुद्ध आहेत' अजिबात समजत नाही. रस्त्यावरून जाते, दुकानांतल्या वस्तू दिसतात, विकत घ्यायचा मोह होतो, हे घेऊ ते घेऊ... तेव्हा विश्वासच बसत नाही की, मी आणि बुद्ध? रस्त्यावर एखाद्या सुंदर व्यक्तीला बघितलं, मन आकर्षित होतं, तेव्हा आपला या गोष्टीवर विश्वास बसत नाही की मी बुद्ध? आणि असंही नाही की अजिबात विश्वास नाही, कारण असे क्षण येतात. कधीकधी दोन्ही हात जोडले जातात.

दोन हात क्वचितच जोडले जातात. पण हे जोडले जाण्यात सर्व कला आहे – ध्यान, प्रार्थना, पूजा, अर्चना किंवा जे काही नाव द्याल ते. दोन्ही हात जोडण्याच्या कलेचं ते नाव आहे. 'असा क्षण निर्माण करणं, जेव्हा दोन्ही हात सहजतेने जोडले जातील अशी भावदशा, असा बोध....'

म्हणूनच कुठलीही संधी चुकवू नका. सकाळी सूर्योदय होतोय, नमस्कारात नम्र व्हा! म्हणून हिंडून सूर्यनमस्कार करतात. कारण जेव्हा सूर्योदय होतो तेव्हा संपूर्ण जगात प्रकाशाचं पदार्पण होतं. हा क्षण चुकवू नका. कुणास ठाऊक, हात जोडले जातील! या तरंगावर स्वार व्हा. सूर्यरथावर स्वार व्हा, रात्र संपली, काळोख नाहीसा झालाय, वृक्ष जागे झालेत, पक्षी, पशु, सर्व जगच जागं झालंय, जागरण करण्याचा क्षण आहे. क्षणभर जागे व्हा! सावध व्हा! चुकवू नका!

म्हणून हिंदू सूर्य नमस्कार करतात. हा नमस्कार अर्थपूर्ण आहे. तो फक्त सूर्याला नमस्कार नाहीये. ते तर फक्त एका क्षणाचा सदुपयोग करणं आहे, म्हणजे दोन्ही हात जोडले जातील. कुणी भावनेने नतमस्तक होत आहे, बरसणारी सूर्याची किरणं, कुणी भावनेने नतमस्तक झालंय, एक होऊन नतमस्तक झालंय, तर सूर्य हरवून जाईल आणि त्याजागी परमात्म्याचा प्रकाश बरसू लागेल.

रात्रीचा चंद्र उगवला आहे – हात जोडा, नतमस्तक व्हा पृथ्वीशी! गुलाबाचं फूल फुललं आहे, नका सोडू संधी. बसा, त्याच्याजवळ हात जोडा. बघा, कुणास ठाऊक गुलाबाचा ताजेपणा, हा गुलाब जो गुलाल फेकतो आहे, कृष्णाने फेकला असेल. सर्व गुलाल त्याचाच आहे. तुम्ही असा विचार करत बसू नका की तो पिचकारी घेऊन येईल. आहेत असे मूर्ख जे अशी वाट बघत बसलेत की तो पिचकारी घेऊन येईल आणि त्यांनी जुनेच कपडे घातलेत की त्याने नवीन कपडे खराब केले तर? तो तर रोज येतोय, प्रत्येक क्षणी येतोय. त्याच्या व्यतिरिक्त अजून येण्यासारखं कुणी नाहीही. तोच येतो!

या वृक्षांवरून चमकणारी सूर्याची किरणं बघता? या वृक्षावरती किरणांनी जे जाळं पसरलंय त्याला बघता! या वृक्षांच्यामध्ये जे ऊन-सावलीचं नृत्य चाललंय त्याला बघता? हे त्याचंच नृत्य आहे. या वृक्षांवर पक्षी जी कलकल करतात, हा तोच आहे. आता तुम्ही असा विचार करू नका की तो जेव्हा बासरी वाजवेल तेव्हा आम्ही ऐकू. ही त्याची बासरीच आहे. कधी पक्ष्यांमधून ती वाजते, कधी बनातून वाजते. हे सर्व अस्तित्वच मुळी त्याचं आहे. हा सर्व गुलाल त्याचा आहे. चंदनाच्या सुगंधात त्याचा सुगंध आहे. तो फेकतोय, उधळतोय, पण तुमचे दोन्ही हात जोडलेले नाहीयेत म्हणून संधी हरवतेय. दोन्ही हात जोडा, ओंजळ बनवा म्हणजे तुम्ही त्याला भरून घ्याल.

कोणतीही संधी चुकवू नका. जिथे तुम्हाला वाटेल ही त्याची खूण आहे, नतमस्तक व्हा! मंदिर-मशिदीची वाट बघत बसू नका.

एक विचित्र वेडेपणा आहे लोकांचा! हिंदू शोधतोय मंदिराला, मुसलमान शोधतोय मशिदीला. मैलोन्मैल चालतात. संपूर्ण रस्ताभर परमात्मा पसरलेला आहे. रस्त्यालगतच्या वृक्षांमध्ये उभा आहे. रस्त्यालगत खेळणाऱ्या मुलांच्या हास्यात आहे. आकाशात उडणाऱ्या पक्ष्यांमध्ये उडतोय. शुभ्र ढगांमध्ये लहरतो आहे. तुमच्यावर चहूदिशांनी प्रकाश फेकतोय, गुलाल उधळतोय, चंदन वाटतोय आणि तुम्ही मूर्खासारखे मंदिरात जाताय. तुम्हाला इथे जर तो दिसू शकत नाहीये तर मंदिरात कसा दिसणार? इतक्या विशालतेत दिसत नाही, त्या क्षुद्र अशा मंदिरात कसा दिसणार? इतक्या स्वाभाविक रूपात दिसत नाही, तिथे तर माणसांनी तयार केलेली व्यवस्था आहे, तिथे तर माणसांनी बनवलेले देवदेवता विराजमान झालेले आहेत, त्यात तुम्हाला कसा काय दिसणार तो? तिथेही दिसत नाहीच. पण औपचारिकतेने, सवयीने तुम्ही तिथे झुकता.

जो फुलापाशी झुकला नाही, जो सूर्यासमोर झुकला नाही, जो वाहणाऱ्या पाण्यासमोर झुकला नाही, तो मंदिरात, मशिदीत झुकेल तर ही खोटी गोष्ट आहे. त्याने धोकाच दिला आहे – स्वतःला आणि दुसऱ्यांनासुद्धा!

तर खरा प्रश्न असा आहे, जिथे दोन्ही हात जोडले जातील, जसे दोन्ही हात जोडले जातील... ही संधी दवडू नका. निवड करू नका. यामुळेच चूक होईल.

जैन आहेत जे जातात जैन मुनींकडे आणि हात जोडून नतमस्तक होतात. हिंदू, जैन संन्याशांसमोर हात जोडून नतमस्तक होत नाहीत. निवड आहे! मुळं पक्की आहेत. हिंदू फकिरांसमोर झुकत नाहीत आणि निश्चितच मुसलमान, हिंदू संतांसमोर झुकत नाहीत.

ही निवड तुम्हाला लहान करत आहे. ही निवड सोडा. जिथे झुकण्याची संधी मिळेल ती हरवू नका. चोवीस तासांत अशा बऱ्याच संधी मिळतात, तेव्हा दोन्ही हात जोडले जातात आणि जितके-जितके वेळा हात जोडले जातील तितके-तितके हे अपूर्व क्षण तुमच्या जीवनात उतरू लागतात. हे अमूल्य क्षण आहेत. हे अमृत क्षण आहेत.

'दोउ कर जोड़यां अरज करत हूं, सुण लीजो मेरी बाती।

यो मन मेरो बड़ो हरामी, ज्यूं मदमातो हाथी।

सतगुरु हस्त धरयो सिर ऊपर, अंकुस दे समझाती।

पल-पल तेरा रूप निहारूं, हरि चरणां चित राती।

या देशात सद्गुरू अनेक तपांपासून डोक्यावर हात धरून आहेत, हे प्रतीक आहे. हे प्रतीक आहे, तुमच्यातली ऊर्जा माथ्यापर्यंत खेचून घेण्याचं. तुमची ऊर्जा पडलेली आहे अगदी खालच्या चक्रामध्ये. गुरू तुमच्या शिरावर हात ठेवतो, तो तुमच्या सहस्रावर हात ठेवतो. गुरू तुमच्या उंचातल्या उंच शिडीवर हात ठेवतो. गुरूंच्या ऊर्जेच्या संपर्कात आल्यावर तुमच्यातली ऊर्जाही खेचली जाते. गुरू म्हणजे एक चुंबक! तो तुमच्या शिरावर हात ठेवतो, कारण क्षणभरासाठी का होईना तुम्हाला तुमच्या सहस्रारची आठवण यावी! क्षणभरासाठी तरी तुमच्यातली ऊर्जा ऊर्ध्वगामी व्हावी!

जेव्हा गुरू शांतपणे तुमच्या शिरावर हात ठेवतो, तेव्हा तुम्ही खालचा तळ विसरून जाता. एक तऱ्हेची मस्ती, आनंद पसरत जातो. काही गुणगुणणं सुरू होतं. काही कंपनं होतात. ऊर्जा... एका प्रगाढ प्रवाहाप्रमाणे ऊर्जा वरपर्यंत खेचली जाते.

गुरू शिरावर हात ठेवतो. शिष्य चरणांशी झुकतो, शीर ठेवतो. या दोन्ही क्रिया एकाच गोष्टीचं प्रतीक आहेत. गुरू शिरावर हात ठेवतो, कारण ऊर्जा खेचली जाते. शिष्य पायांवर शीर ठेवतो कारण ऊर्जा खेचली जावो. पण खरी गोष्ट एकच आहे, ऊर्जा सहस्रारमध्ये येवो. जेव्हा शिष्य शीर झुकवतो, तेव्हा तो असं म्हणतो की ही जागा आहे, जिथे मी माझी ऊर्जा मिळवतो. ही तीच जागा आहे, जिथे मी जगू इच्छितो, ही तीच शिडी आहे, जिथून मी सुरुवात करू

इच्छितो. गुरू जेव्हा डोक्यावर हात ठेवतो, तेव्हा असंच म्हणतो, की हीच ती जागा आहे, जी मौल्यवान आहे. हाच मोक्ष आहे, इथून सुरुवात करा.

'सतगुरु हस्त धरयो सिर ऊपर, अंकुस दे समझाती।'

जेव्हापासून सद्‌गुरूंनी माझ्या सहस्त्रार हात धरला आहे. तेव्हापासून मी माझ्या मनाला समजावत आहे. तरीही हे मन बदमाश आहे. धोकेबाज आहे. तरीही कधीकधी पळून जातं, जसा वेडा हत्ती. जेव्हापासून सद्‌गुरूंनी डोक्यावर हात ठेवला आहे तेव्हापासून एक गोष्ट अनुभवली आहे की बस तिथेच ते आहे, एक गोष्ट समजली आहे की सौभाग्य तिथे आहे, तेव्हापासून एक गोष्ट समजली आहे की प्रकाश तिथे आहे की परमात्मा तिथे आहे. पण तरीही हे मन धोकेबाज आहे, परतपरत उतरतं, जुनी सवय आहे. परत निघून जातं खालच्या चक्रात! परत खालच्या पातळीवर विचार करू लागतं. परत विचार करू लागतं तशा स्वप्नांचा. परत वासनांमध्ये गुरफटलं जातं.

मीरा म्हणते, 'तू माझी काळजी घे. मी दोन्ही हात जोडून प्रार्थना करते. मी तर तुला विसरू शकतच नाही. तूही जर कधीकधी माझी आठवण काढू लागलास तर यात्रा पूर्ण होईल.

'मोहे लागी लगन गुरु चरनन की।'
चरन बिना कछुवै नहिं भावै, जग माया सब सपनन की।'

एकदा गुरूचे चरणस्पर्श केले की त्यानंतर काही मनात येणार नाही. चरणस्पर्श करूनही जर मनात अजून काही इच्छा निर्माण होत असतील तर समजा की चरणस्पर्श अजून केले नाहीत, उपचार पूर्ण केले आहेत. गेलात, चरणस्पर्श करून आलात. कातडीने कातडीला स्पर्श केला, आंतरिक ऊर्जेचं मिलन झालं नाही. नाहीतर असं होईल जसं मीरा म्हणते. 'मोहे लागी लगन गुरु चरनन की।'

एकदा तो ज्योतिर्मय स्पर्श झाला की 'लगन' लागते. जसं पोपट म्हणत राहतो. पी कहां, पी कहां, पी कहां! जसा चातक आकाशात विहार करत राहतो, वाट बघत राहतो, स्वातीच्या थेंबाची प्रतीक्षा करत राहतो, अशीच अवस्था भक्ताची होते.

'चरन बिना कछुवै नहिं भावै, जग माया सब सपनन की।'

आणि ज्यांनी गुरूचरणी एकदा सहस्त्रारचा अनुभव घेतला, आपल्या आतलं कमळ फुलताना पाहिलं की सर्व स्वप्नं आपली वाटू लागतात.

तुम्ही भले म्हणा की संसार हे एक स्वप्न आहे, पण तुमचं हे म्हणणं हे केवळ म्हणणंच आहे. बघावं तो संसाराला माया म्हणतो. या मायेमध्ये सर्व लोक गुरफटले आहेत आणि तेही अगदी पराकोटीचे! चांगलं आहे, जोपर्यंत तुम्हाला माया दिसत नाही, कमीत कमी असं म्हणू तरी नका की माया आहे, इमानदारी तरी होईल! परमात्मा

तुम्हाला अजिबातच दिसत नाही आणि तरीही तुम्ही म्हणता की परमात्मा सत्य आहे. 'ब्रह्म सत्य, जगत् मिथ्या' असं म्हणत राहता. पण ब्रह्माचा अनुभव मात्र काहीच नाही. आणि जो अनुभव आहे, तो त्याच जगाचा आहे. त्याच अनुभवांमध्ये तुम्ही जगत आहात. कमीत कमी हा खोटेपणा तरी सोडा.

या देशाचं सौभाग्य आहे की इथे महाज्ञानी जन्मले आणि या देशाचं दुर्भाग्य आहे की या देशातल्या सर्व अज्ञानी माणसांनी या ज्ञानी लोकांची वचनं, शब्द, कंठस्थ केले. इथे इतके सारे पोपट तयार झाले की त्यांचाच एक जमाव तयार झाला.

'मोहे लागी लगन गुरू चरनन की।'
चरन बिना कछुवै नहिं भावै, जग माया सब सपनन की।
भव-सागर सब सूखि गयो है, फिकर नहीं मोहे तरनन की।'

मीरा म्हणते, 'मला मी तरून जाण्याचीही काळजी नाही. तरून जाणं काय आहे? ज्या दिवशी तुला बघितलं, भवसागर सुकून गेला.

ही गोष्ट अपूर्व आहे. ही गोष्ट अगदी सुंदर आहे. ती आपल्या हृदयात अगदी सांभाळून ठेवा. ती हिऱ्यासारखी मौल्यवान गोष्ट आहे. का इतकी मौल्यवान आहे? कारण ज्यांना त्याचं दर्शन लाभलं, एका क्षणासाठी त्याची झलक मिळाली, त्याक्षणी संसार असत्य झाला. आता याला भवसागर कसं काय म्हणायचं? हे तर कोरडं ठणठणीत वाळवंट झालं. आता यामध्ये तरून जाण्याचा प्रश्नच कुठे राहतो? तो तर कधी नव्हताच.

असं समजा की रात्री तुम्ही स्वप्न बघितलंत, तुम्ही समुद्रकिनारी उभे आहात आणि तुम्हाला दुसऱ्या किनाऱ्यावर जायचं आहे, खूप रडत आहात. ओरडत आहात की एक कुणी नावाडी मिळेल का, एखादं जहाज येईल का? दुसरा किनारा दिसत नाहीये आणि तुम्ही रडत आहात, ओरडत आहात – त्याच रडण्यात, ओरडण्यात अचानक तुम्हाला जाग येते आणि मग तुम्हाला समजतं की कुठे समुद्र नाहीये, तुम्ही हसू लागता. म्हणता, 'मी विनाकारण चिंतित झालो. समुद्रच नाहीये तर पार जाण्याचा प्रश्नच कुठे, नावाडीचा संबंधच काय, जहाजाची गरजच काय?'

'भवसागर सब सूखि गयो है, फिकर नहीं मोहे तरनन की।'

मला तारून जाण्याची चिंता नाही.

'मीरा के प्रभू गिरधर नागर, आस वही गुरु सरनन की।'

मीरा म्हणते, 'बस ही एकच आशा, मोह केला की ज्या चरणांशी बसेन तर तिथे मला तुझा स्वाद मिळेल, ज्या चरणांशी बसून माझी झोप उडाली, त्या चरणांमध्ये संपूर्णपणे विलीन होऊन जाऊ.

जिस दिल की हर तड़प थी नई जिंदगी मुझे

जां बख्शो जां नवाज वो अब दिल नहीं रहा
है दर्द अब भी दर्द मगर वो कसक नहीं
अपना वो अब जिगर नहीं वो दिल नहीं रहा
है बर्क अब भी दुश्मने खिर्मन मगर मुझे
जाने न क्यों कोई गमे हासिल नहीं रहा।
जब से हुआ हूं खाके कफे पाये दोस्त में
मुझको ख्याले जादाओ मंजिल नहीं रहा।

जेव्हापासून त्या परम प्रिय मित्राच्या पायांची धूळ झालो आहे, तेव्हापासून ना कुठे जाणं आहे, ना कुठला रस्ता आहे, ना कुठल्या रस्त्याचा विचार आहे, ना कुठलं मुक्कामाचं ठिकाण आहे.

जब से हुआ हूं, खाके कफे पाये दोस्त में,

जेव्हापासून त्या प्रिय मित्राच्या पायांची धूळ झालो आहे.

मुझको ख्याले जादाओ मंजिल नहीं रहा।'

आता ना कुठला मुक्काम गाठायचा आहे, ना कुठे जायचं आहे. ना मुक्कामाच्या ठिकाणापर्यंत घेऊन जाणारी कुठली वाट आहे. ना त्या वाटेची मला शुद्ध आहे. आता सर्व काही संपलं.

मीरा म्हणते, 'बस, आता इतकंच कायम राहो, 'आस वही गुरू सरनन की।'

'होरी खेलत है गिरधारी।
मुरली चंग बजत डफ न्यारो, संग जुवति व्रजनारी।'

या देशाचं हे सौभाग्य आहे. धर्म तर या जगात अनेक जन्मले, पण नृत्य करणारा धर्म फक्त या देशातच जन्मला. क्राईस्ट उदास दिसतात, मोहम्मदांच्या जीवनातही नृत्य नाही. युद्ध आहे पण नृत्य नाहीये. झरत्रुष्ट मोठे विद्वान आहेत, पण त्यांच्याजवळ बासरी नाहीये. लाओत्सु, परमदशेत राहिले पण त्या परमदशेमध्ये वीणेचा झंकार नाही झंकारला, पायांत घुंगरू नाही बांधले गेले.

या देशाचं सौभाग्य आहे की कृष्ण झाले आणि या देशाने कृष्णाला पूर्णावतार म्हणून योग्य मानलं. राम सुंदर आहे. मर्यादा पुरुषोत्तम आहे, पण तरी काहीतरी कमतरता आहे. नृत्य नाही, संगीत नाही, मस्ती नाही. रामाच्या जीवनात रस नाही. तिथे पिणं-पाजणं-मधुशाळा नाही. तिथे रसधारा वाहत नाहीत. सगळं कोरडं ठाक आहे, अतिशय कोरडेपणा! मर्यादा पाळायच्या असतील तर मनुष्य कोरडा होऊन जातोच.

बुद्ध अपूर्व आहेत, पण तिथे मौन आहे. असं मौन ज्याचं गाणं नाही होऊ शकलं. महावीर मस्त आहेत, अपूर्व आहेत; पण या जगात महावीर एकसंध नाही होऊ शकले. महावीर ज्या वृक्षापाशी उभे आहेत, त्या वृक्षाशी सुद्धा ते एकजीव झाले नाही, मेळ

बसला नाही, कारण वृक्ष बहरतो हजारोहजारो फुलांनी, महावीर कधीही बहरले नाहीत, ते चंद्र-तारे नाचत आहेत, कायम नाचत आहेत, रास चालू आहे. अनंत रास चालू आहे. महावीरांचं याच्याशी काहीही नातं नाही, संबंध नाही. महावीर जिथे उभे आहेत, गोष्टी तर अशा ऐकल्या आहेत की पक्ष्यांनी त्यांच्या केसांत घरटी बनवली. पण त्या पक्ष्यांनी जी गाणी म्हटली, ती महावीरांनी कधीही साधी गुणगुणलीसुद्धा नाहीत. गोष्ट अशी ऐकीवात आहे की वृक्षांवरच्या लतांनी, वेलींनी महावीरांचं शरीर वेढून टाकलं, फुलं फुलली, सुगंध दरवळला, पण तशी फुलं महावीरांमध्ये कधीही फुलली नाहीत.

महावीर मस्त आहेत. पण हिंदूंनी योग्यच केलं, कृष्णाव्यतिरिक्त इतर कुणालाही पूर्णावतार म्हटलं नाही. कृष्णाची पूर्णता काय आहे? कृष्णाची पूर्णता हीच आहे की कृष्णामध्ये परमात्मा आणि जगाचा अपूर्व मिलाफ आहे; मेळ आहे. चंद्र-ताऱ्यांचं, फूल-पक्षी, नदी-पहाड, मनुष्य यांचं! कृष्ण जीवनातून वेगळा नाही, जीवनाच्या मध्यावर उभा आहे.

'होरी खेलत है गिरधारी।'

कृष्ण एकटे असे आहेत, ज्यांच्यात रस आहे आणि रासही आहे, ज्यांच्यात रहस्य आहे, सौंदर्य आहे. शृंगार आहे. जीवनाचा महिमा त्यांच्यात प्रकट झाला आहे.

'होरी खेलत है गिरधारी।
मुरली चंग बजत डफ न्यारो, संग जुवति व्रजनारी।
चंदन केसर छिड़कत मोहन अपने हाथ बिहारी।'

असं चंदनाचा आणि केशराचा छिडकावा करत राहणारा परमात्मा – पृथ्वीवर कधीही कुणीही अशी कल्पनाही केली नसेल.

'भरि-भरि मूठि गुलाल लाल चहुं, देत सबन पै डारी।'

ही रसमुग्ध दशा ही समाधी, हा जीवनाशी केलेला अविरोध! भक्तासाठी कृष्णाच्या व्यतिरिक्त अजून काहीही उपाय नाही. भक्त बुद्धापाशी जाऊ शकत नाही. तिथे बासरी वाजत नाही, डफ वाजत नाही. तिथे ध्यानी गप्पपणे बसू शकतो. पण प्रेमी काय करणार? भक्त जीझसपाशीसुद्धा नाही जाऊ शकत. तिथे करूणा आहे, महान बलिदान आहे, जगासाठी स्वत:ला समर्पित करण्याची वृत्ती आहे पण उदासी, शांतता आहे. चंदन केशराचा शिडकावा तिथे होत नाही, तिथे चंदन केशराचा दरवळ नाही आणि कुणीही नाहीये गुलाल उधळणारा! कुणीही नाहीये जो तुम्हाला भगव्या रंगात रंगवेल.

लक्षात ठेवा, भगवा रंग आणि गुलालाचा रंग अनेक गोष्टींचं प्रतीक आहे – सूर्याचं! पहाटेचा उगवणारा सूर्य भगवा असतो. जीवनाचा, प्रकाशाचा, फुलांचा... सर्व फुलं हिरवळीत लाल होतात रक्तासारखी. हेच जीवनाचं स्रोत आहे. उल्हासाचा

रंग आहे. आनंदाचा रंग लाल आहे.

'भरि-भरि मूठि गुलाल लाल चहुं, देत सवन पै डारी।
छैल-छबीले नवल कान्ह, संग...।'

परमात्म्याची अशी छैल-छबीली प्रतिमा ज्यांनी शोधून काढली आहे. ज्यांनी असा विचार केला आहे, त्यांनी अपूर्ण रूपाने प्रेम केलं असणार, तेव्हाच हे होणं शक्य आहे. या रूपात परमात्म्याने तेव्हाच अवतार घेतला असणार, जेव्हा लाखो करोडो लोकांनी त्याला या रूपात हाका मारल्या. या रूपात तेव्हाच त्याने अवतार घेतला असणार, जेव्हा या रूपात त्याचं स्वागत करण्यासाठी लाखो-करोडो लोकं दक्ष झाली. परमात्मा अशाच रूपात अवतारित होतो, ज्या रूपात आम्ही त्याला हाका मारतो. आमची हाक, सादच त्याला घेऊन येते.

'छैल-छबीले नवल कान्ह संग...।'

कृष्ण नवे आहेत. ते कायम नवेच आहेत. छैल-छबीले आहेत. खूप सुंदर आहेत. साऱ्या जगाचं सौंदर्य त्यांच्यात सामावलं आहे. सर्व जगाचं सौंदर्य जणू एक झालं आहे – एका जागी, एका ठिकाणी एकत्रित झालं आहे. जणू सर्व फुलांचा सुगंध, सर्व पक्षांची गाणी, सर्व ताऱ्यांचा प्रकाश आणि सर्व नद्यांचा खळखळाट, सर्व वाद्यांचं संगीत, सर्व डोळ्यांची किमया, सर्व चेहऱ्यांचं रूप एका जागी संग्रहित झालं आहे.

'छैल-छबीले नवल कान्ह, संग स्यामा प्राण प्यारी।'

आणि 'श्यामा' त्यांच्या जवळपास नाचत आहे. मीरा, राधेला नेहमी 'श्यामा' म्हणते, हे फार गोड आहे. कारण जी श्याममय झाली, तिचं वेगळं नाव राहणार का? म्हणून 'राधा' न म्हणता मीरा नेहमी 'श्यामा' म्हणते. श्याम सारखी झाली, जी श्याममय झाली, श्यामच झाली.

आणि जर कृष्णाजवळ नृत्य करायचं असेल तर श्यामा होण्याशिवाय अजून काही मार्ग नाही. जिला कुणाला नृत्य करायचं असेल तिला श्यामा व्हावंच लागेल.

आता हे ही विचारात घ्या, भक्ताला पुरुषी कठोरता सोडून द्यावी लागते. भक्ताला स्त्रैण... सौंदर्य, सहजता, ग्राहकता ग्रहण करावी लागते. भक्त तर स्त्रीच असतो. तो पुरुष आहे की स्त्री, यामुळे काहीही फरक पडत नाही. भक्ती स्त्रैण आहे, कारण भक्ताचं प्रेम एकच आहे – कृष्ण! हाच एकमेव प्रियतम, प्रीतम आहे.

श्यामजवळ श्यामा होण्याची जर तयारी असेल, तरच भक्त पलीकडे जाऊ शकतो. अहंकार सोडावा लागतो. स्त्रीला भक्त होणं फारसं कठीण नाही, पुरुषाला खूप कठीण आहे. कारण त्याला आपण पुरूष आहोत हा अहंकारही सोडावा लागतो. हा तर अजूनच खोल अहंकार आहे. पण जर श्यामा होता आलं नाही तर काही मार्ग नाही. भक्त व्हायचं असेल तर श्यामा होणं आवश्यक आहे.

'छैल-छबीले नवल कान्ह, संग स्यामा प्राण प्यारी।
गावत चार धमार राग तंह, दै दै कल करतारी।
फागु जु खेलत रसिक सांवरो...।

तो सुरेख फाल्गुन खेळत आहे. रोज खेळतोय. फक्त फाल्गुनातच नाही तर रोज खेळतोय. दिवस-रात्र खेळतोय. डोळे उघडून बघा. रोज गुलाल फेकतोय. तुम्ही आंधळे आहात. कधीकधी तर तुम्ही समजता की गुलाल नाही, तर डोळ्यांत धूळ उडाली. रोज बोलावतो आहे. रोज तुम्हाला रंगवून टाकण्यासाठी तयार आहे, तत्पर आहे, पण तुम्ही रंगून जाण्यासाठी तयार नाही. म्हणून फाल्गुन निघून जातो.

भक्तासाठी बाराही महिने फाल्गुन आहे. चालूच आहे... कारण परमात्मा प्रत्येक क्षणी आपल्या सृष्टीसोबत खेळत आहे. कायम, अव्याहत देणं-घेणं चालू आहे.

'फागु जु खेलत रसिक सांवरो, बाढ़यो व्रज रस भारी।'

परमात्मा तर खेळतो आहेच. जर तुम्हीही हा खेळ समजलात तर तुमच्या हृदयातही रसवर्षा होईल. रसाचा पूर – महापूर येईल. व्रजमध्ये पूर येईल.

'व्रज'चा अर्थ कुठल्याही भौगोलिक स्थानाशी संबंधित असा नाहीये, व्रज आहे तुमच्या आत उभारणाऱ्या प्रेमाच्या हाकेचं नाव! व्रज आहे तुमच्या आतल्या प्रार्थनेचं नाव! जेव्हा तुम्ही त्याला आतुरतेने साद घालाल, तुम्ही व्रज व्हाल. तुमच्या आत त्याच्या विरहाचा दाह असा होऊ लागेल, जशी व्रजमध्ये यमुना वाहते. त्या यमुनेच्या किनारी तुम्ही त्या रसिकाला नाचताना बघाल.

प्रत्येक काळी, प्रत्येक क्षणी, प्रत्येक परिस्थितीत परमात्मा उपलब्ध आहे. या गोष्टी ना भूतकाळातल्या आहेत, ना भविष्याच्या! या गोष्टी शाश्वत आहेत आणि हेच सत्य आहे.

'फागु जु खेलत रसिक सांवरो, बाढ़यो व्रज रस भारी।
मीरा के प्रभु गिरधर नागर, मोहन लाल बिहारी।'

मीरा म्हणते, 'खूप छान रस वाहतो आहे. रस खूप वृद्धिंगत होत आहे, परमात्मा समरसून बरसतो आहे. होळी, रंगपंचमी होत आहे. अशी रंगपंचमी तुमच्या आयुष्यातही होऊ शकते. मीराचा विचार आपण या कारणांस्तव करू. कारण मीराला ऐकून कदाचित तुमच्या जीवनात, तुमच्या हृदयातही रंगपंचमी उधळेल!

बागेतून कुणी जातं तर फुलांना स्पर्शही न करता, त्यांच्या वस्त्रांना थोडासा त्या फुलांचा सुंगध येतो. माळी फुलं तोडतो, बाजारात विक्री करतो, परततो आणि त्याला त्याच्या हातांना येणारा सुगंध जाणवतो. सुगंधांनी त्याच्या दोन्ही हातांची ओंजळ भरून गेलेली असते.

मीराला ऐकून कदाचित त्या रसाचे एखाद-दोन थेंब तुमच्या मनावर पडतील

आणि लक्षात ठेवा या रसाचा एक-एक थेंब म्हणजे एकेक सागर आहे. हा एक थेंब डुंबून जाण्यासाठी पुरेसा आहे. हा एक थेंब तुम्हाला कायमचं डुंबून राहण्यासाठी पुरेसा आहे. कारण नंतर अंत येतच नाही. एक थेंब मिळाला की, सिलसिला सुरू झाला. पहिला थेंब येणं, मिळणं हेच सर्वांत कठीण आहे. मग मात्र सरळ होत जातं सर्वच!

आपलं हृदय उघडा. या येणाऱ्या दिवसांमध्ये नाचा, गा, आनंदित व्हा, वरच वर चढून बघण्याचा प्रयत्न करा.

म्हारो जनम-मरन को साथी, थाने नहिं बिसरूं दिन-राती।
तुम देख्यां बिन कल न पड़त है, जानत मेरी छाती।
ऊंची चढ़-चढ़ पंथ निहारूं, रोवै अखियां राती।
यो संसार सकल जग झूठो, झूठा कुल रा न्याती।
दोउ कर जोड़यां अरज करत हूं, सुण लीजो मेरी बाती।
यो मन मेरो बड़ो हरामी, ज्यूं मदमातो हाथी।
सतगुरु हस्त धरयो सिर ऊपर, अंकुस दे समझाती।
पल-पल तेरा रूप निहारूं, हरि चरणां चित राती।

मनुष्य : न फुललेला परमात्मा

प्रवचन दुसरे

प्रश्न-सार

- तुम्ही म्हणालात की, संसाराला विन्मुख झाल्याबरोबर परमात्म्याशी सन्मुख होऊन जातात. शेवटी संसार कुठे संपतो आणि परमात्मा कुठे सुरू होतो? या रहस्य-प्रश्नावर काही खुलासा करण्याची कृपा करा.

- तुम्ही म्हणालात की गदगदून जा, तल्लीन व्हा, रसविभोर व्हा आणि जीवनाला उत्सवच बनवा. पण हे सर्व कसं होणार! मी फार निष्क्रियतेचा अनुभव घेत आहे. आपोआप असं जागृतावस्थेत काही झालं नाही कधी. मोठा त्रासलो आहे. अडचणीत आहे. कृपया समजवा.

- मनुष्याच्या आयुष्यात इतका विरोधाभास, द्वंद्व का आहे?

- सहस्रारच्या उंचीवर उभं राहून मीरा म्हणते, 'मेरो मन बड़ो हरामी' तर आम्हा मूलाधाराच्या उंचीवर उभं असणाऱ्यांबद्दल काय म्हणाल? काय म्हटलं जाईल?

- मनुष्याची क्षमता आहे तरी किती?

पहिला प्रश्न : *तुम्ही म्हणालात की संसाराला विन्मुख झाल्याबरोबर परमात्म्याशी सन्मुख होऊन जातात. शेवटी संसार कुठे संपतो आणि परमात्मा कुठे सुरू होतो? या रहस्य-प्रश्नावर काही खुलासा करण्याची कृपा करा.*

✽ संसाराचा अर्थ आहे – आकांक्षा, तृष्णा, वासना! काही घडावं अशी आशा, इच्छा. संसाराचा अर्थ, बाहेर पसरलेले चंद्र-तारे, वृक्ष-पहाड-पर्वत, लोक असा नाही. संसाराचा अर्थ आहे – आतमध्ये पसरलेलं वासनांचं जाळं!

संसाराचा अर्थ आहे, 'मी जसा आहे, त्यात मला तृप्ती नाही, काही अजून वेगळं होऊ, तर तृप्तता मिळेल. जेवढी संपत्ती आहे, त्याहून जास्त मिळो. जेवढं सौंदर्य आहे, त्यापेक्षा जास्त सौंदर्य मिळो. जेवढी प्रतिष्ठा आहे, त्याहून जास्त मिळो! जे काही माझ्यापाशी आहे, ते कमीच आहे. हा जो एक सततचा सल आहे, हाच संसार आहे. अजून जास्त मिळालं तर मी सुखी होईन.

जो मी आहे, त्यापेक्षा अजून वेगळं, दुसरं होण्याची इच्छा-आकांक्षा म्हणजे संसार! ज्या दिवशी ही आकांक्षा संपेल, ज्या दिवशी तुम्ही जसे आहात त्यात तृप्तता मानाल, जिथे आहात तिथे आनंदाच्या रसधारा वाहू लागतील. जसे आहात त्यात गदगदून... त्याक्षणी संसार संपला! संसाराचं संपणं आणि परमात्म्याचं मिळणं या दोन वेगळ्या गोष्टी नाहीत. असं नाहीये की अगोदर संसार संपला आणि मग बसलेत वाट बघत की आता परमात्मा केव्हा येणार! संसार मिटणं आणि परमात्म्याचं असणं, हे एकच गोष्ट सांगण्याचे वेगवेगळे ढंग आहेत. असं म्हणा की रात्र संपली, हवं तर असं म्हणा पहाट झाली, एकच गोष्ट वेगवेगळ्या पद्धतीने

सांगितली. असं नाहीये की रात्र संपली आता कंदील घेऊन शोधत राहायचं आहे की पहाट कुठे आहे? रात्र संपली की पहाट झाली. संसार संपला की परमात्मा झाला. खरं तर 'परमात्मा झाला' हे म्हणणं योग्य नाही. परमात्मा तर होताच, संसारामुळे दिसत नव्हता. तुम्ही दुसरीकडेच कुठे तरी पळत होतात. म्हणून जो इतक्या जवळ होता तो हरवत होता. तुमचं मन कुठे तरी दूर चंद्र-ताऱ्यांमध्ये हिंडत होतं म्हणून जे जवळ होतं ते दिसू शकलं नाही.

पश्चिमात्य विचारवंत मायकल ॲडम यांनी आपल्या स्मृतीलेखात लिहिलं आहे. ते समजून घेण्यासारखं लेखन आहे. ते लिहितात, 'हरप्रकारे सुखाला शोधण्याचा प्रयत्न केला, जसं सगळेच करतात. धन, पद, यश..! कशातच सुख लाभलं नाही. जेवढं सुखाला शोधलं, दुःखच वाढत गेलं. जेवढी आशा केली की शांती मिळेल, त्या आशेमुळेच अशांती अजून वाढत गेली. भूतकाळात सुख शोधलं, जे घडून गेलंय त्यात सुख शोधलं, पण नाही मिळालं. भविष्यात जे अजून घडलेलं नाही. उद्या जे होईल, त्यात सुख शोधलं. तो उद्या कधी आलाच नाही. जे उद्या आले ते गतकाळ झाले, त्यात सुखाची चमक दिसली नाही. जे आले नाहीत... जे येत नाहीत, त्यात सुख कसं काय मिळणार! धावूनधावून थकलो. सर्व दिशा धुंडाळल्या. सर्व तारे चाचपडले. कानाकोपरा शोधला. मग विचार केला. सर्व जागा शोधून झाल्या. भूतकाळात-भविष्यात, इथे-तिथे, आता जिथे आहे तिथेच शोधावं, त्यातच शोधावं त्याच क्षणी शोधावं – वर्तमानात! कदाचित इथेच असेल. वर्तमानात शोधलं तर तिथे दुःखाशिवाय अजून काहीच नव्हतं.'

तुम्हाला आश्चर्य वाटेल. स्मृतीलेख वाचताना असं वाटतं की हे गृहस्थ असं सांगू इच्छितात की, 'वर्तमानात शोधलं आणि मिळालं! नाही असं नाही, ते तर म्हणतात की वर्तमानात शोधलं आणि तिथे दुःखाव्यतिरिक्त अजून काहीच मिळालं नाही.' तिथे दुःखाच्या राशी आहेत. मग एक गोष्ट स्पष्ट झाली की 'सुख नाहीच.' जर कुठे मिळतच नाही, तर ते नसणारच. मग जे नाहीच, त्याचा शोध कसा आणि कशाला करायचा? तर मग शोध सोडून द्या. दुःखाबरोबर राहणं हे भाग्यच, मग दुःखाचा स्वीकार केला. सुख नसतंच. सुख केवळ स्वप्न आहे. मृगजळ आहे.

आहे दुःख! गाढ दुःख! तर आपण सुखाची स्वप्नं बघत स्वतःला विसरतो, भारून टाकतो. सुख केवळ आशा आहे. जर सुख नसेल तर शोधायचंच का? मग हा शोध व्यर्थ आहे.

तर ॲडमने सांगितलं, 'दुःख मान्य केलं. दुःख भोगू लागलो. दुःखाशी भेदभाव केला नाही. दुःखाशी शत्रुत्व ठेवलं नाही. हाच मित्र आहे. हाच साथीदार सोबती आहे. हाच मी आहे. मग अचानक जाणवली सुखाची एक लहर. दुःखाला स्वीकारण्यात सुखाचा तरंग उमटतोय! दुःखाला स्वीकारून, सुखाचा तरंग उमटला

जो आधी कधीही उमटला नव्हता. तेव्हा अचानक जाणवलं की सुख होतं, पण ते शोधण्याचं कारण चुकत होतं.'

तुम्ही सुखाला शोधण्याचं कारण चुकत आहात.

संसाराचा अर्थ आहे – सुखाला शोधणारं मन.

परमात्म्याचा अर्थ आहे – सुख नाहीये, जे आहे त्याची स्वीकृती. त्याचा स्वीकार! जसं आहे तसं स्वीकारणे. त्याच क्षणी सुखाची लहर उमटू लागते. मग तुम्हाला सुख शोधण्यासाठी वणवण करावी लागत नाही, कुठल्या तरी अनोळखी दारातून सुख तुम्हाला शोधत येतं.

या गोष्टीला अगदी लक्षपूर्वक समजून घ्या. यामध्ये ध्यानाचं सर्व रहस्य लपलं आहे. यापलीकडे वेगळं 'ध्यान' काहीही नाही.

जरा विचार करा. जे आहे – जसं आहे... त्यापलीकडे असू शकत नाही. असू शकत नाही, काही इलाजच नाही. मग करण्यासाठी काही बाकी राहिलं नाही. मग जिथे होते तिथेच स्थिर झाले. मग वणवण संपली, तहान संपली, जिथे वणवण थांबली, तहान संपली, तिथे मग सुख तुमच्यावर बरसणार नाही? मग कसली कमतरता राहिली? काहीच कमी नाही... जर तुम्ही संपूर्णपणे जीवनाचा स्वीकार केलात जसा आहे तसा, त्या स्वीकारण्यातच तर सुखाचा स्वर उमटतो!

सुख तर चारही दिशा आहे, पण तुम्ही शोधत आहात. कधीकधी बघा. मनुष्य आपल्या नाकावर चष्मा ठेवतो आणि त्याच चष्म्याने आपला हरवलेला चष्मा शोधतो, धावतो, शोधतो इथे-तिथे! घाईघाईत शोधत असेल तर अजूनच कठीण होऊन जातं. पुस्तकं उलटतो-पालटतो. गाद्या उघडतो आणि चष्मा नाकावर आहे. कधीकधी कानावर तुम्ही पेन-पेन्सिल अडकवता आणि मग शोधत राहता. मग जोपर्यंत तुम्ही शोधत राहता, तोपर्यंत मिळत नाही. शोध घेणं हीच अडचण – अडथळा होते.

संसाराचा अर्थ आहे – शोध! परमात्म्याचा अर्थ आहे, शोध संपला, आता शोधणं नाही. परमात्म्याला सुद्धा शोधायचं नाहीये. जर परमात्म्यालाही शोधायचं असेल तर संसार कायम आहे. फक्त नाव बदललं आहे. शोध घेतलात की चुकलात. शोधलंत की हरवलं. शोधलंत तर... कुणीही, कुणालाही कधी शोधून सापडलं नाही.

संसारी शोधत आहे. त्यागी शोधत आहे. दोघेही चुकत आहेत. संसारी धन शोधतोय, त्यागी धर्म शोधतोय. दोघेही चूक, कारण दोघेही शोध घेत आहेत. मिळवतं कोण? मिळवतो तो, जो शोधत नाही. पण शोध न घेण्याच्या परिस्थितीत मिळवणं कठीण आहे. कारण आमच्याकडे तेवढी प्रखर बुद्धिमत्तासुद्धा नाहीये. आम्ही मंदबुद्धी आहे, बुद्धीला स्वच्छही करत नाही, केर-कचरा निपटून टाकत

नाही, गवत उपटून टाकत नाही.

नेहमी असं होतं, एक शोध संपला, दुसरा सुरू झाला. संपवा नाही तर दुसरा सुरू होतो. भोगातून सुटका झाली नाही तर त्याग सुरू होतो. म्हणून मी माझ्या संन्याशांना सांगतो, 'भोग आणि त्याग यापासून स्वत:ला वाचवा.' भोगातून सुटलात तर त्यागात पडता. विहिरीतून वाचलात तर दरीत कोसळलात!

मध्यम मार्ग आहे. शोधातून सुटका करून घ्या. धन तर शोधूच नका. धर्म सुद्धा शोधू नका. शोध सोडून द्या, कारण त्यामुळे ताण निर्माण होतो. शोधाचा अर्थच असा आहे की, 'मी इथे आहे आणि ज्यामुळे मला सुख मिळेल ते तिथे दूरवर आहे. दिल्लीत आहे किंवा स्वर्गात पण दूर...! मी इथे आणि सुख तिथे. दोहोंत खूप अंतर आहे. यांना जोडण्यातच आयुष्य सरून जातं.

संसाराच्या जाण्याचा अर्थ विचारता, संसार कुठे संपतो! ज्या दिवशी, तुम्ही इथे आहात. तिथेच सर्व आहे. संतुष्टता संसाराचा मृत्यू आहे. संतोष! पण काळजी घ्या, कारण हे गोड, छान शब्द खराब झाले आहेत. ह्यांचा इतका वापर केला गेला आहे की ते भ्रष्ट झाले आहेत. त्यांचा मूळ अर्थ न राहता विकृत झाला आहे. सर्वसाधारणपणे 'संतोष' हा शब्द ऐकल्यावर असा विचार येतो की सर्व ठीक आहे. जे आहे त्यात संतोष माना. जास्त धन कमवणं, आपल्या ताकदीच्या बाहेरचं आहे, म्हणून जेवढं आहे त्यात संतोष माना. मन मारण्याचं नावच संतोष झालं आहे.

संतोष म्हणजे क्रांती आहे. मन मारण्याचं नाव नाही. संतोषचा अर्थ असा नाहीये की, 'आता काय करायचं? मोठं घर तर बांधू शकत नाही. चला लहान घरात राहू.' पण आतल्या आत कीडा वळवळत राहतो, आतल्या आत एक घरघर लागून राहते. आतल्या आत सडत राहतो – मन तर दु:खात राहतं की जर मोठं घर असतं तर... काही करू शकलो असतो तर. लॉटरी लागली असती तर कुणाचं पाकीट रस्त्यावर पडलेलं मिळेल तर...! स्वत:मध्ये सामर्थ्य नाही, म्हणून मन मारावं लागतं.

पण स्वप्नं इतक्या सहजतेने मरत नाहीत, स्वप्नं तर कायम राहतील. स्वप्नं तर सांगतात, कदाचित चमत्कार घडेल. कुणा साधू महाराजांची कृपा होईल, कुठला तावीज मिळेल असं तर काही होत नाही तर राम-राम जप करून तरी काहीतरी होईल.

एकदा प्रार्थना संपल्यावर, एक बाई आपल्या मैत्रिणीशी बोलत होती. अचानक तिच्या लक्षात आलं की तिने तिचा बटवा मंदिरातच ठेवला, विसरून बाहेर आली. ती धावत आत गेली, पण बटवा हरवला होता. ती बाई त्रासली, 'एवढे सर्व भक्त होते आणि बटवा गायब!' तिने पुजाऱ्याला असं म्हटलं. पुजारी म्हणाला, 'घाबरू नका. मी बटवा उचलून ठेवला आहे, कारण काही भक्त

इतके भोळे असतात की त्यांना वाटतं, ईश्वराने त्यांची प्रार्थना ऐकली.'

लोक मंदिरात येतातच कशाला! बटव्यांसाठीच तर प्रार्थना केली जाते. जे बटवे आपल्या परिश्रमाने मिळवत नाहीत, मिळत नाहीत, कदाचित परमात्म्याच्या खांद्यांवर बसून मिळतील!

मग, संतोष... तथाकथित संतोष. असाच आहे जसा इसापाच्या गोष्टीत आहे. एक कोल्हा उड्या द्राक्षांसाठी मारतोय. रसरशीत, हवेवर हेलकावे खाणारे द्राक्षांचे घड! सूर्योदय झालाय आणि कोल्ह्याच्या तोंडातून द्राक्षे बघून लाळ टपकते. उड्या मारतोय, मारतोय पण घड बरेच वरच्या बाजूला आहेत, त्याची उडी तिथपर्यंत पोहोचू शकत नाही. तेव्हा एक ससा लपून हे सर्व बघत आहे. जवळच्याच झाडीत बसून, कोल्हा शेवटी निघून जातो. उदास आणि थकलेला. त्याला जाताना बघून ससा विचारतो, 'काका, काय झालं? द्राक्षं मिळाली नाहीत!' कोल्हा छाती फुगवून सांगतो, 'मिळाली नाहीत? तुला कुणी सांगितलं? वेड्या, ती द्राक्षं आंबट आहेत. आता खाण्यायोग्य नाहीत.'

हाही संतोष आहे. जी द्राक्षं मिळत नाहीत, त्यांना आम्ही ती आंबट आहेत, असं घोषित करून मोकळे होतो. तुम्ही सुद्धा म्हणता, 'हुद्दा – त्यामध्ये एवढं काय ठेवलंय!' पण जरा आत चाचपडून पाहा. द्राक्षं आंबट आहेत – असं तर नाही ना? तुम्ही म्हणता, 'संपत्तीत काय ठेवलंय? सर्व तुकडे आहेत,' पण ही गोष्ट तुमच्या आतल्या अनुभवातून आली आहे? का स्वतःचं समाधान करून घेत आहात? का स्वतःवर मलमपट्टी करत आहात?

धन-संपत्ती नाही मिळाली. त्याचे घाव पडले, कसं तरी करून, औषधपाणी करून घाव विसरता, असा तुमचा संतोष आहे.

म्हणून मी तर शब्दांचा उपयोग करताना घाबरतो. कारण तुमचे अर्थ काही वेगळेच असतात. इथे मी म्हणालो, 'संतोष' आणि तुम्ही समजलात, 'अरे, ठीक आहे, संतोष – सदा सुखी! आम्ही तर पहिल्यापासून संतोषी आहोत.

पण तुमच्या संतोषाला तुम्ही नीट समजून घ्या. संतोष – एक क्रांती आहे. एवढं सोपं नाहीये; जसं तुम्ही समजता. संतोष केवळ त्यांनाच मिळतो, ज्यांच्याजवळ दृष्टी आहे. जीवनाला समजून घ्यायची कला आहे. संतोष अशी मृत गोष्ट नाहीये, जसं तुम्ही तिला बनवलं आहेत. संतोष जिवंत अग्नी आहे. त्यातून जो पार होतो तो सरळ परमात्म्यापाशी पोहोचतो.

संतोषाचा मग मी काय अर्थ लावतो? अर्थ असा सांगतो, 'असं नाहीये की मी दुबळा आहे, म्हणून पोहोचू शकलो नाही, तर आत्ता स्वतःला समजून घेतो आहे, शेवटी अहंकारालाही जपायचं आहे. आता रडून काय उपयोग? आता असं म्हणून तरी काय उपयोग की धावलो तर खूप, पण पोहोचू शकलो नाही. उड्या तर खूप

मारल्या पण द्राक्षांचे घड दूर होते. त्यात आता काय अर्थ आहे? तशीही प्रतिष्ठा हरवली आहे. आता अजून काय मार खायचा? म्हणून मग असंच म्हणू की धावलोच कुठे? धावण्यात मला काही स्वारस्यच नव्हतं. ते तर सर्वांनी आग्रह धरला म्हणून निवडणुकीत उभा राहिलो. लोकांनी ऐकलं नाही. माझी तर अजिबातच इच्छा नव्हती निवडणुकीत उभं राहायची. मग मी तर उभा राहिलोच नव्हतो, तर हरण्याचा प्रश्नच कुठे येतो? लोकांनी उभं केलं. मग मी हरलो, म्हणजे तेच हरले.

पण, हा संतोष नाहीये. संतोषचा अर्थ आहे, जीवनाला सर्व बाजूंनी बघितलं, सर्व बाजूंनी पारख केली, सर्व तऱ्हेचा आस्वाद घेतला आणि कडूच जास्त. स्वाद घेतला आणि कडवटपणा मिळाला. द्राक्षांचे घड दूर होते, स्वाद घेण्याची संधी मिळाली नाही म्हणून आंबट होती... तर काम होणार नाही.

संतोष म्हणजे जीवनाचं सार – रस पिळवटून घेणं आहे, जीवनातली सर्वांत मोठी संपत्ती आहे. पण संतोष त्यांनाच मिळतो, ते जीवनाचा रस चाखतात, जीवनातल्या कठीण परिस्थितीतून प्रवास करतात. मन-प्राण कडवट होऊन जातात. सर्व तऱ्हेने धावून बघितलं की भविष्याची आकांक्षा व्यर्थ आहे, उद्या कधी येत नाही, कधी येणार नाही. हा बोध मिळाला आणि तहान पळून गेली. हा बोध झाला आणि आता जिथे आहे, जसा आहे त्यातच भावमग्न झालो. या भावमग्न अवस्थेचं नाव संतोष आहे. संतोष एक अद्भुत गोष्ट आहे जिथे संतोष आहे, तिथे संसार नाही. संसार संपला, संतोष आला. फक्त बोलण्याचा भेद आहे. आणि जिथे कुठलीच धावाधाव नाही राहिली. तिथे तुम्ही परमात्म्याला बघितल्याशिवाय कसे राहणार? कारण धावण्यामुळेच डोळे आंधळे आहेत.

युनानमध्ये एक जुनी कथा आहे — एक ज्योतिषी रात्रीच्या वेळी आकाशातल्या ताऱ्यांचा अभ्यास करत चालला होता. एका विहिरीत पडला. ओरडला, घाबरला, जवळच असणाऱ्या एका म्हाताऱ्या शेतकरणीने काही सोय केला. कंदील, रस्सी आणली, त्याला बाहेर काढला. तो मोठा ज्योतिषी होता. त्याची फी पण खूप मोठी होती. सम्राटांचा ज्योतिषी होता. सर्वसाधारण माणसं तर त्याच्यापर्यंत पोहोचूही शकत नसत. तो म्हणाला, 'वयस्कर माते, तुला माहीत नाहीये, मी कोण आहे ते. तुझं भाग्य आहे की युनानमधल्या सर्वांत मोठ्या ज्योतिष्याला विहिरीतून बाहेर काढून तू वाचवलंस. माझी फी एवढी मोठी आहे की ती फक्त सम्राटच देऊ शकतो. पण तुझा हात आणि तुझं भविष्य मी फी न घेताच सांगेन. तू सकाळी ये.'

ती म्हातारी हसून म्हणाली, 'तुला तुझ्या समोरची विहीर दिसू शकली नाही, तू माझं भविष्य कसं काय बघणार? तुला तुझं भविष्य जाऊ दे, वर्तमानसुद्धा दिसत नाही. तू प्रथम रस्त्यावर चालायला शिक. तू चंद्र-ताऱ्यांवर चालतो आहेस.'

ज्यांची नजर चंद्र-ताऱ्यांवर लागली आहे, ते नेहमी विहिरीत पडतात. तुम्ही

सर्व जण असेच एका विहिरीत पडला आहात. नजर चंद्र-ताऱ्यांवर लागली आहे, इथे बघणार तरी कसं? जवळ बघणार तरी कोण? तुमचे सर्व प्राण तर तिथे अडकले आहेत.

आणि ही धाव लहानपणापासूनच सुरू होते. तुमच्या चहूबाजूंनी जी माणसं आहेत ती वेडी आहेत. हेच वेडेपण लहान मुलांच्या मनात आम्ही घालतो. लहान मूल विचार करतं, 'परीक्षा पास होईन, तर सुखी होईन.' परीक्षेला वर्षभराचा अवकाश आहे, आत्ता तर दुःख आहे, परीक्षा पास झालो तर सुखी होईन. मग पहिली इयत्ता पास होतो, एखाद दुसरा दिवस आनंदी आनंद मग परत सर्व तसंच. मग विचार करतो, 'यावर्षी तर तसं काही झालं नाही, मग कदाचित पुढे प्रायमरी झाल्यानंतर घडेल, सुखच सुख...'

आणि चारही दिशांनी असं म्हणणारी लोकं आहेत. ते म्हणतात. 'काळजी नको करूस. एकदा का पास झालास, शाळेतून बाहेर पडलास की सुखच सुख आहे. मग कॉलेजमधून बाहेर पडलास की सुखच सुख आहे. मग विश्वविद्यालततातून बाहेर पडलास की सुखच सुख. मग लग्न झाल्यावर सुख, मग मुलं झाली की सुखच सुख! सुख कधी असतच नाही. बस, लोकं पुढे-पुढे सरकवत जातात. म्हणतात, 'जरा अजून पुढे जा. मग बघ.

सुख असंच आहे... बुद्ध एकदा यात्रा करत होते. रस्ता चुकले, जंगल होतं, एका लाकूडतोड्याला विचारलं की, गाव किती दूर आहे! त्याने सांगितलं, 'बस, पोहोचालच, दोन मैल समजा,' दोन मैल सरले, गावाचा काही ठावठिकाणा नाही. मग एका गवत विकणाऱ्या बाईला विचारलं, आई, गाव किती दूर आहे?' ती म्हणाली, 'असेल दोन मैल,' दोन मैल पुन्हा सरले. पण गावाचा काही ठावठिकाणा नाही. पुन्हा एकदा एका लाकूडतोड्याला विचारलं, 'गाव किती दूर आहे? तो म्हणाला, 'हे दोन मैल...'

आनंद, जो बुद्धाचा शिष्य होता, त्याला राहावलं नाही. तो म्हणाला, 'भगवान, या लोकांना काही शुद्ध आहे? पहिला मनुष्य म्हणाला – दोन मैल, दुसराही म्हणाला – दोन मैल, हा तिसराही तेच म्हणतोय, दोन मैल... सहा मैल तर आपण चाललोच.

बुद्ध म्हणाले, 'तू ही चांगली गोष्ट समज की अंतर वाढत नाहीये. दोन मैल ते दोनच मैल आहे. तीनही होऊ शकलं असतं, चारही होऊ शकलं असतं, सहाही होऊ शकलं असतं. मग विचार कर... ही चांगली माणसं आहेत.'

आयुष्य हे असंच आहे. चांगली गोष्ट हीच आहे की तुम्ही आणि तुमच्या सुखात तेवढंच अंतर राहतं, जितकं पहिल्या दिवशी होतं. शेवटच्या दिवशीही तेवढंच अंतर राहतं. दोन मैल! वाढत नाही, ही चांगली गोष्ट आहे. पण सुख कधी

मिळत नाही. मग मनुष्य जेव्हा अगदी थकून जातो, तेव्हा विचार करतो, मृत्यूनंतर स्वर्गात मिळेल, त्या परलोकी मिळेल.

तुम्ही मूर्खपणा सोडणार आहात की नाही? तुम्ही तुमचा मूर्खपणा वाढवतच जाता. आयुष्य सरतं, तर तुम्ही मृत्यूनंतर सुखाला नेऊन ठेवता. पण नेहमी पुढे. आता इथे जागाही नाहीये ठेवायला, मनुष्य मरतोय, पलंगावर पडलाय, आता इथे सांगूही शकत नाही की उद्या सुख मिळेल, कारण उद्या तर इथे होणारच नाहीये. आजचा सूर्य हा शेवटचा सूर्य आहे, उद्या सकाळी नाही उगवणार. तर तो म्हणतो, 'पुढल्या जन्मी मिळेल. पण मिळेल जरूर. घेऊनच राहीन. इथे चुकलं, काही हरकत नाही, कधी पर्याय चुकवणार? कधी ना कधी मिळेलच.' अशा तऱ्हेने मनुष्य स्वतःच्या सुखाला पुढे ठेवतो. ठेवत जातो.

सुखाला पुढे ठेवण्याच्या कृतीचं नाव संसार! संसार तो नाहीये, जो तुम्हाला दिसतो, हा असा पसरलेला. लोकं म्हणतात, 'आम्ही संसार सोडून दिला आहे.'

एक वयस्कर संन्यासी काही दिवसांपूर्वी आले होते. ते म्हणाले, 'मी वीस वर्षांपूर्वीच संसार सोडून दिला.' मी विचारलं, 'आनंदात आहात?' ते म्हणाले, 'कसला आनंद!' मी म्हणालो, 'संसार सुटला आणि आनंदित नाही आहात? मग आनंद होणार तरी केव्हा? म्हणजे संसार सुटला नसणार.' ते म्हणाले, 'तुम्ही हे काय म्हणताय? पत्नीला सोडलं... मुलांना सोडलं... घर, दुकान सर्व सोडलं.' हा संसार नाहीच आहे. याला धरून ठेवलं, तरी सुख मिळालं नाही, मग याला सोडून सुख मिळणार नाही. आधी विचार करत होतात की धरल्यावर मिळेल, मग विचार केला सोडल्यावर मिळेल. पण सुख कायम पुढेच आहे. काही केल्यावर मिळेल, नंतर मिळेल. स्थगित होत राहतं. आता हे वीस वर्षांपासून वाट बघत आहेत की पत्नी, मुलं, घर, दुकान सर्वांचा त्याग केला. अजूनपर्यंत सुख मिळालं नाही. आता हळू हळू आतून परमात्म्यावर नाराजही होत असतील की आता तर हद्द झाली, हा तर धोका झाला. जे होतं, तेही गेलं. हाती काहीच राहिलं नाही. आता हळू हळू नाराज होत आहेत.

म्हणून तुम्ही जर संन्याशांना नाराज बघितलंत तर आश्चर्य करू नका. त्यांच्या नाराजीचं कारण आहे. तुम्ही संन्याशांना क्रोधित बघितलंत तर आश्चर्य करू नका. 'दुर्वास होणं' ही त्यांची नियती आहे. ते क्रोधित होणार नाहीत, तर काय होणार? संसार, ज्याचा विचार करत होतो तो गेला आणि बदल तर काहीच झाला नाही. हात, पैसा रिकामे झाले... आणि पुन्हा भरले नाहीत.

नाही. ना पत्नीत संसार आहे, ना पतीमध्ये संसार आहे. ना संपत्तीत, ना दुकानात, बाजारात संसार आहे. तुमच्या या आशेत की उद्या सुख मिळेल हे संसाराचं मनोविज्ञान आहे. हे त्याचं तत्त्वशास्त्र आहे. उद्या सुख मिळेल हा आभास.

ही आशा ज्या दिवशी सुटेल. मग तुम्हाला सुख मिळण्यापासून कुणीही अडवू शकत नाही. सुख तर आहेच. चंद्र-ताऱ्यांपासून नजर परतून आली. जवळपास बघू लागली. जरा या क्षणाला चाचपडून बघा, सुख नाहीये? ही वृक्षांमधली शांतता, हे पक्ष्यांचे आवाज, ही सूर्याची तुमच्यावर उतरत येणारी किरणं! सुख अजून वेगळं काय आहे? सुख याहून वेगळं असं काय असू शकतं? ही शांतता, हे मौन, इतक्या शांत लोकांचं अस्तित्व, हे शांततेने भरलेलं सरोवर, काय सुख नाहीये? अजून वेगळं सुख काय असतं? हे मौन, ही शांतता, हे शांततेचं संगीत, ही श्वासांची सरगम, ही हृदयाची स्पंदनं, सर्व थांबून जातं. जेव्हा तुम्ही या क्षणांमध्ये जागृत झालात, तेव्हा सर्व काही थांबलं. तरंगही उमटत नाही, लहरही उमटत नाही. अजून काय हवं? यापेक्षा जास्त मागणं हेच चुकीचं आहे. ज्याने जास्त मागितलं तो संसारात पडला. ज्यांनी त्याचा भोग घेतला, तो परमात्म्यात उतरला.

जीझसचं प्रसिद्ध वचन आहे, 'ज्याच्याजवळ आहे, त्याला जास्त दिलं जाईल. आणि ज्याच्याजवळ नाहीये त्याच्याकडून तेही घेतलं जाईल, जे त्याच्याजवळ आहे.

मोठं विचित्र वचन आहे. अन्याय वाटतो हा तर की ज्याच्याजवळ आहे, त्याला जास्त, अजून दिलं जाईल आणि ज्याच्याजवळ नाहीये, त्याच्याकडून अजून घेतलं जाईल, ही तर कमाल झाली. गरिबाला अजून गरीब केलं जाईल आणि श्रीमंताला अजून श्रीमंत कराल. पण हे वचन मोठं अद्भुत आहे आणि अतिशय बहुमूल्य आहे. या क्षणाचं सुख भोगा. या भोगण्यातच तुम्ही मिळवाल आणि सुखाचा वर्षाव होईल.

सुख सुखाला खेचून आणतं. दुःख दुःखाला खेचतं. तुम्ही एक दुःख तयार कराल, तर दहा अजून निर्माण होतील. दुःख एकटं कधी येत नाही. सुखही एकटं येत नाही. रचनाबद्ध होऊन सुखं चालत येतात. सर्व दारांमधून चालत येतात, सर्व दिशांना उतरतात.

वर्तमानात असणं म्हणजे संसारापासून दूर, बाहेर असणं. भविष्यात असणं म्हणजे संसारात येणं. एकच गोष्ट आहे. संसाराला विन्मुख होणं म्हणजे तहान संपली. म्हणजेच संतोष मिळाला. आता काय उशीर? संतोषातच झलक मिळते – परमात्म्याची, सत्याची! शांततेमध्येच तर त्याचे स्वर उतरू लागतात. उतरत होतेच.

असं समजा की तुमच्या घराला आग लागली आहे. तुम्ही रडत आहात, ओरडत आहात आणि जवळच कुणी बासरी वाजवत आहे. तुम्हाला ती बासरी ऐकू येईल? ज्याच्या घराला आग लागली त्याला बासरी ऐकू येईल? ज्याचं घर धूंऽ धूंऽ करत जळतंय, त्याला बासरी ऐकू येईल? पण तेव्हा कुणी आलं म्हणालं, 'का चिंता करता? तुमच्या मुलाने घराचा इन्शुरन्स काढला आहे.' बस, हे दोन शब्द शास्त्र बनले, आप्तवचन झाले. हे दोन शब्द – अश्रू संपलेच. घर तर अजूनही जळतंय, पण आता काळजी राहिली नाही आणि अचानक तुम्हाला बासरीचे सूर ऐकू

येऊ लागले. बासरी आधीही वाजत होती पण तेव्हा तुम्ही उद्विग्न होतात. तुम्ही छाती पिटत होतात. आयुष्यभराची कमाई मातीमोल झाली, आता कसं होणार आता काय होणार, आता कुठे जाऊ?' तुमच्या आत इतका हाहाकार होता. ही जी आग जळत होती ती केवळ बाहेर नाही तर तुमच्या आत ही धूंऽ धूंऽ करत जळत होती. तिथे कुठे तरी बासरी...? पण कुणी सांगितलं. 'का घाबरता, मुलाने इन्शुरन्स काढला आहे, कालच तर हप्ता भरलाय, सर्व पैसे मिळतील, मग नवीन घर बांधू, जुन्या घरापेक्षा जास्त चांगलं. त्याचे दरवाजे सडले होते. बरं झालं जळलं. चला, परमात्म्याची कृपा!

एक शांतता मिळाली. आता आतमध्ये काहीही धडधड नाही. काळजीचा आरडाओरडा नाही. बासरीचा आवाज ऐकू येऊ लागला. बासरी आधीही वाजत होती. बासरी वाजतच आहे. अव्याहत वाजत आहे. कृष्णाची बासरी वाजत आहे. ती कधी वाजायची थांबलीच नाही. ती कधी थांबतही नाही. ती थांबू शकतच नाही. ती शाश्वत आहे. पण तुमचे कान तिचा स्वर कसे टिपतील? तुमच्या आत इतके आवाज, आरडाओरडा आहे, तुमच्या आत बाजार आहे, बाहेर बाजार आहे, त्याची काळजी करू नका. बाहेर काहीच नाहीये. तुमच्या आतच बाजार आहे. तुमच्या आत हजारो वासनांचा ढोल वाजतो आहे. आत महाभारत चालू आहे. 'इथे जाऊ, तिथे जाऊ, हे करू, ते करू. यामध्ये पैसा घालू. त्यात पैसा अडकवू, ज्या दिवशी तुमच्या मनातला हा ढोल शांत होईल – परमात्मा कधीही कुठेही गेलेला नाही. तुम्हाला वेढून बसलाय. आत-बाहेर तोच आहे. त्याच्या व्यतिरिक्त अजून कुणीही नाही.

संसाराला विन्मुख झाल्याबरोबर परमात्म्याशी सन्मुखता येते, म्हणून मी म्हणतो, 'जिथे संसार संपला तिथेच परमात्मा सुरू झाला. बाहेरच्या दिशेकडून आतल्या दिशेला आलात तर परमात्म्याच्या दिशेने आलात. भविष्यातून वर्तमानापाशी आलात तर संसारापासून परमात्म्याकडे आलात. तृष्णेपासून... तृष्णामध्ये आलात. असंतोषापासून संतोषाकडे आलात.

समजून घ्या. खूप काही करावं लागणार नाहीये. समजून घ्यायची गोष्ट आहे. समजलात तर 'करणं' आपोआपच होणार. जेव्हा वेळ मिळेल तेव्हा संतुष्ट होऊन बसा. संतुष्ट होणं म्हणजे स्वत:मध्ये सामावून जाणं – समाधानाने! ना कुठे जायचं, ना यायचं! ना काही मिळण्यासाठी, ना काही हरवण्यासाठी. बस! हेच ध्यान, तिथेच वाजेल बासरी!

आणि जितकी तुम्ही बासरी ऐकाल तितकी ती स्वच्छ होईल, स्पष्ट ऐकू येऊ लागेल. ऐकता-ऐकता तुम्हाला जाणवेल की एक दिवस ही बासरी बाहेर वाजत नाहीये, ही बासरी तुम्हीच आहात. तत्त्वमसी! हे तुम्हीच आहात. परमात्मा तुमच्या

प्राणातच नाद उमटवतो आहे.

समजण्याची गोष्ट आहे. अविचारांनी काही केलंत तर काहीच होणार नाही. अविचारी वागून तुम्ही पत्नी, धन, पद, दुकान, मुलं सर्व सोडून हिमालयात पळून जाल. पण तिथे बसून करणार काय? तुमचं मन तिथेही वासनांनी बरबटलेलं राहील. हिमालयातल्या गुहेत बसून तुम्ही म्हणाल, 'वा! सर्व सोडून आलो, आता स्वर्ग मिळणार! थोड्याच दिवसांचा अवकाश. राम पुष्पक विमान घेऊन येतच असेल मला घेऊन जायला. अप्सरा तयार होत असतील. स्वर्गात नंदनवन बांधले जात असतील की – महात्मा येतो आहे!'

बसल्या बसल्या हाच विचार कराल की कुठली अप्सरा निवडू? उर्वशी ठीक असेल की कुणी दुसरी? आणि मग बसल्या बसल्या थोडीशी नाराजीही येईल की राम अजून नाही आले, पुष्पक विमानाचा पत्ता नाही. कमीत कमी हनुमानाला तरी पाठवायचं होतं. कुणी संदेशवाहक तरी... इथे बसून बसून त्रासलोय. आणि सर्व काही सोडून आलोय. घर-दार, संपत्ती, पत्नी, मुलं आता अजून काय हवं?

असा राग वाढत जाईल, क्रोधित व्हाल. तक्रार उमटेल पण प्रार्थना नाही.

जिथे वासना आहे, तिथे तक्रार आहे. जिथे वासना आहे, तिथे प्रार्थना असली तरी ती खोटी आहे.

मी ऐकलंय, एक दिल्लीत घडलेली घटना आहे. काही लोकांचा एक समुदाय 'मोरारजीभाई झिंदाबाद, झिंदाबाद' ओरडत होता. खूप मोठ्यांदा, संपूर्ण शक्तीने. मग अचानक 'मोरारजी भाई मुर्दाबाद' असं ओरडू लागला. तोच समुदाय आणि तितक्याच शक्तीने. या अचानक घडलेल्या परिवर्तनामुळे पत्रकारांनी तोंड फिरवलं आणि विचारलं, 'अरे, बाबांनो हा प्रकार काय आहे? आत्ता झिंदाबाद, आत्ता मुर्दाबाद?'

त्या लोकांनी सांगितलं की आम्हाला झिंदाबाद असं ओरडायला फक्त अर्ध्या तासाचे पैसे दिले होते आणि आता एकतीस मिनिटं झाली आहेत.

तुमच्या प्रार्थना, तुमची स्तुती, तुमची पूजा – यांच्यामागे तर कुठली वासना आहे, काही मिळवण्याचा लोभ आहे, तर जास्त काळ टिकणारी नाही. तीस मिनिटांत पूर्ण होईल. मग पुढे? मग तुम्ही पुन्हा तुटून पडाल. कारण जिथे वासना आहे तिथे राग आहे, जिथे काम आहे तिथे क्रोध आहे. कामाची सावली क्रोध आहे.

प्रार्थना आणि वासना यामध्ये फरक आहे. प्रार्थनेचा अर्थ असतो, 'जे दिलं आहे, ते इतकं आहे की धन्यवाद!' वासनेचा अर्थ आहे, 'जे दिलं आहेस, ते काहीच नाही. माझी पात्रता बघता हे खूपच कमी आहे. केवढी माझी योग्यता आणि काय दिलंस मला? हा तर अन्याय होतोय. बस, झालं! ऐकिवात आहे की तुझ्या दारी वेळ लागतो पण मिळतं जरूर. 'देर है अंधेर नहीं।' 'उशीर झालाय आणि आता

अंधारही वाढत चाललाय.'

जिथे वासना आहे, मागणी आहे, तिथे राग आहेच आहे. कारण वासनेचा अर्थ 'मला मिळत राहो. जोपर्यंत मिळतंय तोपर्यंत ठीक आहे.'

मी काल, एक यहुदी गोष्ट वाचत होतो — दोन यहुदी, मुसलमान मित्र. दोघांनी धंदा सुरू केला. वीस वर्षानंतर एक गरीबच राहिला आणि दुसरा खूप श्रीमंत झाला. कधीकधी श्रीमंत मित्र गरीबाच्या दाराशी जाऊन थांबत असे. असाच, एका संध्याकाळी तो गेला. रविवार होता. त्याने आपली कॅडिलॅक गाडी मित्राच्या दाराशी थांबवली. आत गेला, त्याचे कपडे सुरेख, अत्तराचा सुगंध, मित्राच्या दुकानाची दैना, अर्ध दुकान तर रिकामं पडलं होतं, कपाटातून धूळ जमली होती.

श्रीमंत मित्राने विचारलं, 'अरे मित्रा, नक्की समस्या काय आहे? आपण दोघांनी एकत्र काम सुरू केलं आणि सारख्याच रकमेने. मी बघ, पैसा वाढतच जातो आहे. तू गरीब का होत चालला आहेस?

त्या गरीब मित्राने सांगितलं, 'जे काही मला करता येण्यासारखं आहे, मी करतो आहे. तूच सांग तुझ्या सफलतेचं रहस्य काय आहे?'

तर श्रीमंत मित्राने सांगितलं, 'माझ्या यशाचं, सफलतेचं रहस्य असं आहे की, ज्या दिवशी मी धंदा सुरू केला, मी ईश्वराच्या स्मरणाने सुरू केला. मी त्याला भागीदार बनवलं. मी एकटा मालक नाहीये. तो माझा भागीदार आहे. दर महिना दहा रुपये चर्चला दान करतो आणि वर्षातून एक दिवस उपासही करतो. त्यामुळे सर्व छान चालू आहे. ईश्वराची कृपा आहे. त्यालाच भागीदार बनवल्यामुळे त्याच्या इभ्रतीचाही प्रश्न आहे, माझी हार – अपयश हे त्याचंही अपयश, माझं यश त्याचं यश!'

गरीब गप्प बसला. विचार करू लागला. हा कसला मामला आहे? त्यानेही जेव्हा व्यवसायाला सुरुवात केली होती, ईश्वराचं स्मरण करूनच केली होती, पण ईश्वराला भागीदार बनवलं नव्हतं. कारण ही गोष्टच मुळी असभ्यतेची होती. आम्ही तर चिखलात पडलोच आहोत, त्यालाही कशाला चिखलात खेचून आणायचं? प्रार्थना अशी केली होती की, मला या चिखलातून वर काढ. जेवढी मिळकत होत गेली, त्यातली निम्मी मिळकत तर गरिबांसाठी, हॉस्पिटलसाठी, चर्चसाठी, मंदिरासाठी, जिथे गरज, तिथे दिली जात होती. म्हणून गरीब तो गरीबच राहिलो. दर महिन्याला उपासही करत होतो, देवघरात रोज पूजाही करत होतो. हे तर अजबच आहे. एक मनुष्य वर्षातून एक दिवस उपास करतो आणि महिन्याला दहा रुपये दान करतो... लाखो रुपये कमवतो आणि म्हणतो की ईश्वराला भागीदार बनवलं!

तो हसला. म्हणाला, 'जशी तुझी मर्जी. जरूर यामध्येच माझं हित असेल. नाही तर तू मला गरीब का ठेवलं असतंस? यामध्येच माझ हित असणार. धन्यवाद!'

त्या रात्रीही त्याने अगदी मनापासून प्रार्थना केली. दुसऱ्या दिवशी, आश्चर्याची धक्कादायक गोष्ट घडली. श्रीमंताचं घर जळून गेलं, आग लागली, दुकानही जळलं. सगळं बेचिराख झालं, तर या गरीबाने पत्र पाठवलं. 'माझ्यात तेवढं सामर्थ्य नाही की मी तुला काही मदत करू, पण जे काही माझ्यापाशी आहे त्यातलं अर्ध तू घेऊन जा. परत सुरुवात कर. ईश्वर तुझ्याबरोबर आहे. तर लवकरच सर्व सुरळीत होईल.'

श्रीमंताने उत्तरादाखल लिहिलं, 'ईश्वर कुठेही नाही. सर्व धोका आहे. मी एवढा विश्वास ठेवला, पण ऐनवेळी दगा झाला. कुठेही भगवान नाहीये, सर्व बकवास आहे.'

हीच आतली खरी गोष्ट आहे. तो जो भागीदार वगैरे बनवला होता, अगदी वरवरचा! यश मिळत होतं, तोपर्यंत... अपयश आलं आणि सर्व चित्र बदललं.

'काम' असे लोकही ईश्वराला स्मरतात, पण त्यांचं स्मरण हेही खोटंच असतं. वासनायुक्त मन ईश्वर स्मरण करू शकत नाही. त्यांच्याजवळ असे ओठ नसतात, जे प्रार्थना करू शकतील, तसे प्राण नसतात, ज्यातून प्रार्थनेचे स्वर उमटतील. वासना कुठेही घेऊन जात नाही. फक्त भरकटवते, रानांत! अरण्यरुदन आहे, वासना-कामना!'

ज्यांना अशी प्रचिती आली, प्रगाढ प्रचिती... लक्षात ठेवा. माझ्या सांगण्याने प्रचिती येणार नाही. ना बुद्धाच्या सांगण्याने प्रचिती मिळेल. तुमच्याच जीवनातला अनुभव तुम्हाला प्रचिती देईल. आपल्याच जीवनाच्या अनुभवांत शोध घ्या. तुम्ही परमात्म्याला शोधण्यासाठी शास्त्रांचा आधार घेता, तिथेच चुकता. परमात्मा आपल्या आजूबाजूलाच आहे. शोधा! आपल्याच अनुभवांना पडताळून पाहा, विश्लेषण करा. तुमच्या संपूर्ण आयुष्याची एक गोष्ट की पळालात – धावलात, पण काय मिळालं? आता जरा थांबा. आता शांत बसून बघा. या बसण्याचं नाव 'ध्यान.' या बसण्याचं नाव 'संतोष.' या बसण्याचं नाव प्रार्थना. आता जरा शांत बसा. आता जरा गप्प व्हा. शांततेत उतरा!

ज्या क्षणी तुमच्या मनात काहीही हालचाल – गडबड नसेल, ना काही वादविवाद निर्माण होत आहेत, ना कुठल्या वासना! एका क्षणापुरतं का होईना, तसे व्हा. त्याच क्षणी तुम्हाला जाणवेल, 'हवेच्या झुळकीसारखा परमात्मा तुमच्यात प्रवेश करतो आहे, प्रवेश केला. तुम्हाला ताजं केलं. सर्व धूळ उडवून लावली. त्याच्या स्पर्शाने तुमचं सोनं केलं.

दुसरा प्रश्न : *तुम्ही म्हणालात, गदगदून जा, तल्लिन व्हा, रसविभोर व्हा आणि जीवनाला उत्सवच बनवा. पण हे सर्व कसं होणार? मला हे माहीतच नाहीये की रस म्हणजे काय, उत्सव म्हणजे काय, तल्लिनता म्हणजे काय, गदगदून जाणं*

म्हणजे काय. मी फार निष्क्रियता अनुभवतो आहे. काहीही करावंसं वाटत नाही. आपले आपण शुद्धीत, जागृतावस्थेत कधी आलो नाही. खूप अडचणीत सापडलो आहे. समजवा, कृपा करा.

* नीरस आहात, निष्क्रीय आहात, रसास्वाद नाही – तुमचं म्हणणं मला समजतंय की मग गदगदून कसे जाल. तर मी तुम्हाला तसं सांगितलेलंही नाही. हे त्यांना सांगितलंय जे गदगदून जातात, जाऊ शकतात. तुम्हाला तर मी सांगेन की अजून नीरस व्हा, जे आहात तसेच व्हा आणि राहा. वाळवंट आहात तर वाळवंटच राहा, तसेच व्हा. अगदी पूर्णत्वाने. त्याऐवजी काही वेगळं व्हायचा प्रयत्न केलात तर दिशाभूल होईल.

तुम्ही म्हणता, 'मी नीरस आहे!' आणि माझं बोलणं ऐकता आहात की 'रस भरून घ्या, त्यात बुडून जा, त्यातच उतरा आणि तुमच्यात प्रभूचा रस उतरू देत.' आता तुमच्या मनात वासना जागृत होईल. तुम्ही म्हणाल, 'मी नीरस आहे. पण मला रसपूर्ण व्हायचं आहे. मी जाणत नाही की आनंद म्हणजे काय, पण मला आनंदपूर्ण व्हायचं आहे.' यामध्ये तुम्ही अडकाल. हे शब्द तुमचं भविष्य बनेल. वासना निर्माण होईल आणि जो वासनेने भरला जाईल, तो गदगदून जाऊ शकत नाही. तर तुम्ही अशा अडचणीत सापडू नका.

इथे अनेक प्रकारची माणसं आहेत. मी अनेक तऱ्हेच्या लोकांशी बोलतो आहे. एवढंच समजा की मी तुम्हाला गदगदून जाण्यास सांगितलं नाही. हे असं मी तुम्हाला सांगू तरी कसं शकेन? आणि तुम्ही तुमच्या निरसतेत उगीचच डोलू लागलात तर तो खोटेपणा असेल. हे जे वाळवंट तुम्ही तुमच्या आत ठेवलं आहे. विचार करा की, फूल फुलायला हवंय. गुलाब फुलायला हवा आहे. कसा फुलणार? डोळे मिटून फक्त कल्पना करू शकाल की, फुलं फुलत आहेत, पण प्रत्यक्षात मात्र फुलणार नाहीत. कारण ते शेवटी वाळवंटच आहे!

तर तुम्ही या खोट्यात पडू नका. हे वचन तुमच्यासाठी सांगितलं गेलं नाहीये. हे त्यांच्यासाठी सांगितलं आहे, ज्यांच्या आत या गोष्टीची संभावना जागृत झाली आहे, जे गदगदून जातात.

इथे सर्व जण एकाच उंचीवर, स्थानावर नाहीयेत, वेगवेगळ्या उंचीवर आहेत. प्रत्येकाचा सोपान वेगळा. कुणी मूलाधारापाशी, तर कुणी अनाहतपर्यंत, कुणी विशुद्धाला स्पर्श करत आहे, तर कुणी आज्ञेजवळ उभा आहे. कुणाचा सहस्त्रारपर्यंत प्रवास झाला आहे. इथे अनेक तऱ्हेची माणसं आहेत.

तुम्ही जिथे आहात तिथूनच यात्रेला प्रारंभ करा. आता तुम्ही जर मूलाधारापाशी असाल आणि सहस्त्रारचा विचार करू लागाल, तर हे खोटं ठरणार.

यात दु:खी होण्यासारखं काही नाही, कारण जो जिथे आहे, तिथूनच यात्रेला सुरुवात होऊ शकते. यामध्ये काळजी करण्यासारखं काहीही नाही की, दुसरं कुणी तुमच्यापुढे आहे आणि तुम्ही मागे राहिलात. दुसऱ्याशी तुलना करू नका. नाहीतर विनाकारण दु:खी व्हाल. नेहमी स्वत:ची पातळी समजून चाला. आपल्या स्थितीच्या व्यतिरिक्त स्थिती मिळवण्याचा प्रयत्न करू नका. आपल्या स्थितीला मान्य करा.

तुम्हाला मी सांगू इच्छितो की, आपल्या निरसतेला स्वीकारा. यातून बाहेर पडण्याचे प्रयत्न सोडून द्या. तुम्ही अगदी मांडी ठोकून बसा. म्हणा, 'मी निरस आहे. मी निरस आहे, म्हणून माझ्या आत फुलं फुलणार नाहीत, फुलं फुलणार नाहीत.' वाळवंटाचं स्वत:चं एक सौंदर्य आहे. वाळवंट बघितलं आहे? त्याचीही एक शांतता आहे. वाळवंटाचंही दूर दूर पर्यंत पसरलेलं विश्व आहे, एक सीमा आहे. अपूर्व असं सौंदर्य वाळवंटाने स्वत:त लपवलेलं आहे. वाळवंट असणं यामध्ये वाईट असं काहीच नाही.

परमात्म्याने तुमच्या आत स्वत:ला जर वाळवंट रूपात ठेवलं असेल, तो स्वत:च जर वाळवंट होऊन तुमच्यात असेल, तर तुम्ही त्याचा स्वीकार करा. तुम्हाला माझं बोलणं कठोर वाटेल, कारण तुम्हाला लवकरात लवकर रसधारा बरसवायच्या आहेत. तुमची इच्छा आहे. रसपूर्ण होण्याची! तुमच्या विरसतेमुळे रसपूर्ण होण्याची आकांक्षा निर्माण झाली आहे. आकांक्षेमुळे द्वंद्व निर्माण होतं, पण त्यामुळे अजूनच निरस होत जाल. मी तुम्हाला ही पुंजी देत आहे, तुम्हाला हे जरा उलट वाटेल, तरीही! मी सांगतो, तुम्ही निरस आहात तर तुम्ही त्यातच बुडून जा. तुम्ही म्हणा की परमात्म्याने मला कोरडं, वाळवंटासारखं बनवलंय तर मी नशीबवान आहे की मला वाळवंट रूपात त्याने निवडलं.' तुम्ही हे मान्य करा. तुम्ही गाणी विसरा, गदगदून जाणं विसरा. अगदी शुष्क होऊन जा. जराही प्रयत्न करू नका, नाही तर ढोंगी व्हाल, ते ढोंग होईल. वर... वर हसाल, पण आतून कोरडे असाल. वरून फुलं चिकटवाल, आत काटे असतील. तुम्ही जे आत आहात तसेच बाहेरूनही व्हा. मी सांगतो, मग क्रांती होईल. जर तुम्ही सदा शुष्क परिस्थितीला स्वीकाराल, तर अचानक तुम्हाला जाणवेल की, वाळवंट तर नष्ट झालं, बाग फुलली!

संतोष उद्यान आहे. असंतोष वाळवंट आहे. जोपर्यंत तुम्ही असंतुष्ट राहाल वाळवंट निर्माण होत जाईल. कारण प्रत्येक असंतुष्ट वाळवंट निर्माण करतं.

तुम्हाला मी काय सांगतोय, हे समजलं? गोष्ट विरूद्ध आहे. पण त्यातली किमया जर कळली, तर बहार आहे. तुम्ही जसे आहात, त्याहून वेगळं व्हायचा प्रयत्न करू नका. डोळ्यांत पाणी येत नाही, तर नको येऊ देत, तशी गरजही नाही. कोरडे आहेत डोळे तर असू देत. कोरड्या डोळ्यांची पण एक मजा आहे.

परमात्म्याला सर्व तऱ्हेचे डोळे हवेत, कारण तो विविधतेने प्रकट होतो.

तुम्ही जसे आहात, त्यात संतुष्ट व्हा. म्हणजे तुम्हाला समजेल एक दिवस की अचानक सर्व काही बदललं, जादू झाल्याप्रमाणे रूपांतरित झालं.

'तुम्ही म्हणालात, गदगदून जा, रसविभोर व्हा. तल्लीन व्हा आणि जीवनाला उत्सवच बनवा.'

हे शब्द तुमच्यासाठी खोटे आहेत. तुमच्यासाठी बोलले गेलेलेच नाहीत.

'पण हे सर्व कसं होणार?'

कृपा करा. तसं करण्याचा प्रयत्नही करू नका; कारण मग कधीच तसं होणार नाही. या काही गोष्टी अशा आहेत, ज्या केल्याने होत नाहीत.

ही गोष्ट काहीशी अशी आहे की, रात्री झोप लागत नाहीये आणि तुम्ही विचारता, 'कसा झोपू?' मी म्हणेन मस्त मजेत झोपा, आनंदाने झोपा, चादर ओढून घ्या, सुंदर स्वप्नं बघा. तुम्ही तर असं म्हणता, पण झोप येत नाही, मग स्वप्नं कशी बघू? चादर ओढून घेतली तरी काही फरक पडत नाही. आतून जागाच असतो. मी म्हणेन अंतर्मनातल्या संगीतात बुडून जा. पण तुम्हाला तर फक्त डासांचं गुणगुणणं ऐकू येतं. घाबरायला होतं. सर्व जण झोपलेले असतात, नी तुम्ही एकटे जागे असता. बघत राहता, आजची रात्र कशी काढू?

तुम्हाला सल्ला देणारे अनेक जण भेटतील. कुणी सांगेल एक ते शंभर आकडे मोजा, कुणी म्हणेल राम-राम जप करा, कुणी काही तर कुणी काही... पण हे उपाय उपयोगी नाहीत. कारण झोप तेव्हाच येते जेव्हा तुम्ही काहीही करत नसता. निष्क्रिय अवस्थेत निद्रा येते. तुम्ही काहीही करायला लागलात की झोपेत व्यत्यय येणार. राम-राम जप करायला लागलात की हा जपच व्यत्यय होणार. तुम्ही जितक्या वेगाने राम-राम म्हणत राहाल, तितकी जाग येत जाईल. जी काही थोडी झोप येत होती. ती ही जाईल. अंक मोजाल तर चुकत तर नाही ना, या विचारांनी झोप जाईल.

मुल्ला नसरुद्दीनला कुणी सांगितलं, की जर झोप येत नाही तर मेंढ्या का नाही मोजत! तो म्हणाला, 'ठीक आहे, मोजेन.' दुसऱ्या दिवशी तो लाकूड घेऊन त्या माणसाच्या घरी गेला. दारावर त्याने ती लाकडाची काठी मारली. म्हणाला, 'कुठे आहे तो? रात्रभर मोजता-मोजता मरण आठवलं. तीन करोडपर्यंत पोहोचलो, मग घाबरलो. इतक्या मेंढ्या ठेवू कुठे? मग वाटलं, रात्र अजून बाकी आहे. तोपर्यंत त्यांची लोकर काढावी. आता ही काढलेली लोकर ठेवू कुठे? मग म्हटलं या लोकरीचे कपडे बनवावेत. आता कपडे तयार झाले, तर विकू कुठे? कुठे आहे तो? त्या माणसाला मुल्ला म्हणाला, या तऱ्हेचे उपाय अजून कुणाला सांगू नकोस. सारी रात्र वाईट गेली. जी काही चार-सहा तास झोप लागायची, तीही गेली.'

तुम्ही जेव्हा काही मोजता, मोजणं ही क्रिया आहे, मन सक्रीय होतं, मग

त्यातच गुंतून पडायला होतं.

कोणतेही उपाय उपयोगी पडत नाहीत. जेव्हा झोप येत नसते. पण एक उपाय आहे. काहीही करू नका. नुसतं पडून राहा. मान्य करा की झोप येत नाहीये, तर नाही येत. आज आतल्या परमात्म्याची इच्छा नाहीये झोपायची, तर राहू देत जागा. त्याची मर्जी. राहू देत पडून. झोपेचा विचार करूच नका. झोपेशी लढाई करू नका आणि मग अचानक जाणवेल, 'झोप येत आहे.' पत्ताही लागणार नाही आणि झोपून जाल. कारण या निष्क्रिय अवस्थेतच झोप येते.

आणि जीवनाचं गणितही असंच आहे. तुम्ही निरस आहात तर निरस राहा. सगळेच रसपूर्ण झाले, तर विविधता हरवेल. जीवन उबून जाईल. एकासारखं होईल.

म्हणूनच तर परमात्मा एकासारखा दुसरा माणूस तयार करत नाही. मान्य आहे की गुलाब सुंदर आहे, पण निवडुंगामध्येही सौंदर्य आहे. काट्यांचं सौंदर्य!

माझा हाच सल्ला आहे. निरस आहात, तर 'रस' ही गोष्ट ऐकूच नका. निरसतेला स्वत:चा रस बनवा. वाळवंटाला मान्यता द्या. या मान्यतेत संतोषाचा वर्षाव होईल. त्याच वर्षावामुळे वाळवंटात गवत, झुडपं उगवतील. फुलं फुलतील, हिरवळ पसरेल!

तिसरा प्रश्न : *मनुष्याच्या आयुष्यात इतकं द्वंद्व का आहे?*

* द्वंद्व आहे, कारण मनुष्य मध्य आहे. यात्रा आहे. सेतू आहे. मनुष्य आता जसा आहे, तो जसा असायला हवा होता तसा नाहीये – विडंबनेमध्ये आहे. एका बाजूला जनावरांचं जग आणि एका बाजूला परमात्म्याचं! या दोहोंमध्ये अडकलेला मनुष्य, ना इकडचा ना तिकडचा. जर वासनांना प्राधान्य दिलं तर पशूंमध्ये गणना होते. जर विवेकाने राहिलं तर परमात्माच्या बाजूने झुकला जातो.

आणि या दोन्ही गोष्टी मनुष्यामध्ये आहेत. विवेक आणि वासना! वासना मागे खेचते आणि विवेक पुढे खेचतो. खेचला गेलेला मनुष्य द्वंद्व ने भरला जातो. कळत नाही. मागे जाऊ की पुढे? पुढे गेलं तर जो भाग जाऊ इच्छितो तो अडथळा निर्माण करतो, तसंच मागे गेलं तर जो भाग पुढे जाऊ इच्छितो, तो अडथळा बनतो.

दारू प्यायला गेलात तर तुमच्या आतला एक भाग तृप्त होतो, पण तुमचा विवेक, तुमची चेतना दु:खी होते. ध्यान करू लागलात तर विवेक, तुमची चेतना प्रसन्न होते पण वासना दु:खी होते. वासना म्हणते, काय उगीच वेळ वाया घालवता? अजून काही सुचत नाही? काय उगीच मंदिरात जाऊन बसता? इथे काय ठेवलंय? एवढ्या वेळात काही कमाई झाली असती, अशा मूर्खपणातून काहीही

लाभ होत नाही.'

तुम्ही जेव्हा मंदिरात बसता, तेव्हा तुम्ही वासनेचा आवाज ऐकलात? वासना अव्याहत सांगत असते, 'लवकर चला, भराभर आटपा, मंत्र एवढ्या हळू हळू का म्हणत आहेस? भराभर म्हण!' तुम्ही बघितलंत? जेव्हा घाई असते, तुम्ही भराभर मंत्र म्हणता, जेव्हा काही काम नसतं, तुम्ही आरामात मंत्र म्हणता, तुम्ही हिशोब ठेवता. नुसतं डोकं टेकवलं, न टेकवलं, पळालात मंदिरात. जेव्हा बसता तेव्हा वासना उफाळून येतात, स्वप्नं रंगवतात.

तुम्ही ती गोष्ट ऐकलीत? एक वेश्या मरण पावली आणि त्याच दिवशी तिच्या घरासमोर राहणारा संन्यासीही मरण पावला. एकत्र मरण पावले, हा योगायोग. देव आले आणि संन्याशाला नरकात घेऊन जाऊ लागले आणि वेश्येला स्वर्गात. संन्याशाला राग आला, आपली काठी आपटत म्हणाला, 'हे तुम्ही काय करत आहात? संन्याशाला नरकात आणि वेश्येला स्वर्गात घेऊन जात आहात? माझ्या डोळ्यांसमोर हा अन्याय होत आहे. नक्कीच काही तरी चूक झाली आहे. तुमच्या नोंदणीत माझं नाव स्वर्गासाठी आलं असणार आणि तुम्ही चुकीने तिला घेऊन जात आहात. मग नंतर पस्तवाल. तुम्ही आधी विचारपूस करा.'

संन्याशाचा राग आणि काठी बघून देवही घाबरले. म्हणाले, 'चला चौकशी करू या.' चौकशी केली आणि समजलं की काही चूक नाही, हे असंच आहे. तर संन्यासी म्हणाला, 'मला नरकात घेऊन जाण्याअगोदर मी परमात्म्याला भेटू इच्छितो. दोन गोष्टी बोलायला हव्यात. आयुष्य सरलं त्याची आठवण काढता काढता, त्याचा हा परिणाम? आणि ही वेश्या, नाचत राहिली, दारू पीत राहिली, भोग घेत राहिली. आणि त्याचा असा परिणाम? जर असंच होणार असेल तर तुमची शास्त्रं सर्व खोटी आहेत, मला विनाकारण धोक्यात ठेवलं. न जाणो असे अजून किती जण धोक्यात असतील, त्यांना चेतावणी देणं गरजेचं आहे. तुम्ही मला परमात्म्यासमोर घेऊन जा.'

त्याला नेलं गेलं. परमात्मा म्हणाला, 'कारण आहे. वेश्या जरूर मद्यपी होती, इतरांना पाजतही होती. भोगी होती, सतत भोगातच राहत होती. पण जेव्हा तू तुझ्या देवघरात पूजेसाठी बसायचास, ईश्वरासाठी... माझ्यासाठी घंटी वाजवायचास, धूप-दिवे जाळायचास, भजन म्हणायचास, तर ती रडायची आणि म्हणायची माझ्या जीवनात हे असं भाग्य कधी येणार? मी केव्हा पूजा करण्यासाठी देवघरात जाऊ शकणार? हे जीवन तर व्यर्थ गेलं. न जाणो अजून असे किती जन्म जाणार? न जाणो असे किती जन्म गेले? रडायची, ऊर फुटेस्तोवर रडायची. तुझ्या देवघरातला धूपाचा वास तिच्या घरात येत असे, तेव्हा ती भरभरून तो सुगंध घ्यायची. स्वत:ला नशिबवान समजायची की, तिचं घर

तुझ्यासारख्या महात्म्याजवळ आहे. कमीत कमी रोज देवाचं नाव तरी कानावर पडतं. तिची इच्छा असो नसो, तुझ्या देवघरात वाजणारा घंटीचा नाद तिच्या कानांपर्यंत पोहोचायचा आणि ती मग्न होऊन जायची, धन्य व्हायची.

आणि एक तू होतास, रोज घंटी वाजवायचास, धूप-दिवे जाळायचास, पण तुझ्या मनात सतत एकच विचार असायचा की वेश्या फार सुंदर आहे. तुझ्या मनात एकच हव्यास असायचा की एखाद्या रात्री जर संधी मिळाली तर घुसावं तिच्या घरी. जाऊ शकला नाहीस कारण तुझ्यात तेवढी हिम्मत नव्हती. तुझी प्रतिष्ठा, अडथळा बनली. गावातले लोक तुला संन्यासी, महात्मा मानायचे.'

जेव्हा कुणी कुणाला महात्मा मानतं. तेव्हा गावातल्या सर्वांचं लक्ष त्याच्याकडे असतं. महात्मा आहे, त्याची वास्तपुस्त करा. त्याला बघत राहतात. 'तो काय करतोय, काय नाही?'

'तर तुझ्यात एवढी हिम्मत नव्हती की, स्वत:ची प्रतिष्ठा सोडून तू तिच्यापाशी जाशील. पण मनात मात्र वासना सतत जागृत होती. जेव्हा वेश्येचं घर नाचायचं, मद्याचा वर्षाव व्हायचा. तेव्हा तुला तुझं आयुष्य निरर्थक गेलं असं वाटायचं. म्हणायचास, 'हे प्रभू, मला का महात्मा बनवलंस? जगात इतका रस आहे, इतका आनंद आहे. इथे समोरच लोकं मस्त मजा करत आहेत आणि इथे मी अभागी माळ जपत राहतोय.'

'म्हणून ही वेश्या स्वर्गात आली. कारण वासनेत राहत होती, पण तिचा विवेक तिला हाका मारत होता. प्रार्थना तिला बोलावत होती. चिखलात पण कमळासारखी बरं! आणि एक तू बनला होतास कमळ, पण चिखलात बुडाला होतास. खरा प्रश्न हा नाहीये की बाहेरून तुम्ही कसे आहात. प्रश्न तर असा आहे की, आतून तुम्ही काय आहात? आणि तेच निर्णायक आहे.'

मनुष्यात द्वंद्व आहे. कारण त्याच्यात दोन तत्त्वं आहेत – प्रकृती आणि परमात्मा! मनुष्यात दोन विश्वांचा संयोग आहे. शरीर आणि आत्मा. अदृष्य आणि दृष्य अशा दोन विभिन्न गोष्टींचा संयोग! तो सीमेवर उभा आहे. प्रकृती खेचते, एका बाजूने परमात्मा खेचतो, बोलावतो. मनुष्यासाठी ही एक परीक्षाच आहे. मनुष्य जर फक्त परमात्माच असता तर हे द्वंद्व नसतं.

म्हणून परम अवस्थेत, बुद्धत्वाच्या अवस्थेत द्वंद्व संपतं. कारण मनुष्य परमात्मामय होऊन जातो. अगदी निम्नतम अवस्थेतही द्वंद्व संपतं, कारण मनुष्य फक्त प्रकृती होतो. जिथे दोहोंपैकी फक्त एक उरतं तिथे द्वंद्व मिटतं.

म्हणूनच जगातले सारे उपदेशक अजून दोन विभागात विभागले जाऊ शकतात. एक चार्वाक, जो म्हणतो, 'कोणी परमात्मा नाही, विवेक नाही, कुठलीही प्रार्थना नाही. प्रकृतीत मश्गुल राहा. 'ऋणं कृत्वा घृतं पीवेत' ऋण घेऊन जर तूप प्यावं

लागलं तर प्या. काही काळजीचं कारण नाही. कारण एकदा मेल्यानंतर काही उरत नाही. ना पाप ना पुण्य! ना काही घेणं, ना देणं! ऋण घेऊन तूप प्यावं लागलं, प्या – पण प्या! मनुष्य म्हणजे केवळ शरीर!'

हाही एक अद्वैतवाद आहे. निम्नतम अद्वैतवाद! देहापर्यंतच मर्यादित असलेला. फक्त शरीर जाणणारा. एक दुसरा आत्म्याच्या पातळीवरचा अद्वैतवाद. शंकर आहे. बुद्ध आहे. ते म्हणतात, 'फक्त आत्मा आहे, देह हा एक प्रकार आहे, फक्त आत्म्याचं ऐका. आत्म्याला बघा, त्यातच रमा!'

चार्वाक ज्या सुखाच्या गोष्टी करतो, त्या बेशुद्धावस्थेतील सुखाच्या आहेत. अजून एक सुख आहे – समाधीचं. जेव्हा तुम्ही पूर्णतेने जागृत होता, तुमचं अंतर्मन भरून गेलं. विवेक जिंकला. वासना पराजित झाली. तेव्हा तुमच्या आत चैतन्याचा प्रादुर्भाव होतो. तुम्ही चैतन्यमय होऊन जाता. तेव्हा द्वंद्व संपतं.

द्वंद्व नास्तिकाचं आणि आस्तिकाचं संपतं. पण तुमची अडचण अशी आहे की, ना तुम्ही पूर्णपणे नास्तिक आहात, ना पूर्णपणे आस्तिक. मधोमध उभे आहात. धोब्याच्या गाढवासारखे. नाही नास्तिकत्व इतकं प्रखर आहे की छातीठोकपणे म्हणू शकाल की परमात्मा नाहीच. जर तुमच्यात इतकं धैर्य नाही तर इतकं धैर्य तरी कुठून असणार असं म्हणायला की परमात्मा आहे. ही तर मोठी धाडसाची गोष्ट आहे. नास्तिक होण्यात धैर्य आणू शकत नाही. मग आस्तिक होण्यात कुठून आणणार? निम्नतम अद्वैत अजून जमलं नाही तर श्रेष्ठतम अद्वैत कसं जमणार? म्हणून द्वंद्व आहे, तणाव आहे, रस्सीखेच आहे. म्हणून मनुष्य एक महाभारत आहे. एका बाजूने खालून गुरुत्वाकर्षण आहे तर एका बाजूने वरची हाक आहे.

आता या द्वंद्वात काय कराल? खाली पडलात जरी, किती तरी वेळा पडता, कामवासनेत, मद्यात, संगीतात, सिनेमात. थोड्या काळासाठी सगळ्याचा विसर पडला, विवेक हरवला. ग्लानी आली, चांगलं वाटलं. पण फार मोठ्या किंमतीवर! पण नंतर परतून यावं लागेल. जागृतावस्था येईल. कारण बेशुद्धावस्थेत जास्त काळ राहता येत नाही. कारण एकदा का मनुष्य चैतन्य झाला तर जास्त काळ बेशुद्ध राहू शकत नाही. कारण परतून येण्याची वाटच नसते. इथे फक्त पुढे जाता येतं. गती फक्त पुढे जाणारी, मागे परतून येणारी नाही. तुम्ही जे एकदा जाणलंत ते जाणलंत, आता त्याला 'जाणलं नाही' असं म्हणताच येणार नाही. काही काळापुरतं नशेमध्ये विसरू शकता, पण किती काळ? नशा उतरेल आणि तुम्ही परताल. मग तुम्हाला जाणवेल की तुम्ही जास्तच दुःखी झाला आहात. पहिल्यापेक्षाही जास्त. ते थोड्या काळासाठी विसरलं गेलेलं महागात पडलं. आता आयुष्य अजून बेचैन झालं. तणावग्रस्त झालं. अजून प्या मद्य प्या. तुम्ही अजून तुटत जाल – अजून!

लक्षात ठेवा, जे मूल तारुण्यात पदार्पण करतं, ते पुन्हा मूल होऊ शकत नाही.

लाख उपाय केले, खेळण्यांशी खेळण्याचा प्रयत्न केला, तरीही पुन्हा मूल होऊ शकणार नाही. आईचा पदर धरून चाललं, लहानपणीच्या आठवणी काढल्या तरीही पुन्हा मूल होऊ शकत नाही.

जसा कुणी तरुण पुन्हा मूल होऊ शकत नाही, तसंच मनुष्य पुन्हा प्रकृती नाही बनू शकत. परतण्याचा मार्ग बंद झाला. मुलाला तर तारुण्याच्या पुढे जावं लागणार, प्रौढ आणि जागरूक!

मनुष्यालाही परमात्मा होण्यावाचून दुसरा मार्ग नाही. जर तुम्ही हे समजून घेतलंत तर क्रांती होईल. नाही समजलात तर वेळ लागत जाईल. मग पुन्हापुन्हा पडत राहाल, उठत जाल. यामध्ये वेळ जाईल, आयुष्य हरवेल, ऊर्जा खर्ची होईल.

द्वंद्व आहे नक्कीच. यातून बाहेर पडणं हे गरजेचं आहे. त्यासाठी दोन उपाय आहेत. एक तर कायमचे बेशुद्ध व्हा किंवा कायमचे जागृत व्हा. बेशुद्ध होण्यासाठी संसार आहे, तहान आहे, वासना आहे. हरवून जा, नाहीतर जागृत व्हा. त्यासाठी उपाय आहे. संतोष आहे, तृप्ती आहे, बोध, ध्यान, प्रार्थना!

या दोहोंतून एक काहीतरी निवडावं लागेल. निवडावं लागतंच. जो निवड करत नाही तो नाहक धक्के खात राहतो. तो तुटलेल्या फळकुट्यासारखा होतो. जो नदीच्या या किनाऱ्यापासून त्या किनाऱ्यापर्यंत धक्के खात वाहावत राहतो. त्याची गती राहत नाही, जीवनाला दिशा राहत नाही. जीवनाचा अर्थ, महिमा सर्व काही हरवून जातं.

माणसांत महिमा आहे. मोठा महिमा, कारण माणसात परमात्मा आहे.

गरज नहीं मुझे इससे कि सरवरी क्या है
मैं जानता हूं मगर शाने बंदगी क्या है
बुलंदियों को जो अर्शे बरीं की छू न सके
वो मौजे खाके फकीरी व आजिजी क्या है
खुदा है जिसके लिये बेकरार वो सजदा
जबी में जिसकी न तड़पे वो आदमी क्या है
विसालो हिज्र की जो कैद से न हो आजाद
वो दोस्ती वो मुहब्बत वो आशकी क्या है
खयाले यार में खुद से भी वो रहे आगाह
वो जां सपुर्दगी क्या है वो बेदिली क्या है
जो इरतकाये खुदी से खुदा तक आ न गया
फरिश्ता रह गया बन कर वो आदमी क्या है
न बेखुदी को समोये जो अपने दामन में
जो राजे मर्ग न पा जाए वो खुदी क्या है

रहे जो दायराये हुस्नो इश्क में महदूद
जो अपना आप न पाये वो आग ही क्या है
जो शोरे जीस्त को अपने में जज्ब कर न सके
न जिसमें उठें तराने वो खामशी क्या है
नफस नफस में न जिसके बहारे ताजा हो
जो रंगो बू न बखेरे वो जिंदगी क्या है

आयुष्य आपल्यामध्ये खूप रंग घेऊन, मोठी सुगंधाची कुपी घेऊन आलं आहे. आयुष्य तेवढंच नाहीये, जितकं तुम्ही समजता. आयुष्य मोठं आहे. आयुष्यात परमात्मा लपलेला आहे.

नफस नफस में न जिसके बहारे ताजा हो।

ज्यांच्या श्वासाश्वासात जीवनाची बहार नसेल. वसंत नसेल,

जो रंगो बू न बखेरे वो जिंदगी क्या है।

आणि ज्यांच्या जीवनात फुलं फुलली नसतील, सप्तरंगी इंद्रधनुष्यं उमटली नसतील, ज्यांचं आयुष्य मोर होऊन नाचलं नसेल, ज्यांच्या जीवनात आल्हाद नसेल, ते नाममात्र जिवंत आहेत. हे असं जगणं, न जगण्याच्याबरोबरीचं आहे.

जीवनात मोठा महिमा लपलेला आहे. तोपर्यंत ते प्रकट होत नाही जोपर्यंत द्वंद्व संपत नाही, बेचैनी संपत नाही. ही बेचैनी सर्जनात्मक आहे. जसं बी बेचैन असतं. तुटायला, फुटायला, अंकुरित व्हायला. अंकुर व्हावा, त्याचा वृक्ष व्हावा, त्याच्या मोठाल्या शाखा आकाशात पसराव्यात. चंद्र-ताऱ्यांशी गुजगोष्टी होवोत, हवेवर नृत्य होवो, पक्षी घरटी बनवतील, फुलं फुलतील, मग बी तृप्त होईल. बीज बेचैन स्वाभाविक आहे. असंच द्वंद्व माणसामध्ये असतं. बेचैनी असते, जी सांगते, खूप काही तुमच्या आत लपलेलं आहे. त्याला प्रकट होऊ देत. प्राणात गीत आहे, ते गुणगुणा. नृत्य आहे पायांत, त्यांना नाचू देत, तुमच्यात सुगंध आहे तो दरवळू देत.

'कस्तुरी कुंडल बसै।' तुमच्यात कस्तुरी आहे आणि तुम्ही पळत राहताय, शोधत राहताय? तुम्ही कुणासमोर हात पसरून भीक मागताय? तुम्ही सम्राटपद मिळवण्याच्या मार्गावर आहात.

प्रश्न चौथा : उंचावरून, सहस्रारवरून परमात्म्याला बघणारी मीरा जेव्हा असं म्हणते की 'मेरो मन बड़ो हरामी, ज्यों मदमातो हाथी,' तर आमच्यासारख्या मूलाधारावर उभं असणाऱ्या तेवढ्याच उंची गाठलेल्या माणसांबद्दल काय म्हणाल?

✳ नाही. तुम्ही स्वतःला हरामी नाही म्हणू शकत. कारण तुम्ही मनाच्या पलीकडे काही जाणून घेतलं नाहीत. म्हणून तुम्ही तुलना करू शकत नाही.

मीराच फक्त म्हणू शकते की, 'मेरो मन बड़ो हरामी!' कारण मीरा तुलना करू शकते, मीराने त्या क्षणांचाही अनुभव घेतला आहे, जिथे मन हरवून जातं, जिथे मन राहतच नाही. मीराने तो प्रकाश, ते तेज, तो उत्सव अनुभवला आहे म्हणून तुलना आहे. म्हणून जेव्हा मन अधोगतीकडे किंवा खालच्या पातळीवर घसरतं, तेव्हा मीरा म्हणू शकते, 'मेरो मन बड़ो हरामी।' की इतक्या उंचावर, स्वर्गापर्यंत जाते आणि पुन्हा खाली उतरते.

पण तुम्ही तर स्वर्गापर्यंत कधी पोहोचलाच नाहीत. मनाने तुम्हाला कधी खाली खेचलं नाही. तुम्ही तर खालीच आहात. वर गेलात तर खालची पातळी जाणवेल. वर पोहोचलात तर माहीत होईल की कुठे, कसे, नरकात जगत होतात. पण तुम्हाला हे माहीत होणं कठीण. तुम्ही विचार करता, 'आपलं मन काही वेगळंच, आपलं मन मोठं बुद्धिमान, खूप हुशार, कुशल, कारागिरासारखं!

तुम्हाला तुमच्या मनावर अतिविश्वास. कारण तुम्ही जाणत नाही की मन हे बेडी आहे, जिला तुम्ही सोन्याची साखळी समजत आहात. प्रत्येकाचा दृष्टिकोन वेगळा. साखळीला कुणी दागिना समजू शकतो आणि असेही लोक आहेत जे दागिन्यांना साखळी समजतात, बेड्या!

मी ऐकलंय, एका नवतरुण विक्रेत्याने कंपनीच्या अगदी जुन्या विक्रेत्याला सांगितलं की, 'मी या कामासाठी अयोग्य आहे. महिना होत आला पण मी काहीच विक्री केली नाही आणि आत्तापर्यंत जिथे जिथे गेलोय, सर्वांनी हाकलून लावलंय, अपमान केलाय.'

'नवलाची गोष्ट आहे.' जुना विक्रेता म्हणाला, 'मी गेले वीस वर्षं सेल्समन म्हणून काम करत आहे. खूप वेळा असं झालंय, की लोकांनी माझं म्हणणं ऐकूनच घेतलेलं नाहीये. मला मध्येच अडवून निघून जाण्यासाठी सांगितलं आहे, मी अगदी हट्टालाच पेटलो तर धक्के मारून घालवलं आहे, शिव्या दिल्या आहेत, पण असं कधीच झालं नाही की त्यांनी माझा अपमान केलाय.'

प्रत्येकाचा आपापला दृष्टिकोन असतो.

मी ऐकलंय, जपान मधल्या दोन व्यक्तींना आफ्रिकेत पाठवण्यात आलं. ती बूट बनवणारी कंपनी होती. आफ्रिकेत मार्केट मिळवण्यासाठी पाठवलं. एका व्यक्तीने दोन-तीन दिवसांतच तार पाठवली की इथे मार्केट मिळणं कठीण आहे. मिळणारच नाही, कारण इथे कुणी बूट घालतच नाही आणि दुसऱ्या व्यक्तीने दोन-तीन महिने तिथे राहून नंतर तार पाठवली की, इथे जगातलं सर्वांत मोठं मार्केट मिळेल, कारण इथे एकाही व्यक्तीकडे बूट नाहीत.

या दोन्ही गोष्टी बरोबर आहेत. जर कुणी बूट घालतच नसेल, तर पहिल्या व्यक्तीने विचार केला, 'यांना काय समजवायचं की बूट घाला. डोकेफोड करावी

लागेल. कुणी घालतच नाहीत बूट, बस! विषय संपला.

दुसऱ्या व्यक्तीने विचार केला, 'इथे कुणाहीकडे बूट नाहीत, संपूर्ण मार्केट आपल्या हातात येईल. प्रत्येक व्यक्ती आपला ग्राहक होऊ शकेल.'

हा नजरेचा प्रश्न आहे. तुम्ही कसं बघता...

मीराने उंच शिखर बघितलं, म्हणून तिला घसरणं समजलं. जो गौरीशंकरावर चढून गेला त्याला मग खालचं कुठलंही शिखर जमणार नाही.

मीरा ज्या शिखरावर उभी आहे. तिथून इंचभर जरी खाली उतरली तरी तिला वेदना आहेत आणि मन खेचून नेतं. ती मनाची जुनी ताकद आहे. जुने संस्कार आहेत मनाचे. जुन्या सवयी आहेत मनाच्या, या परम अवस्थेतूनही खाली खेचून आणतात.

म्हणून मीरा म्हणते, 'मेरो मन बड़ो हरामी, ज्यों मदमातो हाथी।'

'आम्हा मूलधाराच्या खालच्या पातळीवरून बघणाऱ्या लोकांच्या मनाबद्दल काय म्हणता येईल?'

काहीही म्हणू शकलं जात नाही. तुमचा अपमान होऊ शकतच नाही. ज्या खड्ड्यात तुम्ही विराजमान झालेले आहात, त्याहून खोल खाली दुसरा खड्डा नाही. घेऊन जाऊ तरी कुठे?

सम्राटच भिकारी होऊ शकतो, भिकारी नाही. जो राजवाड्यात जन्मला आहे, त्याला रस्त्यावर रहावं लागलं तर जाणवेल. जो रस्त्यावरच जन्मला, तिथेच वाढला, राहिला त्याला त्यात अडचण वाटणारच नाही. सम्राट जर असं म्हणाला की इथे खूप त्रास आहे तर भिकारी म्हणेल, 'काहीही बोलताय. इथे तर आम्ही कायम राहतोय, इथे तर मजाच मजा आहे. आणि तुम्हाला इथे त्रास वाटतोय?'

एक मनुष्य रस्त्यावर पडला. त्या रस्त्यावर आजूबाजूला अत्तराची दुकानं होती. एक दुकानदार त्याच्या दुकानातली सर्वांत महाग अत्तराची कुपी घेऊन आला. कारण असं म्हणतात की तीव्र सुगंधाने बेशुद्ध झालेला माणूस शुद्धीत येतो. त्याने फाया सुगंधी अत्तरात बुडवून त्याच्या नाकाला लावला. तर तो हात पाय फडफडायला लागला. शुद्ध येण्याची तर दूरच तो माशासारखा तडफडू लागला. आजूबाजूला जमलेल्या गर्दीतून एक आवाज आला. 'अरे, तुम्ही त्याला मारून टाकाल. मी ओळखतो या माणसाला. तुम्ही कृपा करून तो अत्तराचा फाया बाजूला करा.'

दुकानदार म्हणाला, 'काय कारण! या अत्तराने तर बेशुद्ध माणसं शुद्धीत येतात, त्याचा तसा गुण आहे.'

तो मनुष्य म्हणाला, 'गुण असेल, मी नाही म्हणत नाही. पण हा कोळी आहे. मासे विकून येतोय बाजारातून....

त्या मनुष्याची माशांची टोपली बाजूलाच पडली होती. त्यात घाणेरडं जुनेरं होतं आणि सर्वत्र माशांचा दुर्गंध येत होता. तो दुसरा माणूस धावत गेला. त्याने कुठूनसं

पाणी आणलं, त्या जुनेऱ्यावर मारलं आणि ते ओलसर जुनेरं त्या मनुष्याच्या नाकावर ठेवता झाला. त्याबरोबर त्याने खोल श्वास घेतला, श्वास, परम शांतीचा श्वास! त्याने डोळे उघडले, म्हणाला, 'कुणी मला वाचवलं? कुणीतरी मला मारून टाकत होतं.'

माशांचे वासच ज्याने जाणले आहेत, तेच त्याच्यासाठी सुगंध आहेत.

तर मीरा म्हणते की माझं मन मोठं हरामी पण हे तुम्ही म्हणू शकत नाही. थोडे वर चढा. एक शिडी, मग तुम्हाला हे वचन म्हणायचं सौभाग्य मिळेल.

शेवटचा प्रश्न : *मनुष्याची क्षमता किती आहे?*

✽ मनुष्याची क्षमता अपरिमित आहे. तितकीच जितकी परमात्म्याची. मनुष्य हा परमात्माच आहे पण लपलेला, आच्छादलेला. मनुष्य परमात्म्याचं बीज आहे. परमात्मा हा फुललेला आणि मनुष्य न फुललेला परमात्मा आहे; जणू बीजच. समजा की कळी! पात्रता तर मनुष्यात अपरिमित आहे. स्वतःला अपात्र समजू नका. जर तसं समजत असाल तर तुम्ही परमात्म्याचा अपमान करत आहात. हे जे आहात ते तुम्ही नाही. तुमच्या आतला परमात्मा आहे. जो विराजमान झालेला आहे. स्वतःला बाजूला सारा. तुम्ही जास्तीत जास्त जर कुणी असाल तर फक्त देह! घर आहात, मंदिर आहात त्यात जो विराजमान आहे. तुम्ही सिंहासन आहात, राजा तोच आहे.

तुमची पात्रता परम आहे.

मी हे जे सांगतो आहे, त्यावरून असं समजू नका की मी तुमच्या अहंकाराला उद्युक्त करतोय. अहंकार उद्युक्त तेव्हाच होतो, जेव्हा तुम्ही असा विचार करता की, माझी पात्रता दुसऱ्यापेक्षा जास्त आहे. तेव्हा अहंकार वाढतो. पण परमात्मा सर्वांची पात्रता आहे. त्यात लहान-मोठं कुणी नसतं. परमात्मा जेवढा तुमचा आहे, तेवढाच तुमच्या पत्नीचा, मुलाचा, शेजाऱ्याचा आहे. परमात्मा ही सर्वांची पात्रता आहे.

म्हणूनच परमात्मा या भावामध्ये अहंकाराला थारा नाही. अहंकार तुलनेमुळे निर्माण होतो. परमात्मा हा सर्वांचा स्वभाव आहे आणि तुम्ही हे समजू शकाल, तेव्हा तुम्हाला जाणवेल की हा वृक्षांचाही स्वभाव आहे. वृक्षांत तोच आहे. हिरवा! जो तुमच्यात थोडाथोडा सचेतन, तो वृक्षांत अचेतन. पहाडांमध्येही तो आहे. कारण अस्तित्व मात्र परमात्ममय आहे.

हे लक्षात ठेवा. आपली ही पात्रता लक्षात ठेवा. हे स्मरण तुम्हाला जागृत होण्यासाठी सहकार्य करेल. कारण मनुष्य जे स्वतःला मानतो, तो तेच होऊन जातो. विचारांचा हा खोलवर होणारा परिणाम आहे. तुम्ही स्वतःला जर क्षुद्र मानलंत तर

क्षुद्रच राहाल. तुम्ही जर विशालतेशी नातं जोडलंत तर विशाल व्हाल. तुम्ही तितकेच होऊ शकता, जितके तुम्ही स्वत:ला स्वीकारता, त्यापेक्षा जास्त नाही.

म्हणून नास्तिक अभागी आहे, कारण तो स्वत:ला मोठ्या क्षुद्रतेशी जोडतो, आतलं खरं तत्त्व हरवून बसतो. नास्तिक अभागी आहे. आस्तिक असणं सौभाग्य आहे. तुम्ही असं समजू नका की तुम्ही मंदिरात जाता आणि ईश्वराला मानता म्हणून तुम्ही आस्तिक आहात. आस्तिक असणं दुर्लभ आहे. करोडोंमध्ये एक मनुष्य आस्तिक असतो. मंदिर, मशीद, गुरुद्वार येथे जाणाऱ्या गर्दीला मी आस्तिक म्हणत नाही. ते तर नास्तिकापेक्षाही भयानक आहेत. नास्तिक निदान इमानदार तरी असतात. म्हणतात, 'मला माहीत नाही, तर कसं मान्य करू?' पण हे? यांना ठाऊक नाहीये की त्यांनी मान्य केलं आहे की नाही. त्यांचा स्वीकार हा उधार आहे. त्याचे वडील मानत होते. वडिलांचे वडील मानत होते म्हणून हे मानतात, मान्य करण्यासाठी जे श्रम घ्यावे लागतात, ते घेण्याचीही त्यांची तयारी नाही. यांना फुकट मिळाला परमात्मा!

पण परमात्मा फुकट मिळत नाही. जीवनमूल्यांची किंमत द्यावी लागते. जो किंमत देतो त्याला परमात्मा मिळतो. तुमचे वडील तुम्हाला म्हणाले, 'ईश्वर आहे, म्हणून तुम्ही मान्य केलंत. त्यांना त्यांच्या वडिलांनी सांगितलं ईश्वर आहे म्हणून त्यांनीही मान्य केलं. असं लोकं सांगत आले म्हणून मानतही आले, अशा परंपरेतून जो स्वीकार होतो त्याला आस्तिकता म्हणत नाहीत. आस्तिकता खोटी आहे. ती तुम्हाला हिंदू बनवते, मुसलमान, ख्रिश्चन, जैन बनवते, पण धार्मिक बनवत नाही. धार्मिकतेला काय करायचं आहे हिंदूंशी, मुसलमानांशी....?

धार्मिक हिंदू होईल? कसा होईल? जर धार्मिक हिंदू झाला तर तो धार्मिक नाही. धर्माला सीमा नाहीत, विशेषणं नाहीत. धर्म एक विशाल आकाश आहे ज्याला काही बंधन नाहीत. त्या विशाल आकाशाला ना वेद, उपनिषदं घेरतात. ना कुराण, ना बायबल! त्या विशालतेला कुठल्याही भिंती नाहीत, सीमारेषा नाहीत.

धार्मिक व्यक्ती ही फक्त धार्मिक असते. पण अशी व्यक्ती करोडोंमधून एखादीच! तिला मी आस्तिक म्हणतो.

आस्तिकतेचा अर्थ, ज्यांनी आपल्या अनुभवांतून सांगितलं की परमात्मा आहे. ज्यांनी स्वानुभवातून सांगितलं की माझ्यात परमात्मा आहे. कारण अनुभव इथेच येणार. स्वत:त! जर माझ्यात परमात्मा नसेल. तर अनुभव येऊ शकत नाही. अनुभवांतून म्हटलं जातं, 'मी परमात्मा आहे.'

लक्षात ठेवा, की जो अनुभवी म्हणतो, 'मी परमात्मा आहे.' त्याचा अर्थ तो असं म्हणत नाहीये की तुम्ही परमात्मा नाही आहात. त्याची ही घोषणा सर्वांसाठी झाली. त्या एका माणसाच्या घोषणेमुळे इतर सगळ्यांच्या आत निपचित पडलेली

ती भावना जागृत झाली.

एक मनुष्य परमात्मा होऊ शकतो, त्याचा अर्थ सर्व मनुष्य परमात्मा होऊ शकतात. रामच फक्त अवतार नाहीये, कृष्णच फक्त अवतार नाहीये. तुम्हीही अवतार आहात. फक्त तुमची अजून जागृतता नाहीये, ओळख नाहीये.

अवताराचा अर्थ असतो – परमात्म्यातून उतरलेला, अवतारित! अजून कुठून उतरणार? या व्यतिरिक्त मूळस्रोत नाही. फक्त ओळख व्हायला हवी. प्रचिती येत नाहीये.

तुम्हाला माहीत नाहीये की तुम्ही कोण आहात. रस्त्यावरचे भिकारी असा किंवा सम्राट! साम्राज्य तुमचंच आहे. सर्व संपदा तुमचीच आहे तरी भिकारी होऊन राहत आहात. भिक्षापात्राशी जोडलेले आहात. या भिक्षापात्राचं नावच तृष्णा आहे; वासना आहे. हे भिक्षापात्र कधीही भरणार नाही. हे कधी भरतच नाही.

तुम्ही विचारलंत, 'मनुष्याची किती पात्रता आहे?'

तेवढीच, जेवढी परमात्म्याची आहे. कारण मनुष्यात परमात्मा सामावू शकतो. त्याची सीमा किंवा असीमा बरोबर एकसारखी आहे.

जनूने आगही हूं शोरसे हको सदाकत हूं
मैं इरफाने मुहब्बत हूं, मैं तूफाने मुसर्रत हूं
सदा जो कामयाबो कामरां हो मैं वो लज्जत हूं
न हो जो आशनाये रन्जो कुल्फत मैं वो राहत हूं
वकूरे जल्वा मुझसे इश्क की सरमस्तियां मुझसे।
निशाने वस्ले पैहम हूं इलाजे दर्दे फुर्कत हूं
गुलिस्ताने जहां है मेरे दम से खुल्दे नज्जारा
गुलों की ताजगी हूं मैं हजूमे रंगो नहकत हूं
सितारों की चमक हूं रोशनी हूं चांद-सूरज की
फिजां की वसहतें बेइंतहा गरदूं की रिफअत हूं
मेरे नक्शे कदम से कहकशां का नूर है पैदा
समाये जिसमें है कौनेन वो दामाने वुसअत हूं
फना कर दे अदावत को मिटा डाले जो नफरत को
वो बर्के इश्क हूं वो शोलाए सोजे मुहब्बत हूं।
नहीं कुछ इम्तियाजे कुफ्रो ईमां ताअतो इसियां
खुला सबके लिये हो जिसका दामन वो सखावत हूं
जहां की पस्तियों में मौजे रिफअत मुझसे उठती है
गुनाह की वादियों में आबशारे अक्रूओ रहमत हूं।

मनुष्य काय नाहीये? या अंधाऱ्या जगात प्रकाश ज्याच्यामुळे होतो, मनुष्य तो

आहे. मनुष्य काय नाहीये? या वाळवंटात जी फुलं फुलतात, जिथून फुलतात, मनुष्य तो आहे. इथे जी गाणी गायली जातात, इथे जे उत्सव होतात. कुठून होतात? मनुष्यच या सर्वांचा मूळस्रोत आहे. इथे मंदिर आहे, मशीद आहे, गुरुद्वारा आहे आणि पूजा आहे. प्रार्थना आहे, आयोजन आहे, हे सर्व मनुष्यामुळेच आहे. माणसाची पात्रता खूप मोठी आहे.

एका यहूदी फकिराने सांगितलंय – त्याचं नाव हिलेल. तो म्हणतो, 'हे प्रभू, मला तुझी गरज आहे, पण तुलाही माझी गरज आहे. माझ्याशिवाय तुझं अस्तित्व नाही, कसं असणार? जर माणूस नसेल, तर प्रार्थना होणार नाही, मंदिरं होणार नाहीत. नसेल माणूस, तर तुझी प्रतिमा कोण बनवणार? ना वेद, ना ऋचा, ना कुराण, ना आयतें! नसेल माणूस, ना नमाज, ना उपासना. नसेल माणूस, ना साधना, ना कुठलं संगीत!

मनुष्याची पात्रता अनंत आहे, तितकीच जितकी परमात्म्याची!

तुम्ही निद्रिस्त परमात्मा आहात – जागे व्हा!

मीराकडून साद घालायला शिका

प्रवचन तिसरे

सूत्र

सखी, मेरी नींद नसानी हो।
पिय को पंथ निहारत सिगरी, रैन विहानी हो।
सब सखियन मिलि सीख दई, मन एक न मानी हो।
बिन देख्या कल नांहि पड़त, जिय ऐसी ठानी हो।
अंगि-अंगि व्याकुल भई, मुख पिय-पिय बानी हो।
अन्तर वेदन विरह की, वह पीड़ न जानी हो।
ज्यूं चातक घन कूं रटै, मछरी जिमि पानी हो।
मीरां व्याकुल विरहिणी, सुध-बुध बिसरानी हो।

डारि गयो मनमोहन फांसी।
अम्बुआ की डाली कोयल इक बोलै, मेरो मरण अरू जग केरी हांसी।
विरह की मारी मैं बन-बन डोलूं, प्राण तजूं करवत ल्यूं कासी।
मीरा के प्रभू हरि अविनासी, तुम मेरे ठाकुर मैं तेरी दासी।

प्यारे दरसन दीजो आय, तुम बिन रहयो न जाय।
जल बिन कमल चंद बिन रजनी, ऐसे तुम देख्या बिन सजनी।
व्याकुल व्याकुल फिरूं रैण दिन, बिरह कलेजो खाय।
दिवस न भूख नींद नहिं रैणा, मुखसूं कथत न आवै वैणा।
कहा कहूं कछु कहत न आवै, मिलकर तपत बुझाय।
क्यूं तरसाओ अन्तरजामी, आय मिलो किरपा कर स्वामी।
मीरां दासी जनम-जनम की, पड़ी तुम्हारे पांय।

ऐसे सरखुशो सरमस्त मयकदे में आ
कि मुस्कुरा के तुझे हर नजर सलाम करे।
फिर ऐसी पी कि हो सदनाज तुझ पे साकी वो
हो फख्र मय को, तेरा एहतराम जाम करे।
खुशी से झूम उठे मयकदा जो पीरे मुगां
नजर मिला के तेरे साथ फिर कलाम करे।
हयात रक्स करे नगमे रूह से उठें
जो रक्से बादाकशी मयफरोश आम करे।
पिला के डाले जो रिंदों पे एक निगाहे गलत
तमाम इशरतो ऐशे जहां हराम करे।

एक पद्धत आहे मद्यशाळेत यायची. अजून एक पद्धत आहे परम मद्यशाळेत येण्याची. प्रभूच्या मद्यशाळेत येण्याचं शिक्षण मीराकडून घ्यायला हवं. मीराच शिकवेल त्या परम रसाला प्राशन कसं करायचं!

हा रस पिता येणं, ही सर्वांत मोठी कला आहे. ही कला हृदयाची आहे, मस्तकाची नाही. म्हणूनच तर्काने ही कला समजण्यासारखी नाही. हिला समजण्याची वाट प्रेमाची आहे. विरहाचा दाह जितका जाळतो, विरह जितका भस्मीभूत करतो, अगदी तितक्याच तीव्रतेने प्रभू प्रेमाचा वर्षाव करतो.

मीराच्या या पदांत त्याच सर्व गोष्टी अशा-तशा पडलेल्या आहेत. त्यात सूत्रबद्धता नाही. कारण भक्त सूत्रबद्ध होऊ शकत नाही. पण ज्यांना शोध घ्यायचा

आहे, ज्यांना तृष्णा आहे, ते या शिड्या चढतील. ते स्वत:ची वाट त्यातून शोधून काढतील. वाट बनवतील. वाट आहे.

ज्ञानी माणसाची वाट तर सरळ तर्काची, गणिताच्या रेषेसारखी. भक्ताची वाट गोल-गोल नागमोडी. त्याच्या वाटेवर सूत्रबद्धता नाही, रसबद्धता असते. म्हणूनच ज्यांनी ज्ञानाचं शास्त्र अभ्यासलंय, ते भक्तांना अभ्यासताना चुकतात, कठीण जातं, कारण तिथे तसं गणित नाहीये. सुस्पष्टता नाहीये.

भक्ती एक रहस्य आहे, ढगाळ सावली सारखं. प्रेमाच्या ढगांत कुणी भरकटल्यासारखं! ज्ञान तर टळटळीत दुपार आहे. आणि भक्त! भक्त तर सांजवेळ आहे, म्हणूनच तर आपण सांजवेळी प्रार्थना करतो. सांजवेळ, संध्याकाळचा अर्थ आहे ना दिवस, ना रात्र. हे दोन्ही जेव्हा एकमेकांना भेटतात. जिथे त्यांचं मिलन होतं. दिवसाचं आणि रात्रीचं. जिथे अंधार आणि प्रकाश एकत्र लपाछपीचा खेळ खेळतात. जिथे हृदय आणि मस्तकाची सीमा, जिथे शरीर आणि आत्म्याचं मिलन आहे. जिथे परमात्मा आणि अस्तित्व ह्यांच नृत्य आहे. भक्ताची भाषा रहस्यमय आहे. अगदी वेगळी. म्हणून जी लोकं ज्ञानशास्त्राशी परिचित आहेत, ज्यांनी पतंजली योगसूत्र अभ्यासलं आहे, त्यांना मीरा जपणं कठीण जाईल. ते म्हणतील, 'ही तर फक्त भक्तिगीतं म्हणते, तर तुम्ही चुकता आहात. ही गीतं नाहीत, यामध्ये संपूर्ण भक्तीचं शास्त्र लपलेलं आहे. पण हे भक्तिशास्त्र स्वत:च्या पद्धतीने प्रकट होतं. एखादा दारुड्या चालतो, अडखळत. भक्ती करणारेही असेच चालतात, अडखळत. त्यांच्या या अडखळत चालण्यामुळे तुम्ही त्यांच्यापासून दूर गेलात तर परम रहस्याला वंचित व्हाल. तुम्हाला ताडून पाहावं लागेल.

मीराच्या या वचनांना ताडून पाहा. सर्व आहे पण सरळ सूत नाहीये. एका सरळ रेषेत नाहीयेत. सर्व सरमिसळ आहे. एक दुसऱ्यात अडकलेली, मिसळलेली म्हणून जरा अडचणही होते आणि मीराच्या या वचनांना अशा तऱ्हेने समजून घेण्याचा कुणी प्रयत्न केला नाही. जसं मी इच्छितो की समजून घ्यावं. लोकांचा समज असा आहे की ही गाणी आहेत, फक्त गाण्यासाठी, जगण्यासाठी नाही. लोकं गुणगुणतात, मजा, आनंद मस्तीत! पण यातून जीवनशैली तयार होत नाही.

मी तुम्हाला हे सांगू इच्छितो की यामध्ये जीवनशैली लपलेली आहे. थोडे कष्ट घ्यावे लागतील, पडदा उघडावा लागेल. पदराआड रहस्य आहे, अपूर्व रहस्य, तो पदर उठवा, रहस्य समजेल. तर आधी हे लक्षात घ्या....

'तू ऐसे सरखुशो सरमस्त मयकदे में आ।
भक्ती को समझना हो तो मस्ती शर्त है।'

तू डुबून ये, रसविभोर होऊन, नृत्य करत. गाण्यांत गुरफटून राहिलात तर

मीराशी संबंध जोडाल. विचार करत येऊ नका. विचार करत राहिलात की मीरापासून दूर गेलात. अडखळत या.

'तू ऐसे सरखुशो सरमस्त मयकदें में आ।'

ही मद्यशाळा, हे मीराचं मंदिर! इथे भटजीचं मंदिर नाही. हे मस्त असणाऱ्यांचं मंदिर!

'कि मुस्कुरा के तुझे हर नजर सलाम करे।'

नाचत, नाचत या. अहोभावाने भरून या. प्रफुल्ल होऊन या. प्रसादाने या. तर मीराशी संबंध जुळायला जराही वेळ लागणार नाही. इथे तुमचं हृदय नाचू लागेल तर तिथे मीरा नाचत आहेच. तुम्ही नाचलात, तर मीरा भेटेलच. तुम्ही जर बुद्धिमान होऊन उभे राहिलात, तर तुमच्यात आणि तिच्यात पृथ्वी आणि आकाशाइतकं अंतर राहील.

'हयात रक्स करे नगमे रूह से उठें।'

तुमच्या चहूअंगाने अस्तित्व नृत्य करत राहो आणि तुमच्या प्राणांमधून गीतं उमटत राहोत. अशी कला जर असेल तर मीराला समजू शकाल.

मीराच्या गोष्टी साध्या सरळ आहेत. भक्त कठीण गोष्टी सांगतच नाही. भक्त तर सरळसोपा असतो. पण तुम्ही नाचा, विरघळून जा, सरळ व्हा, तरच या सरळसोप्या गोष्टी समजू शकाल. तुम्ही कठोर, तर्क-वितर्क, बुद्धी, ज्ञानी, गर्वाने भरलेले राहिलात तर भक्ताशी संबंध जोडू शकणार नाही. भक्तासारखे झालात तरच समजाल. नाहीतर ती गीतं नुसतीच भजनं, गाणी वाटतील.

मी तुम्हाला सांगू इच्छितो, 'मीरा कुणी गायिका नाहीये, ना कुणी नर्तकी, मीरा तशीच आहे. जसे बुद्ध, महावीर, जीझस! पण महावीर, बुद्धांची वचनं पायरी पायरीने चढत जाणारी आहेत. मीराची तशी नाहीयेत, म्हणून मीरावर अन्याय झाला. लोकांनी तिची गीतं, फक्त भक्तिगीतं समजली! त्या गीतांच्या भावनांमध्ये जीवनाचं संपूर्ण शास्त्र, शैली जीवनाला बदलण्याची कला आहे.

'सखी, मेरी नींद नसानी हो।'

बुद्ध म्हणतात, 'मनुष्य निद्रेत आहे. बेशुद्धावस्थेत आहे.' महावीर म्हणतात, 'मनुष्य प्रमाद आहे. त्याला जागं करायला हवं.' मीरा तेच सांगते, 'सखी, मेरी नींद नसानी हो।' मी निद्रावस्थेतून बाहेर येऊ दे, प्रमाद तुटू दे. बेशुद्धावस्थेतून शुद्धीत येऊ दे.'

शुद्धीत येण्याची मीराची शैली वेगळी आहे. महावीर अथक ध्यान आणि मीरा अहर्निश प्रेम. शैली वेगळी पण प्रत्यय एकच, जागृती! महावीरांनी जागृती आणली ती संकल्पाने, श्रम करून म्हणून महावीरांची संस्कृती 'श्रमण संस्कृती' या नावाने प्रचलित आहे. अथक श्रम केले आहेत. संकल्पांना जाणवलं, झगडले, योद्धा

आहेत. म्हणूनच 'वर्धमान' या नावाऐवजी 'महावीर' हे नाव झालं. हा योद्ध्याचा मार्ग आहे. जसं कुणी दुसऱ्याशी भांडतं, तसे महावीर आपल्या निद्रेशी भांडले. छिन्न-भिन्न करून टाकलं त्यांनी निद्रेला.

मीराने निद्रा तोडली, पण ती भांडली जरा सुद्धा नाही. काही संकल्प केला नाही. समर्पणाचा उपयोग केला. निद्रा संपली. ती प्रभूच्या आठवणीत, त्या प्रेमाच्या, प्रियकराच्या आठवणीत. आठवण इतकी तीव्र, तीक्ष्ण होती की सरळ लक्ष्यात रुतली. निद्रा येईलच कशी?

आणि मी तुम्हाला सांगतो, मीराचा मार्ग महावीराच्या मार्गापेक्षा जास्त रसपूर्ण आहे. श्रमांची गरजच नाही. कारण कष्टाशिवाय आणि समर्पणाने गोष्ट सहजसाध्य होते. जिथे पराजयात विजय आहे, तिथे भांडणाची गरज काय? जिथे आठवणीमुळे कायमची निद्रा तुटत असेल, तिथे अजून वेगळे प्रयोग, उपाय करण्याची गरज काय? मीराजवळ याहून वेगळे काहीच उपाय नाहीयेत. त्यांची गरजही नाही.

ज्याच्याजवळ प्रेम आहे, त्याच्यासाठी कुठलेही विधी करण्याची गरज नाही. प्रेमच पुष्कळ आहे. पुरेसं आहे. जास्तच आहे. सर्व उपाय विधी जे करतात, ते एकटं प्रेम करतं.

'सखी मेरी नींद नसानी हो।'

मीरा म्हणते, 'माझी निद्रा तुटली. झोप येतच नाही. त्याचा अर्थ असा समजू नका की रात्रभर मीरा पलंगावर जागीच आहे.

झोप म्हणजे काय? तुम्ही जेव्हा डोळे उघडून बसलेले असता, रस्त्यावरून चालत असता, दुकानात बसलेले असता, जेव्हा तुम्ही जागे असता? नाही. कुणीही ज्ञानी या गोष्टीला मान्यता देणार नाही. तुम्ही झोपलेले आहात. तेव्हाही तुम्ही झोपलेले असता. पलंगावर झोपताच, पण इतर व्यवहार करतानाही झोपलेले असता. डोळे उघडले म्हणजे झोप गेली हे चूक आहे. जोपर्यंत आतला अंतरात्मा जागृत होत नाही तोपर्यंत झोप चालू आहे. डोळे उघडले म्हणून झोप थोडी ना तुटते? डोळे उघडे असतात आणि तुम्ही झोपलेले असता. चालताचालता हजार विचार, स्वप्नं, वासना आत चालू असतात, ज्यात तुम्ही तल्लीन असता. बाहेर तर चालत आहात आणि आतमध्ये न जाणो किती विचारांनी झाकले गेले आहात. किती ढग तुम्ही आच्छादून घेतले आहेत. तुमचा सूर्य या ढगांआड आहे. तुमच्या अंत:सचेतनात प्रकाश नाहीये, अंधार आहे. या चालण्याला तुम्ही 'जाग' समजू नका.

जागं असणं म्हणजे, 'जेव्हा तुम्ही चालत आहात, तेव्हा फक्त चालत राहा. तुमच्या आत एकही विचार नाही. तुमच्या मनाच्या आकाशात कुठलेही ढग नाहीत.

तुमच्या मनातली ज्योत धुराशिवाय तेवत आहे. तर तुम्ही जागे आहात.'

पतंजलींनी चार अवस्था सांगितल्या आहेत, 'सुषुप्ति, स्वप्न, जागृत आणि तुरीय.' 'तुरीय' ही खरी जागृतावस्था. ज्याला आम्ही जागृत म्हणतो, त्याला पतंजली तथाकथित जागृतावस्था म्हणतात. नाममात्र, फक्त म्हणण्यासाठी 'जागा' आहे. फक्त बुद्ध जागृत आहेत. जेव्हा ते चालतात, तेव्हा फक्त चालतात. जेव्हा भोजन करतात, तेव्हा फक्त भोजन करतात. जेव्हा ऐकत असतात तेव्हा फक्त ऐकतात. बोलतात तेव्हा फक्त बोलतात, बुद्धाचं 'असणं' नेहमी वर्तमानाशी संबंधित, त्या तेवढ्याच क्षणांशी! याला बुद्धाने 'जागरण' असं म्हटलंय.

बुद्धाने तर 'जागरण' यावर संपूर्ण शास्त्र निर्माण केलं. विपश्यनेचं ध्यान आणि सर्व अनापानसतीयोगाची प्रक्रिया 'जागण्यासाठी' आहे.

मीरा जेव्हा म्हणते, 'सखी, मेरी नींद नसानी हो,' तेव्हा ती सर्वसामान्य झोपेबद्दल बोलत नाहीये. जर ती सर्वसामान्य झोपेबद्दल बोलत असती तर ती साधारण स्त्री झाली असती. विश्वविद्यालयातून मीराची पदं शिकवली जातात, तेव्हा सांगतात सर्वसाधारण झोपेबद्दल सांगत्ये. रात्री तिला तिच्या प्रियकराची आठवण येते म्हणून ती जागी असते. एवढंच नाही तर विश्वविद्यालयातले मानसशास्त्रज्ञ सांगतात की ही तर कामवासनेने मुग्ध झालेली अशी आहे. हे जे प्रेम सर्वसाधारणपणे माणसांसाठी हवं, ते प्रेम तिने कृष्णाला समर्पित केलं. हे तर कामवासनेचं रूप आहे. हे जे कृष्ण आहेत, ते मीराच्या कल्पनेतले प्रेमी आहेत. पण ही तर वासनाच आहे, असं त्यांचं म्हणणं! जसं प्रेमात असणारे रात्रभर कूस बदलत राहतात. झोपू शकत नाहीत तसं मीराचं होतं. जर इतकंच तुम्ही समजलात तर हा तुम्ही मीरावर अन्याय करत आहात.

मीरा म्हणते, 'नींद दूर गयी मेरी। माझी झोप नष्ट झाली. आता लाख उपाय करूनही झोपू शकत नाही. कृष्णाने गीतेत सांगितलंय, 'या निशा सर्व भुतायां तस्यां जागर्ति संयमी।' जी रात्र सर्वांसाठी रात्र आहे, भुतांसाठी रात्र आहे, तिथे जो योगी आहे, तो जागा असतो. 'याचा अर्थ असा नाही की कृष्ण कधी झोपत नव्हते, झोपत; पण शरीर झोपत असे, कृष्ण जागे असत. शरीर थकलं, विश्रांती घेऊ लागलं. पण आत जी एक चेतना आहे ती जागृत आहे.

तुम्ही जागेपणीसुद्धा झोपलेले असता, योगी झोपलेला असून जागा असतो. हा भोगी आणि योगीतला फरक आहे. भोगी वरवरचे डोळे उघडून असतो आणि योगी आत जागा असतो.

मीरा या योगाच्या परम अवस्थेत आहे. पण तिचा मार्ग भिन्न आहे. पतंजली, बुद्ध, महावीर, कृष्ण या सर्वांपेक्षा भिन्न! तुम्हाला आश्चर्य वाटेल की ती कृष्णाच्या प्रेमात आहे. त्याच्यासाठी वेडी आहे, पण तिचा मार्ग कृष्णाच्या

मार्गाहून भिन्न आहे. 'गीता' मधल्या कृष्णाशी तिचं काहीही नातं नाही. तिने प्रेमातून जागृती साधली आहे. विरहाची क्षमता जी मनुष्यात आहे, तिचा आधार घेऊन तिने 'जागरण साधलं.

असं समजा, 'तुम्ही कुणावर प्रेम करू लागलात, तर तुम्हाला रात्री झोप येत नाही. कूस बदलत राहता. 'प्रियकर, प्रेयसी जवळ असती... ' मीराने त्याच सामान्य क्षमतेला उपयोगात आणलं. या साधारण प्रेमाला असाधारण बनवलं. इतकं प्रेम निर्माण झालं, की झोप गेलीच... कायमची!

जेवढं प्रेम वृद्धिंगत होत जातं, झोप कमी होत जाते. जेव्हा प्रेमाची ज्योत संपूर्णपणे तेवते, तेव्हा झोप, निद्रेचा अंधार संपूर्णपणे समाप्त होतो.

'सखी मेरी नींद नसानी हो
पिय को पंथ निहारत सिगरी, रैन विहानी हो।'

संपूर्ण रात्र! रात्र त्याचा अर्थ फक्त 'रात्र' यापुरता मर्यादित नाहीये. रात्र त्याचा अर्थ आहे. जीवनाची अशी अवस्था, जी आम्ही झोपून झोपेत घालवली. तुमच्यासाठी अजूनही रात्रच आहे. संसार रात्र आहे. जिथे लोक झोपलेले आहेत आणि स्वप्नं बघत आहेत. हजारो तऱ्हेची स्वप्नं, संपत्तीची, पदाची, प्रतिष्ठेची! लोकांना समजतच नाहीये की, ते काय करत आहेत, का करत आहेत, कशासाठी करत आहेत. सगळे पळतायत, या धामधुमीत तुम्ही सुद्धा पळत आहात. तुम्ही थांबून कधी विचारच केला नाहीत, की कुठे जात आहात, का जात आहात, कशासाठी जात आहात?

एके ठिकाणी लोक फुटबॉल खेळत होते आणि एक मनुष्य धावत आला आणि त्या गर्दीत जोरात ओरडला, 'रामकिशन, काय करतोयस? तुझ्या घराला आग लागलीय.' आणि जो हातात फुटबॉल घेऊन उभा होता, त्याने तो तसाच आपटला आणि धावत सुटला. घामाघूम आणि रस्त्यावर आला, दम लागलेला, एकदम उभा राहिला. स्वतःशीच म्हणाला, 'अरे, मी का धावतोय? माझं नाव तर रामकिशन नाहीये.' घराला आग लागलीय या शब्दांनी असा धक्का बसला की स्वतःचं नावही विसरलं गेलं.

तुम्ही तुमच्या आयुष्यात असं घडताना बरेच वेळा बघाल. तुमचं संपूर्ण आयुष्य अशाच गोष्टींनी भरलं आहे. तुम्ही का धावताय? संपत्तीमागे का धावताय? पदासाठी का धावताय आणि इतरही धावत आहेत. सर्वजण असं करतात. म्हणून तुम्हीही? आपल्या आयुष्याला जागृत होऊन कुठली दिशा दिली नाहीयेत. जाणीवपूर्वक तुम्ही निर्णय घेतलेले नाहीत. काय करायचं आहे? हे आयुष्य इतकं मौल्यवान आहे आणि तुम्ही ते कवडीमोलाने उधळत आहात. तुम्ही एकदाही जरा थांबून असा विचार केला नाहीत की या आयुष्याचा काही सदुपयोग करू. हे असंच जातंय केर-कचऱ्यासारखं,

काही निश्चित ठोस निर्णय, निष्कर्ष काढायला हवेत.

निश्चितच पैसा मिळाल्याने निष्कर्ष निघणार नाही. कारण पैसा इथेच राहील आणि तुम्ही निघून जाल. पद-प्रतिष्ठा इथेच राहील, कारण मृत्यू कुणाचाही मुलाहिजा ठेवत नाही. मृत्यू सर्वच हिरावून घेईल. जे-जे मृत्यू हिरावून घेणार ते-ते कमवण्याच्या मागे तुम्ही धावत राहिलात, तर निश्चितच ही निद्रा आहे. जागृती नाही.

जागृत कोण? जो मृत्यूला बघून जागृत होतोय. समजतोय की मृत्यू येणार, येतच असेल, कधीही आज, उद्या, परवा, त्याअगोदर असं काही कमवू जे मृत्यू हिरावून घेऊ शकणार नाही. तर तुमच्या आयुष्यात 'जागरण' आहे. दिशा आहे, थोडं ध्यान आहे.

'सखी, मेरी नींद नसानी हो।
पिय को पंथ निहारत सिगरी, रैन विहानी हो।'

संपूर्ण रात्र सरली. पहाट झाली. प्रियकराला आठवता आठवता रात्र सरली आणि पहाट झाली. 'पिय को पंथ निहारत सिगरी' त्या प्रियकराची वाट बघता बघता वाट बघताना झोप तरी कशी लागणार? प्रियकर येणार असेल तर कुणी झोपेल तरी कसं? प्रियकर कधी येईल, माहीत नाही....'

जीझस ने आपल्या शिष्यांना खूप वेळा सांगितलं... 'प्रिय' केव्हा येईल माहीत नाही, तो तर कधी दार ठोठावेल माहीत नाही, म्हणून जागं राहिलं पाहिजे. असं कधी करू नका, की अजून आला नाही, आता येईल तेव्हा बघू. सध्या तर आराम करू आणि झोपून जाल. नाहीतर असं होईल की तुम्ही झोपलेले असाल आणि तो येईल. मग पश्चात्ताप कराल.

असंच होतंय, हे दुर्भाग्य आहे. प्रिय येतो आणि तुम्हाला झोपलेलं बघून निघून जातो.

आणि मी जे सांगतोय, ती कविकल्पना नाहीये. प्रत्येक क्षणी परमात्मा तुमचं दार ठोठावतो आहे. हे सत्य आहे. अशा समुद्राच्या लाटा प्रत्येक क्षणी किनाऱ्याला धडका देतात! कधी सूर्याच्या किरणांमधून, कधी हवेच्या झुळकीतून, कधी चंद्र तर कधी पक्ष्यांच्या गीतांतून, कधी लहान मुलाच्या टाळ्यांतून... न जाणो किती रूपं, अनंत अनंत रूपं. प्रत्येक रूपात येऊन दारावर धडका मारतोय पण तुम्ही निद्रिस्त आहात. तुमची पहाट अजून झाली नाहीये.

पिय को पंथ निहारत सिगरी... त्या प्रियकराची प्रतीक्षा करता करता, झोप लागणार तरी कशी? मीरा म्हणते, 'मी अजून काहीच केलं नाही. फक्त त्याची वाट बघत राहिले की नक्की येईल. त्याच्या शब्दावर, वचनावर माझा विश्वास आहे. म्हणूनच झोपू कशी? जागी आहे. रात्र सरली, पहाट होऊ लागली.

'रैन बिहानी हो' रात्रीची प्रभात होऊ लागली. अंधाराचं प्रकाशात परिवर्तन होऊ लागलं. निद्रा जागरणात परावर्तित झाली.

ज्या दिवशी निद्रा जागरणात परावर्तित होते, तेव्हाच मृत्यू अमृतामध्ये परावर्तित होतो, ज्या दिवशी अंधार प्रकाशित होतो, तेव्हाच देह आत्म्यामध्ये रूपांतरित होतो, त्या दिवशी क्षुद्रता हरवते आणि विशालतेचं आगमन होतं, त्या क्षणी तुम्ही पात्र होता. जो अशी पात्रता मिळवत नाही तो दुर्दैवी!

'पिय को पंथ निहारत सिगरी, रैन विहानी हो
सब सखियन मिलि सीख दई, मन एक न मानी हो।'

सर्वांनी समजावलं, 'आता झोप, कोण आहे, केव्हा येणार, असं कधी कुणी आलंय? कोणत्या प्रियकराची वाट बघत आहेस?'

'सब सखियन सीख दई...' या संसारात तुम्हाला शिकवणारे, सल्ला देणारे जे कोणी भेटतील, ते हेच म्हणतील की, कुठल्या गोष्टीत अडकले आहात? मंदिरात जाताय? त्यात काय आहे? हे कुराण वाचताय, त्यात असं काय आहे? या तर जुन्या पुराण्या गोष्टी. जुनी शास्त्रं! ही गीता, हे वेद, ही मीरा, हा कबीर, नानक, कशाला गुंतताय यांच्यात! या वेड्यांच्या गोष्टीत अडकताय. काही हुशारीने काम करा. चार दिवसांचं आयुष्य. मजा करा, उपभोगा, मग आहेच काळोखी रात्र! घ्या तोपर्यंत सर्व खेचून, धन, पद, ऐश्वर्य! कुणाची वाट बघता?

तुम्हाला आठवत असेल, तुम्ही भजन करत असाल तर संकोच होत असेल. कारण आजूबाजूचे सर्वजण, मैत्रिणी म्हणतील, 'वेडे झाला आहात, भजन करताय. अशा तऱ्हेने वागाल तर लोक अजब समजतील तुम्हाला.' जागे व्हा, याचा अर्थ आहे. त्यांच्यासारखे बेशुद्ध व्हा.

संपत्तीमागे धावलात तर संकोच करण्याचं कारण नाही, त्यासाठी जगा – मरा, योग्य आहे. पण जर प्रार्थना करताय, ध्यान करताय, पूजा करताय तर संकोच वाटतो. कुणाला कळू नये!

माझ्याकडे लोकं येतात, विचारतात, 'ध्यान कसं करू? आजूबाजूचे म्हणतात, अरे वेडे झालात का? लोकांचं सोडा, बायको म्हणते की तिला काळजी वाटते, मुलं विचारतात बाबा, तुम्हाला काय झालंय? तुम्ही आधी असे नव्हतात.'

हे जग संपत्तीसाठी जगतं, इथे कुणी ध्यानासाठी जगेल तर एकटं पडेल. इथे संसारिक वेडेपणा कराल तर मान्य, पण परमात्मा शोधायला जाताय तर एकटेपणा! लोकं हसतील, वेड्यात काढतील, विरोध करतील.

मीरा म्हणते, 'सब सखियन मिलि सीख दई!... मैत्रिणींना वाटतं, कृष्ण आहे? कुठे? कोण येणार? कधी असं कुणी येत नाही. शांत हो, झोप. प्रेमच करायचं आहे तर इथल्या कुठल्याही माणसावर कर. ही परलोकातली स्वप्नं, सर्व केवळ कल्पना!

रवीन्द्रनाथांची कविता आहे – 'एका भव्य मंदिराच्या पुजाऱ्याने स्वप्न बघितलं की, परमात्मा स्वप्नात समोर उभे ठाकलेत. म्हणत आहेत ज्योतिर्मय, मी उद्या येतोय! तुझी प्रार्थना, पूजा स्वीकारली गेली आहे. मी उद्या येतोय.'

त्या अपूर्व दृश्याला बघून, त्या ज्योतिपिंडाला बघून, ती वाणी ऐकून मुख्य पुजाऱ्याची झोप उडाली. जरी पुजारी होता, मोठा पुजारी त्या मंदिरात शंभर पुजारी होते, त्यात तो मुख्य होता तरीही त्याला संभ्रम पडला, इतरांना सांगू की नको सांगू? लोक हसतील.

एक गोष्ट तुम्हाला सांगितली तर हैराण व्हाल, बाकीच्यांचा धर्मावर थोडा तरी विश्वास असतो, पण पुजाऱ्यांचा अजिबात नसतो. जॉर्ज गुरजिएफ तर सांगायचा, 'जर धर्मापासून सुटका हवी असेल, तर काही दिवस कुणा पुजाऱ्याबरोबर राहा. म्हणजे सर्व काही उघड होईल. पुजारी तर फक्त धंदा करत आहेत. भगवान त्याचं दुकान आहे. त्याला बाकी काही देणं घेणं नाही. त्याला नक्की माहीत आहे की या मूर्तीत काहीही नाहीये, कारण त्याने अनेक वेळा बघितलंय की मूर्तीवर उंदीर चढलेत. कधी मूर्ती वाऱ्यावर हेलकावे खाते, स्वत:चं रक्षण करू शकत नाही, स्वत: स्थिरस्थावर होऊ शकत नाही, तर इतरांना कसा आधार, संरक्षण देणार? सर्व खोटेपणा आहे.

पुजारी बघतोय की मूर्तीत काहीही नाहीये, पण पुजाऱ्याचा हा एक व्यवसाय आहे. मोठा पुजारी असूनही घाबरला की इतर पुजाऱ्यांना सांगितलं तर हसतील. म्हणून तो गप्प झोपून राहिला. पण मग परत स्वप्न पडलं. परत तीच ज्योतिर्मय पिंड. परत तेच शब्द की विश्वास ठेव. मी उद्या येतो. परत झोप उडाली. परत स्वत:ला समजावलं की अजून मध्यरात्र आहे. कशाला कुणाला उठवायचं? सकाळी बघू, सकाळी सर्व पूर्ववत होईल. मग कुणाला काही सांगण्याची आवश्यकता राहणार नाही.

मग तिसऱ्यांदा स्वप्न पडलं, आता मात्र कठीण झालं. मग तो घाबरला, खरंच येईल? मग मात्र त्याने सर्व पुजाऱ्यांना जागं केलं, ते हसायला लागले. म्हणाले, तुम्ही पण काय... स्वप्नं कधी खरी होतात का? त्याने कधी कुणाची प्रार्थना ऐकली आहे? सर्व प्रार्थना या कोऱ्या आभाळात लुप्त होतात. ना कुणी ऐकत, ना कुणी उत्तर देत, आमच्यापेक्षा हे जास्त कुणाला समजणार? आम्ही कित्ती प्रार्थना करतो, पण एकही प्रार्थना कधी कुणी ऐकलेली नाही.

पण एक वयस्कर पुजारी म्हणाला, 'काहीही असो. तुमचं म्हणणं मी समजतोय. मी ही मान्य करतो की कुणी येत-जात नाही. पण तीन वेळा स्वप्न पडलं. असं नको व्हायला की ते येतील आणि आपण तयार नाही, हरकत काय आहे? आपण तयारी तर करू. आले तर ठीक, नाही आले तरी नुकसान तर काही नाही.

ही गोष्ट पटली. मंदिर धुतलं गेलं. सजवलं गेलं. जेवण बनवलं गेलं. लोकं हसत आहेत. जेवण तयार करताकरता म्हणत आहेत, 'कोण केव्हा येणार? आणि हे सर्व आपल्यासाठीच होणार शेवटी. कुणी येणार-जाणार नाही.'

मग संध्याकाळ झाली. येणारा नाही आला, मग चेष्टा होऊ लागली. सर्वजण म्हणाले, 'आता बस झालं. संपूर्ण दिवस सरला वाट बघताबघता. आता भूक लागलीय. थकायला झालंय. आता जेवू या आणि विश्रांती घेऊ या. सूर्यपण अस्ताला निघाला. यायचं असतं तर एव्हाना आले असते. रात्रीतर येणार नाहीत आता!'

सर्वांनी भोजन केलं आणि दिवसभराचे थकले, भागलेले मंदिरात जाऊन झोपले. आणि रात्री मध्यरात्री त्याचा रथ आला....

ही फार सुरेख कविता आहे. अर्ध्या रात्री त्याचा रथ आला. त्याच्या रथाचा आवाज, चाकांचा खडखडाट, कुणा पुजाऱ्याने झोपेत ऐकला. तो झोपेतच बडबडला, 'बांधवांनो, मला वाटतं की तो आलाय, रथाचा खडखडाट ऐकू येतोय. दुसरा पुजारी ओरडला की गप्प बस. वेड्यासारखं बोलू नकोस. दिवसभर थकलोय आणि आता शांतपणे झोपूही देत नाहीये. हा काही रथ नाहीये. आता कुठला रथ? हे ढगांचं गडगडणं आहे. तू झोप.'

मग शांत झालं. तो उत्तरला, रथ मंदिराच्या दारापाशी येऊन थांबला. तो पायऱ्या चढू लागला. त्याच्या पावलांचे मधुर रव, जे परमात्म्याच्याच चरणी असतात, ऐकू येऊ लागले. पुन्हा कुणी म्हणालं, 'बंधूनो, मला वाटतंय की कुणी पायऱ्या चढत आहे. एक वेगळंच संगीत ऐकू येतंय.' पुन्हा कुणी ओरडलं की आता अगदी हद्द झाली, वाटतंय की आज झोप मिळणं मुश्कील आहे. काहीही नाहीये. झाडांमधून वारा वाहत असेल.'

मग त्याने दार ठोठावलं आणि कुणी म्हणालं, 'बंधूनो, तुम्ही मान्य करा अथवा करू नका पण कुणी तरी दार ठोठावत आहे.' आता मोठा पुजारी ओरडला की हे वेड्यासारखं बोलणं बंद करा. नाही कुणी आलंय आणि नाही कुणी येणार. हवेचे धक्के आहेत.'

मग ते झोपले. सकाळी उठले आणि मग जेव्हा त्यांनी दार उघडलं, तर सगळे थबकले. अवाक्! रथांच्या चाकांची चिन्हं मंदिराच्या दारापर्यंत उमटली होती. रथ आला, रथ परतून गेला. चिन्हं होती. कुणी पायऱ्या चढलं, पदचिन्हं होती. मग ते खूप रडू लागले, पण आता रडून काही उपयोग नव्हता. संधी निघून गेली होती.

आयुष्य असंच आहे. परमात्मा तर रोज येतो. प्रत्येक क्षणी येतो. घोषणा करो, न करो, तो येतो. पण आम्ही झोपलेलो आहोत आणि स्वत:ला समजावतो, पक्षी बोलतात, आपण म्हणतो पक्ष्यांचे आवाज आहेत, त्याचा आवाज आम्हाला ऐकू

येत नाही, झाडांमधून वारा वाहतो. तोच वाहतो. ही त्याचीच चिन्हं आहेत, त्याचंच हस्ताक्षर! पण हे त्यांनाच दिसू शकतं, जे संपूर्णपणे जागे आहेत. परिपूर्ण रूपाने जागृत!

जागृतीचे दोन उपाय आहेत – महान संकलन करा की निद्रा तुटेल किंवा असं गहन प्रेम करा की त्याच्या प्रतीक्षेत पापणीही लवणार नाही.

'सब सखियन मिलि सीख दई, मन एक न मानी हो।'

मीरा म्हणते, 'सर्व मैत्रिणी मला समजवतात. सगळं जग समजावतंय. घरातली माणसं, प्रियजन सर्व समजूत घालतात की, मीरा वेडी व्हायला नको. हे सर्व वेडेपण आहे. कुठला कृष्ण, कसला कृष्ण? ही तू कुणाची मूर्ती घेऊन हिंडत आहेस? कुणाचं गुणगान करत आहेस? या सर्व निव्वळ तुझ्या कल्पना आहेत.

पण मीरा म्हणते, 'मी समजू शकले नाही. मी मान्य करू शकले नाही.' ती नशीबवान होती. ज्या दिवशी तुम्ही संसारिक लोकांचं बोलणं मान्य कराल, तो तुमचा दुर्भाग्याचा क्षण असेल. कुणा निद्रिस्त माणसाच्या बोलण्याला तुम्ही मान्यता देत नाही. तुमचं परमभाग्य! जागृत माणसाबरोबर वेडे व्हाल, तुमचं परमभाग्य!

'सब सखियन मिलि सीख दई, मन एक न मानी हो
बिन देख्या कल नांहि पड़त, जिय ऐसी ठानी हो!'

प्रेमाने आता मनाशी असं पक्क केलंय, आता अशी तहान लागली आहे की जर दर्शन झालं नाही तर बेचैनी येते. कुठे झोप! कसली झोप! कुठे आता विश्राम! जोपर्यंत प्रभूशी संयोग होत नाही, तोपर्यंत आता विश्राम नाही. जशी नदी धावत राहते. जोपर्यंत सागराला मिळत नाही, भेटत नाही... तसा प्रेमी रडत राहतो, साद देत राहतो. अहर्निश आतून एकच साद... कधी भेटणार, केव्हा दिसणार, केव्हा स्पर्श होणार?

'बिन देख्या कल नांहि पड़त, जिय ऐसी ठानी हो
अंगि-अंगि व्याकुल भई, मुख पिय-पिय बानी हो।'

आणि मीरा म्हणते, 'असं नाहीये की बाण फक्त हृदयात लागला आहे. अंगाअंगातून, रोमांरोमातून शरीराच्या प्रत्येक भागात वेदना सजग, जागृत झाली आहे. मनाने साद घातलीय, तनाने साद घातलीय... एकाच स्वरात!

'अंगि-अंगि व्याकुल भई, मुख पिय-पिय बानी हो।'

आणि मुखातून – जसं पपीहा बोलावतो, पी कहां, पी कहां, पी कहां...! गप्प बसू तरी हाका मारणं चालू आहे आणि अंगअंग छेदून जातंय.

'अन्तर वेदन विरह की वह पीड़ न जानी हो।'

मीरा म्हणते, अशा वेदना तर कधी माहीत नव्हत्या. जन्मोजन्मी अशा वेदना

माहीत नव्हत्या.

'अन्तर वेदन विरह की!' खूप वेदना माहीत होत्या. कधी डोकं दुखायचं, कधी पाय, कधी पायांत काटा रुतायचा, पण अंगाअंगात काटे रुतले. अंगभर आग-आग. अशी विरहाची आग आधी कधी माहीत नव्हती आणि ही वेदना विचित्र आहे. अद्भुत आहे, वेदनाही आहे आणि गोडवाही आहे. अशी वेदना कधी माहीत नव्हती. विरहाच्या दाहात दंश आहे आणि रसही. हाकही आहे आणि धन्यवादही! तक्रार आहे आणि प्रार्थनाही. भक्त भगवानाशी भांडतो आणि नंतर सर्व भांडणानंतर त्याच्या चरणाशी नतमस्तकही होतो.

'अंगि-अंगि व्याकुल भई, मुख पिय-पिय बानी हो
अन्तर वेदन विरह की...।'

संस्कृत मधला 'वेदना' हा शब्द अपूर्व आहे. दुनियेतल्या कुठल्याही भाषेत असा शब्द नाही. याचे दोन अर्थ आहेत – ज्ञान आणि दुःख! हा त्याच मूळ धातूपासून बनला आहे. वेद! वेदाचा अर्थ ज्ञान. परम ज्ञान! हा शब्द अद्भुत आहे. कारण ज्ञानाचा आणि दुःखाचा काय संबंध? काही साम्यच नाही. वेदना दुःख! आणि वेदज्ञान! एकमेकांतूनच दोघांचा जन्म झाला. यामध्ये मोठं रहस्य लपलंय. एक असंही दुःख आहे, ज्यातून वेदाचा जन्म होतो. एक अशीही वेदना आहे. ज्यातून वेदाचा जन्म होतो. एक असं दुःख आहे, ज्यातून परमात्मा प्रकट होतो. म्हणून एका शब्दाचे दोन अर्थ आहेत – दुःख आणि ज्ञान! एका बाजूला दुःख आहे... महान दुःख!

अंगि-अंगि व्याकुल भई....

अन्तर वेदन विरह की....

आणि सर्व अंतरंग वेदनांनी जळत आहे. विरहाचा दाह सर्व जाळून टाकत आहे. एका बाजूला वेदना आणि जसजसा अग्नी प्रगाढ होत जातोय, तसतसा दुसऱ्या बाजूला वेद जन्म घेतो आहे. वेदनेने मनुष्य स्वच्छ होतो. तेजोमय होतो. वेदनेने असंच घडतं, जसं सोनं आगीतून निवतं – निरवतं, सर्व कचरा जळून जातो. शुद्ध होतं. तसंच विरहाच्या अग्नीतून निरवल्यावर वेदाचा जन्म होतो, बोध जन्मतो, बुद्धत्वाचा जन्म होतो.

'अन्तर वेदन विरह की, वह पीड़ न जानी हो।'

ही पीडा अनोळखी आहे. अगदी नवी आहे. ही दुःखही देते आणि सुखही. हे तिचं अपूर्व रूप आहे. अगदी रहस्यपूर्ण आहे.

तुम्ही असं समजू नका की भक्त आपलं दुःख सोडून देणं मान्य करेल. त्यासाठी कुठलंही औषध घेणार नाही, कारण पीडा ही भक्तासाठी सौभाग्य आहे. परम स्वास्थ्य आहे. तो धन्य आहे!

परमात्म्याच्या विरहाचा दाह नशीबवानांनाच मिळतो. त्यातून भक्ताला सुटका नको असते. पीडा जरूर आहे पण त्यातून मुक्तता मिळावी म्हणून नाही तर जतन करण्यासाठी! ती तर संपत्ती आहे, जी सांभाळून ठेवायची आहे. तर वेदनाही आहे आणि वेदही. पिडा आहे आणि माधुर्यही. ही अद्भुत गोष्ट आहे – विरहाची.

संसारात सुख आहे असं आम्ही जाणलं. संसारात आम्ही दु:खही जाणलं. पण हे संसारातलं सुख उथळ आहे आणि संसारातलं दु:खही खोटं आणि उथळ आहे. संसारात कुठलीही गोष्ट गहिरी नसतेच. परमात्म्याच्याबरोबरीने दु:ख मिळतं. तेही गहिरं असतं आणि सुख मिळतं तेही गहिरंच असतं. या अशा दु:खात खूप आनंद आहे, कारण ते तुम्हाला जास्त खोलवर घेऊन जातं. दु:ख जेवढं गहिरं तेवढे तुम्ही तुमच्या अंतर्मनात खोलवर जाता. दु:ख एखाद्या विहिरीसारखं होतं आणि त्या खोल विहिरीत तुम्ही उतरू लागता आणि मग स्वत:ची ओळख व्हायला लागते. खरं तर या विहिरीत उतरताना भीतीही वाटते. अंधार कापत जातो – अनोळखी, अपरिचित! कधी गेला नव्हतात अशी ही जागा. साथी-सोबती सुटत जातात. एकटे पडता.

आता ही मीरा आपल्या विरहात अगदी एकटी झाली. एक तर कुणीही तिच्या या विरहाला समजू शकत नाही, लोकं वेडं समजतात, ते म्हणू लागले की मीरा वेडी झाली. कुणीही तिच्या दु:खाला समजू शकले नाही. कारण ज्यांनी हे दु:ख अनुभवलं तेच समजू शकतात. तर कधी कुणी साधू भेटला, संत भेटला तर मीरा प्रसन्न होते.

'साधु देख राजी भई.' कधी कुणी भेटतं, ते या दु:खाला ओळखतं, जो या वेदनांना अनुभवतोय आणि या वेदनेचं परमभाग्य ज्याला लाभलं आहे, तर ठीक होऊन जातं. पण नाहीतर जे कुणी भेटतात ते सर्वजण असंच म्हणतात, 'स्वत:ला सावर. हा काय वेडेपणा आहे? परतून ये. सर्व व्यवस्थित चाललं होतं, नासवून टाकलं. कुठल्या व्यापामध्ये पडली? का दु:ख ओढवून घेतलंस? कुणीही येत नाही, ना कुणी येणार, आकाश रिकामं आहे. ना परमात्मा आहे, ना काही प्रार्थनेला अर्थ आहे, सर्व काही क्षणभंगुर आहे, शाश्वत असं काहीच नाहीये.'

क्षणभंगुरतेत जगणारी माणसं शाश्वताची भाषा समजत नाहीत. ही वेदना मोठी अद्भुत आहे. मीरा म्हणते, 'तिने मला जागं केलं, उजळलं, स्वच्छ केलं, शुद्ध केलं.'

'ज्यूं चातक घन कूं रटै.' असा चातक स्वातीच्या थेंबाची प्रतीक्षा करतो. आकाशाकडे डोळे लावून बसतो! जगात पाण्याची काहीच कमतरता नाही. चातक कदाचित नदीच्या किनारी असू शकतो. जगात पाण्याची कमतरता नाहीये पण ज्याला स्वातीच्या थेंबाचं स्मरण झालं, स्वातीच्या थेंबाची चव लागली, स्वातीच्या

थेंबाची चटक लागली... मग या जगातल्या पाण्याला काहीही अर्थ नाही. या पाण्याने तर तहान वाढते, मिटत नाही. असं पाणी हवं, ज्याने तहान कायमची तृप्त होईल, लुप्त होईल.

'स्वाती' प्रतीक आहे. स्वाती हे एक विशेष नक्षत्र आहे, ही एका विशेष नक्षत्राची दशा आहे. तसंच मनुष्याच्या अंतरंगात, स्वाती नक्षत्राची दशा बनते. दोन प्रकारे बनते – एक तर ध्यानाने किंवा प्रेमाने. स्वाती नक्षत्राचा अर्थ असा आहे की, तुमच्या आत परम शांती आहे, कोणतंही द्वंद्व राहिलं नाही. कोणतेही भेद, कलह राहिले नाहीत. सर्वत्र शांतता, परमभाव हेच आहे – स्वाती नक्षत्राच्या अंतर्गत! त्याक्षणी ते मेघ तुमच्यावर बरसतात. बुद्धाने तर त्याला नाव दिलं आहे – धर्म-मेघ-समाधी! त्याक्षणी धर्माचा मेघ बरसतो आणि जी वर्षा होते, ती कायमची तृप्ती देते. मग कुठलीही तहान राहत नाही.

संसाराचा अर्थ आहे. कितीही प्या तरी तहान राहतेच. तहान राहते, इतकंच नाही तर वाढतही जाते. अशी विचित्र अवस्था आहे संसाराची की आग लागलीय आणि तुम्ही खूप फुंकून-फुंकून ती विझवायचा प्रयत्न करत आहात. आग अजून भडकते आणि तुम्ही बघत ही नाही की भडका उडतोय. आंधळेपण हे अद्‌भुत आहे. लहान मुलं जास्त शांत दिसतात आणि वयस्कर जास्त अशांत! आग भडकतेच आहे आणि आयुष्य सरलं; विझवता-विझवता. म्हणजे नक्कीच काही तरी चुकतंय. खरं तर मुलं अशांत आणि वयस्कर शांत असायला हवीत. मुलं कपटी, वयस्कर निर्दोष असायला हवीत. मुलं बेईमान, वयस्कर इमानदार! मुलं नास्तिक हे तर समजू शकतो, वयस्कर तर नास्तिक असता कामा नयेत? पण अनुभवी माणसाच्या जीवनातून सर्व काही हिरावून घेतलं जातं, देण्याऐवजी! असे कसे हे अनुभव? अनुभवी माणूस चलाख होतो, पाखंडी होतो, बेईमान होतो. म्हणूनच तर जगात बेईमानी वाढत चालली आहे. लहान मुलं भोळी असतात. ही तर उलट गोष्ट झाली.

जर जीवनाचा अनुभव खरा अनुभव असेल तर गोष्ट भिन्न असायला हवी. जसजसे जीवनात अनुभव येतात तसतशी तृप्तता वाढायला हवी. अनुभवाचा अजून वेगळा काय अर्थ आहे? अजून वेगळी परीक्षा कुठली? तसतशी सरळता वाढली पाहिजे. निर्दोषतेमध्ये वाढ व्हायला हवी. साधुत्त्व वाढायला हवं. संतत्त्व वाढायला हवं. मरता-मरता मनुष्य परम शांत अवस्थेत, समाधी-अवस्थेपर्यंत पोहोचायला हवा, तर जीवनाला अर्थ. तर जीवनाचा अनुभव सार्थकी लागला.

पण इथे अगदी विरोधाभास आहे. इथे आग जेवढी विझवायला जाल, भडकत जाते. म्हणजे नक्कीच आग विझवण्यासाठी म्हणून जे तुम्ही आगीत घालत आहात ते इंधनच आहे. आगीत डबेच्या डबे इंधन टाकताय. बघत नाही आहात की आग

विझण्याऐवजी ती भडकत जात आहे. रोज रोज आग वाढतेय.

संसारात कुणाची तहान विझत नाही. ज्याची तहान भागते, तो जिंकला, तो जगला. तहान विझते परमात्म्यामुळे!

'ज्यूं चातक घन कूं रटै, मछरी जिमी पानी हो।'

जसं कुणी माश्याला पाण्यातून काढून जमिनीवर फेकून दिलं तर तो मासा जरा तडफडतो. मीरा म्हणते, तशी मी तडफडतेय.

'अन्तर वेदन विरह की, वह पीड़ न जानी हो।
.... मछरी जिमि पानी हो।'

जसा मासा पाण्यासाठी तडफडतो, तशी मी तुझ्यासाठी तडफडते.

आणि जोपर्यंत कुणी असं तडफडत नाही, तोपर्यंत तुम्ही मिळवू शकत नाही. परमात्म्याला मिळवण्यासाठी संपूर्णपणे द्यावं लागतं. अगदी शंभर टक्के, एक टक्काही कमी चालत नाही. संपूर्णपणे विरहाच्या अग्नीत समर्पित व्हावं लागतं. मीरा तशी झाली म्हणून तिला मिळाला.

जर तुमची प्रार्थना फळली नाही तर तुम्ही समजा की प्रार्थना पूर्णपणे केली नाहीत. तुम्हाला अजून प्रार्थना करता आली नाही. तुम्हाला अजून मद्यशाळेत बसण्याची पद्धत समजली नाही.

तू ऐसे सरखुशो सरमस्त मयकदे में आ
कि मुस्करा के तुझे हर नजर सलाम करे।
हयात रक्स करे नगमें रूह से उठें
जो रक्शे बादाकशी मय फरोश आम करे।

मद्य प्राशन करण्याची पद्धत शिकावी लागते. नियम शिकावे लागतात, प्रार्थना तुम्ही खूप वेळा केली आहेत, पण कधी पूर्ण झाली नाही. त्यामुळे तुम्ही समजला आहात की परमात्मा नाहीये. खरं तर असं समजायला हवं होतं की अजून 'प्रार्थी' जन्मला नाहीये. पण त्याऐवजी म्हणता की परमात्माच नाहीये. असं म्हणायला हवं की, 'अजून प्रार्थना येत नाहीये.' प्रार्थना शिकला आहात. पोपटासारखी करत राहता. जरा त्यात जीव तर ओता. स्वत:ला त्यात ओता. शब्द पण उधार आणि भावही उधार. काही स्वत:चं द्या!

जागृतात राहिली तर भक्ती नाही. म्हणून म्हणतोय, भक्ताचा रस्ता हा 'मद्य घेणाऱ्याचा' रस्ता आहे. शुद्धीत चालत राहिलात तर कधीच पोहोचणार नाही. तुम्ही स्वत:चा 'स्व' सांभाळून चालत आहात, असं करून चालत नाही. मग दु:खच स्वर्गाचं दार बनतं.

जो राहते जां है वो अलम मुझको मिला है
जो ऐने मुसर्रत है वो गम मुझको मिला है।

जिस गम से जहांगीर मुहब्बत हुई है पैदा
है हासिले कौनेन जो गम मुझको मिला है।
जिस साज के तारों से हुई राग की तखलीक
सद शुक्र कि वो साजे अलम मुझको मिला है।
सर चश्माये इल्ताको इनायातो नवाजिश
जो जाने करम है वो सितम मुझको मिला है।
जिस कुफ्र से ईमान की होती है इबारत
जो अस्ले यकीं है वो भरम मुझको मिला है।
पलते है जबीं में मेरे अब सैकड़ों सूरज
जब से तेरा ये नक्शे कदम मुझको मिला है।

एक असं दु:ख, असा त्रास, वेदना, जी स्वर्गापेक्षाही जास्त मौल्यवान आहे. कारण या वेदनेमुळे परमात्म्याशी मिलन होतं.

'जो राहते जां है वो अलम मुझको मिला है
जो मैने मुसर्रत है वो गम मुझको मिला है।'

एक असं दु:ख आहे, जो स्रोत आहे सर्व आनंदाचा. एक अशी वेदना खचितच आहे, ज्याने जीवनातल्या सूर्याचा जन्म होतो. मीराला अशी वेदना मिळाली आहे, अशी वेदना तुम्हालाही मिळू शकते. कारण अशी वेदना मिळणं हा प्रत्येकाचा अधिकार आहे. पण तुम्ही घाबरलेले अशा वेदनेला जागृत करत नाही. तुम्ही तिला चिथवत नाही. मंदिरात जाल तर औपचारिकतेने जाऊ नका. एक उपचार म्हणून कुठेच जाऊ नका. त्यात काय अर्थ? का वेळ वाया घालवता? जाता तेही स्वत:ला सांभाळत, जो स्वत:ला बुडवू शकतो, त्यालाच मिळतं.

'ज्यूं चातक घन कूं रटै, मछरी जिमि पानी हो
मीरा व्याकुल विरहिणी, सुध-बुध बिसरानी हो।'

है दिल को क्यों करार मुझे कुछ पता नहीं
आंखे है अश्कबार मुझे कुछ पता नहीं
रौशन हुए हैं महर सित्फ दागहाये दिल
है कोन शोलाबार मुझे कुछ पता नहीं।
धड़कन इक एक दिल की है आवाजे पाये दोस्त
क्या है यही करार? मुझे कुछ पता नहीं।
एहसासे कुरबे दोस्त है एहसास बेखुदी
क्या है विसाले यार? मुझे कुछ पता नहीं।
साकी की चश्मे मस्त है और मेरी तश्नगी
हैं और मय गुसार? मुझे कुछ पता नहीं।

नकहत है ताजगी है मुसर्रत है दमबदम
होगी यही बहार, मुझे कुछ पता नहीं।
क्या कर गयी है एक नजर में निगाहे मस्त
है कोई होशियार? मुझे कुछ पता नहीं।

एक अशी वेळ येते, जेव्हा काहीही माहीत नसतं. माहिती होण्याअगोदर एक अशी वेळ जरूर येते की माहीत नसतं. परमात्म्याचा पत्ता लागण्यापूर्वीच तुम्ही हरवून जाता. संसाराचा पत्ता जोपर्यंत विसरत नाही, तोपर्यंत परमात्म्याचं ज्ञान मिळू शकत नाही. दोन्ही गोष्टी एका वेळेस अशक्य आहेत. परमात्म्याला जर आपल्या जाळ्यात ओढायचं असेल तर संसाराचं जाळं सोडावं लागेल.

'है दिल को क्यों करार मुझे कुछ पता नहीं।'

भक्ताला हे समजत नाही की केव्हा मनाला अपूर्व शांती मिळते, कळतच नाही की हे कसं झालं? काय रहस्य आहे? ही शांती आली तरी कुठून? हे का? आणि कधी हृदय आनंदाने भरून जातं, गीतं उमटू लागतात, काव्य बहरू लागतं. हे सर्व कसं होतं, हे समजत नाही आणि डोळे अश्रूंनी भरून येतात. कधी आक्रोशच आक्रोश असतो. कळत नाही हे काय आहे? भक्त स्वत:ला भगवंताला सुपूर्त करतो. माहिती करून घ्यायची आवश्यकताही नाही.

'है दिल को क्यों करार मुझे कुछ पता नहीं
आंखे है अश्कबार मुझे कुछ पता नहीं।'

डोळे कधी रडतात? जेव्हा तो रडवतो तेव्हा, तेव्हाच रडतात आणि ओठांवर हसू कसं उमटतं? जेव्हा तो हसतो तेव्हा हसू उमटतं. कधी असंही होतं की डोळे रडतात आणि ओठ हसतात. दोन्ही गोष्टी एकत्र होतात, म्हणून वेडं होण्याची हिम्मत असायला हवी भक्तात!

'रौशन हुए हैं महर सित्फ दागहाये दिल'

विरहाचे घाव जे हृदयावर उमटले होते ते प्रकाशमय झाले. एक-एक घाव एक एक सूर्य बनला.

'रौशन हुए हैं महर सित्फ दागहाये दिल
है कोन शोलाबार मुझे कुछ पता नहीं।'

हा प्रकाश कुठून येतो आहे? हे कोण आहे ज्याने माझ्या जखमांना प्रकाशमय सूर्य बनवलंय? कोण आहे, जो ही जादू करतो आहे? मला काही माहीत नाही.

'धड़कन इक एक दिल की है आवाजे पाये दोस्त।'

आणि आता तर हृदयाच्या प्रत्येक ठोक्यात त्याच्या पायांचा आवाज ऐकू येतो. त्या परम प्रियकराचा, त्या मित्राचा, त्या सख्याचा!

'धड़कन इक एक दिल की है आवाजे पाये दोस्त

क्या है यही करार? मुझे कुछ पता नहीं।'

हीच परम शांती आहे? हाच का तो आनंद? आता हेही माहीत नाही की आनंद म्हणजे काय?

'एहसासे कुरबे दोस्त है एहसास बेखुदी।'

मित्र जवळ येतोय आणि इथे शुद्ध हरपत आहे. ज्याला शोधण्यासाठी जीवाचं रान केलं तो आता जवळ येतोय आणि जो शोधण्यासाठी निघाला होता तो हरवत जातोय.

'एहसासे कुरबे दोस्त है एहसास बेखुदी।'

ठिकाण जवळ येत चाललंय आणि यात्रीचं अस्तित्व संपत चाललंय.

'क्या है विसाले यार? मुझे कुछ पता नहीं।'

यालाच मिलन म्हणतात? हीच का ती वेळ? जिथे फक्त परमात्मा राहतो, उरतो आणि भक्त हरवून जातो? किंवा भक्त राहतो आणि भगवान हरवतो? पण आता काहीच माहीत नाही. आता कसले हिशोब नाहीत. जुनी मोजमापं नाहीत. जुने शब्द सार्थकी लागत नाहीत.

'साकी की चश्मे मस्त है और मेरी तश्नगी।'

हे परमात्म्याचे डोळे, हे परमात्म्याचे डोळे आणि त्यातून झळकत ओघळणारी 'शराब'! आणि ही माझी तहान!

'साकी की चश्मे मस्त है और मेरी तश्नगी
है और मय गुसार? मुझे कुछ पता नहीं।'

माझ्याशिवाय, माझ्याव्यतिरिक्त अजूनही कुणी 'पियक्कड' या जगात आहे? मला माहीत नाही. ही माझी तहान आहे आणि हे तुझे डोळे आहेत.

जेव्हा भक्त भगवान परमात्म्यासमोर उभा राहतो तेव्हा एकटाच असतो. सर्व जग हरवून जातं. भक्ताला जेव्हा परमात्मा मिळतो, तेव्हा तो त्याला एकट्यालाच मिळतो.

'है और मय गुसार?' कुणी अजूनही 'मद्यपी' आहे या दुनियेत? मला माहीत नाही. ही माझी तहान आहे आणि हे तुझे डोळे आहेत. हे मी पिणार. माझी तहान आणि तुझे डोळे. माझी तहान आणि तुझी मदिरा. एवढंच दे! पुरेसं आहे. अजूनही कुणी ही मदिरा पिणारा आहे? मला माहीत नाही. माझ्याकडे तसा हिशोब नाही.

'नकहत है ताज़गी है मुसर्रत है दमबदम
होगी यही बहार, मुझे कुछ पता नहीं।'

सर्वत्र फुलंच फुलं आहेत. ताजेपणा, टवटवीतपणा बहरतो आहे. आनंदोत्सव साजरा होतोय.

'नकहत है ताज़गी है मुसर्रत है दमबदम।'

आणि सर्वत्र आनंद, उत्सव, जल्लोष होतोय की ती वेळ आली – वसंताची! भक्त म्हणतो, 'हाच असेल, हाच असायला हवा वसंत ऋतू. असो, नसो! माझ्यासाठी हाच वसंत!

'होगी यही बहार, मुझे कुछ पता नहीं।'

आता हेही माहीत नाही की वसंत म्हणजे काय? शिशिर म्हणजे काय? काय सुख आणि कुठलं दुःख!

ज्यांनी परमात्म्याच्या वेदना जाणल्या, त्याच्यासाठी सर्व हिशोब संपले. परमात्मा जेव्हा येतो, तेव्हा एखाद्या तुफानासारखा, पुरासारखा येतो. सर्व बंधनं, सीमा तोडून येतो. अगदी बुडवून टाकतो.

'क्या कर गई है एक नजर में निगाहे मस्त
है कोई होशियार? मुझे कुछ पता नहीं।'

जेव्हा भक्त या नजरेला पहिल्यांदा बघतो, तेव्हा त्याच वेळेस त्याला जाणवतं की या जगात कुणीच हुशार नाहीये. हे जे मोठमोठाले स्वतःला हुशार समजतात ते मोठ्यातले मोठे मूर्ख वाटतात. हुशारी मूर्खाला वाटते, कारण आता वेडेपणात हुशारी वाटू लागते. शुद्ध असणे हा वेडेपणा वाटतो. कारण बेशुद्धता रसपूर्ण दरवाजे उघडते, दालन दिसतं ते आनंदाचं, अनेक दारं उघडी होतात.

'मीरां व्याकुल विरहिणी, सुध-बुध बिसरानी हो।'

आणि 'सुध-बुध बिसरानी' याचा अर्थच तो आहे.

'डारि गयो मनमोहन फांसी।'

खूप गोड वचन आहे.

'डारि गयो मनमोहन फांसी।'

तो जो प्रिय आहे. त्याने गळ्यात फास अडकवला आणि गेला.

प्रेम – मृत्यू आहे. जो प्रेमात मरू शकतो तोच मिळवतो. प्रेमाचा वर्षाव तसा आहे. मी स्वतःला संपवायला तयार आहे. तू असं, मी नको. संसाराचा अर्थ आहे – मी असू देत. हवं तर तू संपून जा. पण मी राहणार!

तुम्ही जरा कधी शांतपणे बसून विचार करा. जर कधी परमात्मा समोर उभा येऊन ठाकला, तुम्ही आहात आणि दोघांमधून कुणीतरी एकच राहू-वाचू शकतो. तुम्ही कुणाला वाचवाल? परमात्म्याला की स्वतःला? एका बोटीत बसला आहात, परमात्मा आणि तुम्ही आणि असा प्रसंग येतो की बोट बुडतेय. एकच वाचू शकतो. तर तुम्ही स्वतःला वाचवाल का परमात्म्याला? खोटं उत्तर देऊ नका. कारण कुणा दुसऱ्याला उत्तर द्यायचं नाहीये. स्वतःच स्वतःला उत्तर द्यायचं आहे. तुम्ही जर स्वतःला वाचवलंत तर तुमच्यात अजून भक्तीची सुरुवात झालेली नाही. शंभरातून नव्याण्णव लोकं स्वतःला वाचवतील. ते म्हणतील,

'परमात्म्याला नंतर बघू. म्हणतील, आम्ही तर मृत्यू पावणारे आहोत, परमात्मा तर शाश्वत आहे. अरे, परमात्मा कधी मृत्यू पावतो का? परमात्मा मरू शकत नाही, पण आम्ही मरतो. तर आधी स्वत:ला वाचवा, परमात्मा तर वाचलेलाच आहे. खूप शक्यता आहे की तुम्ही जयरामजी म्हणून परमात्म्याला धक्का द्याल आणि म्हणाल की 'परत भेटू.'

पण प्रेम... प्रेम म्हणजे संपवण्याची तयारी! प्रेम नेहमीच समर्पित होण्यासाठी तत्पर असतं.

मीरा योग्य सांगते, 'डारि गयो मनमोहन फांसी।'

भक्ती म्हणजे फास आहे, एकच वाचेल, दोघं नाही. कबीर म्हणतात ना, प्रेमगली अति सांकरी, तामे दो न समाय' दोघं सामावू शकत नाहीत. भक्त तरी किंवा भगवान तरी. तुमची इच्छा अशी असते की, 'मीही राहो आणि तूही रहा' – सहअस्तित्व! पण तुम्ही जर असं म्हटलंत तर फक्त तुम्हीच राहता, परमात्मा नाही राहू शकत. कारण परमात्मा इतका विशाल आहे की तुम्हाला संपूर्ण जागा रिकामी करून द्यावी लागेल तर मावेल. दोघं एकत्र शक्य नाही. एका म्यानात दोन तलवारी नाही राहू शकत. एका जीवनात भक्त आणि भगवान दोघं नाही सामावू शकत.

'डारि गयो मनमोहन फांसी।'

अति प्रेमाने मीरा असं म्हणते, काही तक्रार नाही. आनंदाने म्हणाली, 'माझ्या गळ्यात फास टाकलास बरं केलंस. बरं केलंस. मला मारण्याचा उपाय शोधलास. छान केलंस की तू माझी निवड केलीस.

'डारि गयो मनमोहन फांसी।'

काय जादू केलीस, स्पर्श केलास की तुझ्या शिवाय चैन नाही पडत आता. तुला साद देते तर सर्व जग हसतं. लोकं म्हणतात, 'ही वेडी आहे.'

तुम्हालाही मीरा भेटली तर तुम्हीही तिला वेडं म्हणाल, तुम्ही इतका सद्‌भाव दाखवणार नाही, तुम्हीही तिला वेडंच ठरवाल. ती व्यक्तीच हे समजू शकेल. तीच जाणेल, ही काय दशा आहे. ही बेशुद्धी. अपूर्व आनंदाची दशा!

'अम्बुआ की डाली कोयल इक बोलै, मेरो मरण अरू जग केरी हांसी
विरह की मारी मैं बन-बन डोलूं, प्राण तजूं करवत ल्यूं कासी।'

'मी विरहिणी इथपासून तिथपर्यंत त्याला शोधत फिरतेय. या जंगलापासून त्या जंगलापर्यंत या डोंगरापासून त्या डोंगरापर्यंत. या गावापासून त्या गावापर्यंत, या गल्लीपासून त्या गल्लीपर्यंत, तुलाच शोधते. तुझी झलक तर मिळाली आहे. तुझी ओळखही हाताशी लागलीय. जेव्हापासून तुझा स्वाद लागलाय, संसारातला स्वाद नाहीसा झालाय. या अशा संसारात जगण्यापेक्षा तुझ्यासाठी मरावं जरी लागलं तरी

त्यात आनंद आहे.'

पण तू फास तर टाकला आहेस, पण प्राण अजून गेला नाही. गळा तर आवळला आहेस, थोडा अजून आवळ – ही प्रार्थना आहे, अजून आवळ. अजून, मी संपूर्णपणे संपून जावो.

'विरह की मारी मैं बन-बन डोलूं, प्राण तजूं करवत ल्यूं कासी।'

मी तयार आहे. तू जिथे सांगशील तिथे जाऊन मरायला तयार आहे, पण फास आवळ! भक्ताची अशी बेचैन अवस्था होते. संसार आणि परमात्मा दोहोत राहत असतो. एक पाय पृथ्वीवर तर एक पाय आभाळात! एक इथे तर एक अज्ञानात. दोन्ही लोकांत एकदम! फाशी आहे ही.

तुम्ही एका अर्थाने निश्चिंत आहात. संसार हेच तुमचं एकमात्र स्थान आहे. व्याप आहेत, अडचणी आहेत, पण सर्व संसाराचीच आहेत. तुम्ही एकाच नावेत आहात. बुडणाऱ्या नावेत. कागदाची होडी आहे ही. पण जोपर्यंत बुडत नाही, तोपर्यंत निश्चिंतपणे सर्व व्यवहार होत आहेत.

भक्ताचं तसं नाही. एक पाऊल या नावेत तर दुसरं पाऊल त्या नावेत. त्या नावेत संपूर्णपणे जाऊ इच्छितो. पण ती नाव मधूनच सुटते. हाती येईतो सुटते. कधी झलक मिळते, कधी हरवते. कधी प्रगाढ चैतन्याच्या क्षणी परमात्मा जवळ आहे असं वाटतं, पण पुन्हा हरवतो. 'यह मन बड़ो हरामी' मग अंधार पसरतो. मग जो तारा जवळ आहेसा वाटत होता, तो दूर जातो.

भक्त आतून काही आणि बाहेरून काही वेगळा होऊन जातो. बाहेरून तुमच्याबरोबर आणि आतून परमात्म्याबरोबर राहतो. बाहेरून तुमच्याशी, आतून परमात्म्याशी बोलतो. भक्ताच्या जीवनात अडचणी असतात. या अडचणींकरता 'फाशी' या शब्दाव्यतिरिक्त दुसरा चपखल शब्द नाही. 'डारि गयो मनमोहन फांसी।'

'मोअज्जन कुलजमे पाकीजगी है दिल में मेरे
मैं बजाहिर तो गुनाहगार नज़र आता हूं।'

आतून पवित्रतेचा समुद्र आहे पण बाहेरून गुन्हेगार वाटतो.

मोअज्जन कुलजमे पाकीजगी है दिल में मेरे
मैं बजाहिर तो गुनाहगार नज़र आता हूं
नकहतो रंगे गुलिस्ता हैं रगों में मेरी
एक सूखा हुआ गो खार नजर आता हूं।

आतून तर बाग आहे. फुलं फुलली आहेत, पण बाहेरून एक सुकलेला काटा वाटतो.

एक सरमस्तिये जावेद मुझे है हासिल
देखने को तो मैं हुशियार नज़र आता हूं।

आणि आतून मस्ती आहे, मदिरा वाहतेय, ओथंबून जायला होतंय आणि बाहेरून हुशार दिसतो.

'जिंदगी में मेरी कोनैन की वुसअत शामिल
बन्दे हस्ती में गिरफ्तार नज़र आता हूं।'

माझ्या आत विशाल आकाश आहे. आकाशाला गवसणी घालायची ताकद आहे. असीम आकाश आहे. आणि बाहेर? या छोट्याशा देहात कोंडला गेलोय.
'डारि गयो मनमोहन फांसी।'

'रौनक अफरोज इक सुबहे दरक्शां मुझमें
गरचे महबूस शबे तार नज़र आता हूं।'

आतून तर प्रकाशमय झालोय आणि बाहेर मात्र काळोखी रात्र आहे.

'मुझसे बाबस्ता है सब कुवते तखलीके हयात
लागरो बेकसो लाचार नजर आता हूं।'

आत परमशक्तीचा स्रोत आहे आणि बाहेरून मात्र दुबळा....

'मेरी हस्ती में है तनवीरे जहां पोशीदा
पाबगिल सायाये दीवार नज़र आता हूं।'

आणि आतून तर प्रकाशाचा वर्षाव आणि बाहेरून मात्र मी एक काळोख आहे.

'इम्बसात और मुसर्रत का हूं मैं सर चश्मा
गमे हस्ती का लिये बार नज़र आता हूं।'

आणि आतून तर हर्ष – आनंदच आनंद आहे.

'इम्बसात और मुसर्रत का हूं मैं सर चश्मा।'

आणि तिथे तर धबधबा वाहतोय आनंदाचा, सच्चिदानंदाचा!

'गमे हस्ती का लिये बार नज़र आता हूं।'

आणि बाहेरून उदास, दु:खी, वेदनांनी भरलेला दिसतो. विरहाची आग जळतेय बाहेरून आणि आतआत मिलन होत आहे. *'डारि गयो मनमोहन फासी।'*

'मिट चुका है मेरा एहसासे अना लेकिन मैं
मये पिन्दार से सरशार नज़र आता हूं।'

आत अहंकार आता राहिलेला नाही, पण बाहेरून लोकांना वाटतं की हा अहंकारी आहे. मीरालाही लोकांनी तसंच समजलं. त्यांनाही ती अहंकारी वाटली, कारण ती म्हणायची की तिचं कृष्णाशी मिलन झालं. कृष्णही त्यांना अहंकारी वाटला कारण कृष्ण म्हणायचा, 'सर्व धर्मान परित्यज्य मामेकं शरणं व्रज।' सर्व सोडून दे अर्जुना, तू मला शरण ये. क्राइस्टला लोकांनी अहंकारी समजलं, कारण क्राइस्ट म्हणे, 'मी मार्ग आहे. मी सत्य आहे.' मी आणि परमात्मा दोन भिन्न नसून एक आहोत.' मन्सूरही अहंकारी वाटला, कारण तो म्हणत असे, 'अनलहक,' अहं

ब्राम्हास्मि! मी स्वत:च परमात्मा आहे.

'मिट चुका है मेरा एहसासे अना लेकिन मैं
मये पिन्दार से सरशार नज़र आता हूं।
हर तआल्लुक से है आज़ाद तबीयत मेरी
दामे दुनिया में गिरफ्तार नज़र आता हूं।
मस्तो सरशार हूं हर वक्त ख्याले हक में
काफिरो आसीओ मयसार नज़र आता हूं।'

आतून परम मदिरा प्यायलो आहे. बाहेर लोकांना वाटतं की दारूडा आहे.

'डारि गयो मनमोहन फांसी।'

'विरह की मारी मैं बन-बन डोलूं, प्राण तजूं करवत ल्यूं कासी।
मीरा के प्रभु हरि अविनासी, तुम मेरे ठाकुर मैं तेरी दासी।'

समजून घ्या की यामध्ये तक्रार नाहीये, मीरा स्वत:ला धन्य समजते. 'डारि गयो मनमोहन फांसी।' तिला हे सौभाग्य वाटतं की हे योग्यच झालं. तुमच्यासाठी कष्ट हे सौभाग्य आहे आणि संसारासाठी सुख दुर्भाग्य आहे.

'मीरा के प्रभू हरि अविनासी, तुम मेरे ठाकुर मैं तेरी दासी।'

तुला जसं हवं तसं तू कर. तुझी इच्छा पूर्ण होऊ देत. मी तुझी दासी आणि तू माझा मालक आहेस. माझी इच्छा अपूर्ण राहिली तरी चालेल. तुझी इच्छा मात्र पूर्ण होवो. फाशी द्यायची आहे? चालेल. जगवायचं तर जगव, मारायचं तर मार. पण मी तुझी दासी आहे. मी तुझीच सावली आहे.

'प्यारे दरसन दीजो आय, तुम बिन रह्यो न जाय।
जल बिन कमल चन्द बिन रजनी, ऐसे तुम देख्या बिन सजनी।'

मीरा म्हणते, तुला न बघता जगणं केवळ अशक्य आहे.

'प्यारे दरसन दीजो आय, तुम बिन रह्यो न जाय।'

परमात्म्याशिवाय लोकं कशी काय राहू शकतात? एकदा का परमात्म्याचा छोटासा किरण मिळाला, तर तुम्ही आश्चर्यचकित व्हाल की इतके जन्म गेले, तुम्ही कसे काय राहू शकता? तुम्ही हैराण व्हाल, अचंबित व्हाल की इतके जन्म तुम्ही परमात्म्याशिवाय काढलेत.

'प्यारे दरसन दीजो आय, तुम बिन रह्यो न जाय। जल बिन कमल...।'

मीरा म्हणते की, माझी अवस्था अशी आहे – जसं पाण्याशिवाय कमळ कोमेजत जातेय. तुझ्या विरहात फक्त कोमेजणं आहे. तुझ्या मिलनात, अस्तित्वात उमलणं आहे. तू माझे प्राण. तूच माझी ज्योत, तूच माझा श्वास!

'जल बिन कमल चन्द बिन रजनी....'

तू नाहीस तर अशी अवस्था आहे की चंद्राशिवायची रात्र – अमावस्या!

'ऐसे तुम देख्या बिन सजनी।
व्याकुल-व्याकुल फिरूं रैण दिन, विरह कलेजो खाय।
दिवस न भूख नींद नहिं रैणा, मुखसूं कथत न आवै वैणा।'

आणि मीरा म्हणते, 'शब्दच फुटत नाहीत. नीट धड बोलूही शकत नाही. अडखळायला होतं. तुझ्याशी बोलू इच्छिते पण तुझा ठावठिकाणाच नाही. ज्यांच्याशी बोलावं लागतं, त्यांच्याशी बोलण्याची इच्छा नाही. तुझ्याबरोबर राहू इच्छिते आणि तू कुठे आहेस? नको त्या लोकांच्या संगतीत राहावं लागतंय रे! तू ये.

'दिवस न भूख नींद नहिं रैणा, मुखसूं कथत न आवै वैणा
कहा कहूं कछु कहत न आवै, मिलकर तपत बुझाय।'

एवढंच सांगते की आग खूप जळतेय. आता बरस आणि हिला विझवून टाक.

'क्यूं तरसाओ अंतरजामी, आय मिलो किरपा कर स्वामी
मीरां दासी जनम-जनम की, पड़ी तुम्हारे पांय।'

का मला तडफडत ठेवतो आहेस? काय अशी तुला गरज?

'आय मिलो किरपा कर स्वामी।'

लक्षात ठेवा, भक्तिमार्गावर कृपासूत्र आहे. जे मौल्यवान आहे. भक्तच म्हणतो, 'कृपा कर!' ज्ञानी म्हणतो, 'हे माझं शुभकर्म आहे, याचं फळ पाहिजे. ज्ञानी दावेदार असतो म्हणतो, 'त्याग केला, तप केलं, ध्यान केलं, एवढेएवढे जन्म साधना केली, तपश्चर्या केली. त्याचं फळ हवं.' भक्त असा दावा करत नाही. तो म्हणतो, दावा आणि तुझ्यावर? 'तुम मेरे ठाकूर, मै तेरी दासी।' आणि तुझ्यावर मी दावा करू? शक्य नाही. तू माझ्यावर कृपा कर. तुझ्या कृपेमुळे मला मुक्ती मिळेल. माझ्या कृतीमुळे नाही, तुझ्या कृपेमुळे! मी करून काहीही उपयोग नाही. तू हवास, तरच सर्व शक्य!

भक्त म्हणतो की जास्तीत जास्त मी काय करू शकतो, तर रडू शकतो. माझ्याजवळ अश्रू आहेत. या पलीकडे काही नाही. ते तुझ्या चरणांवर सांडू शकतो. माझे अश्रूच. माझी प्रार्थना, माझी तहान, माझी हाक आहेत.

'क्यूं तरसाओ अन्तरजामी'

मी इतकं सांगतोय आणि तू मला तरीही का सतावतो आहेस? का अजून वेदना, त्रास, विरह सहन करू? किती काळ...?

'...आय मिलो किरपा कर स्वामी।
मीरा दासी जनम-जनम की, पड़ी तुम्हरे पांय।'

अद्‌भुत गोष्ट आहे. मीरा म्हणते, कित्ती जन्मांपासून तुझ्या पायाशी पडून राहिले. एकदा तरी बघ माझ्याकडे!

हा फरक समजून घ्या. भक्त दावेदार नाहीये. दावा आणि परमात्म्याशी...?

भक्त आणि भगवान यांचे संबंध कायद्याचे नाहीयेत. देणं-घेणं इथे काहीही नाही. भक्ताकडे देण्यासारखं काही नसतंच. तो म्हणतो, 'मी तर रिकामं भांडं आहे, भिक्षापात्र! तू हे पात्र भरून दे. माझा माझ्यावर विश्वास नाही, तुझ्या कृपेवर आहे.

हे सूत्र अद्भुत आहे. हे सूत्र तुम्ही नीट लक्षात घ्या आणि इतकंच करा की त्याच्या चरणाशी लीन व्हा, हाक मारत राहा. रात्र लवकर संपेल. लवकरच पहाट होईल. आणि मग अहंकाराला जागा राहणार नाही.

ज्ञानी शेवटपर्यंत चुकत राहतो, त्याला त्याच्या ज्ञानाचा अहंकार असतो. भक्त सांगतो मी असमर्थ आहे. ज्ञानी म्हणतो, 'मला इतकंच माहीत आहे की, मी एवढं तप केलं, इतकी व्रत-वैकल्यं केली, इतकी साधना केली...' या गोष्टी त्याच्या अहंकारात भर घालतात, अहंकाराला मजबूत करतात. ज्ञानी माणसाला सर्वांत मोठा धोका आहे, तो म्हणजे 'अहंकार.' भक्ताला सर्वांत मोठा धोका आळशीपणापासून आहे. ज्ञानी माणसाची अस्मिता वाढतच जाते. जेवढं करेल तेवढी अस्मिता वाढते, कृत्यांच्या राशी उभ्या करतो. शेवटी म्हणतो, 'आता समाधीच घ्यायला हवी, नाही तर काय कमी राहिलंय ते बोला.'

भक्त म्हणतो, माझ्यात काही सामर्थ्य आहे की त्याने या करुणाकाराला अगदी आतून साद घालावी. जसं लहान मूल झोपाळ्यात आहे, त्याला बोलवायचं आहे आईला, पण ते उठू शकत नाही, चालू शकत नाही, बोलू शकत नाही, पण रडू तर शकतं! त्या केविलवाण्या, हाक मारण्यासारख्या रडण्याने त्याची आई धावत येते. त्याला एकच माहीत आहे की मी रडतो, त्या रडण्यात सत्य असेल, वास्तविकता असेल, माझ्या रडण्यात माझं हृदय असेल, तर आई कितीही दूर असो, ती धावत येणारच!

भक्ताची प्रक्रिया परमात्म्याच्या अनुकंपेवर अवलंबून आहे आणि परमात्मा अनुकंपेव्यतिरिक्त अजून काही वेगळं जाणत नाही. अनुकंपा आणि केवळ अनुकंपाच! त्याचंच नाव परमात्मा आहे.

परमात्मा कुणी व्यक्ती नाहीये. या अस्तित्वामधल्या सर्व अनुकंपा एकत्रित केल्या त्याचं नाव परमात्मा!

आणि हे अस्तित्व करुणामय आहे. कारण आम्ही इथे जन्मलो. आम्ही त्याचे आहोत आणि तो आमचा आहे. हे अस्तित्व करुणामय आहे कारण हे अस्तित्व आमचा स्रोत आहे, आमचा प्रवाह आहे. हा प्रवाह आमच्यासाठी उदास असू शकत नाही.

ज्या जमिनीवर हे वृक्ष जन्मले, ती जमीन त्या वृक्षांसाठी उदास असू शकत नाही. उपेक्षापूर्ण असू शकत नाही. त्या जमिनीतून रसधारा वाहतच राहणार. त्या

रसधारांनी वृक्षांवर फुलं फुलणार, फुलत राहणार. या गोष्टीचं जर तुम्ही स्मरण केलंत की ज्यामुळे तुम्ही जन्मलात, ती मूळ ऊर्जा, तो स्रोत आमच्यासाठी उपेक्षेने भरलेला असणं शक्य नाही. म्हणून साद द्यायला हवी. फक्त हाक मारण्याची खोटी आहे. ज्यांनी योग्य पद्धतीने हाक मारली, ज्याने हृदयपूर्वक हाक मारली, त्याच्यावर परमात्म्याची अनुकंपा निश्चितच बरसणार! मीराकडून साद घालायला शिका!

समन्वय नाही – साधना करा

प्रवचन चौथे

प्रश्नसार :

● तुम्ही म्हणता की, मनुष्य स्वत:च पूर्णपणे स्वत:साठी जबाबदार असतो. तुम्ही असंही म्हणता की, 'समस्त' सर्व करतो. या दोन वाक्यांत समन्वय कसा साधणार?

● संसारात एक तुम्ही आहात, ज्यांची भीती वाटत नव्हती. पण इथे काही दिवसांपासून तुमचीही भीती वाटत आहे. ही काय स्थिती आहे प्रभू?

● तुम्ही म्हणालात की गीतेतल्या कृष्णाशी मीराचा काहीही संबंध नाही. पण मीरा तर म्हणते, 'मेरे तो गिरधर गोपाल, दूसरो न कोई।' तर हा 'गिरधर गोपाल' कोण आहे?

● मी खूप दु:खी आहे, मला मार्ग दाखवा.

● मी तुमचा संदेश घराघरातून पोहोचवू इच्छितो, पण माझं कुणी ऐकतच नाही. मी काय करू? चरफडतो आणि गप्प बसून राहतो.

*प*हिला प्रश्न : तुम्ही म्हणता की मनुष्य स्वतःच पूर्णपणे स्वतःसाठी जबाबदार असतो आणि तो आपला स्वर्ग-नरक स्वतःबरोबर घेऊन चालतो. तुम्ही असंही म्हणता की 'समस्त' सर्व काही करतो. अंश काय करू शकतो? या दोन वाक्यांत समन्वय कसा काय साधणार?

✲ समन्वय कशाला करू इच्छिता? समन्वय झाला तरी त्याने काय होणार? बुद्धीची जी थोडी हौस असेल ती फिटेल. कोणत्याही समन्वयाने जीवनात क्रांती होणार नाही. समन्वयाची आशा व्यर्थ आहे.

साधना कशी होईल, हे विचारा. समन्वय कसा होईल, त्याने काय होणार? आदर्श व्हायचं आहे का? मोठे वैचारिक होऊ इच्छिता? मोठे सिद्धान्तवादी?

आमची जिज्ञासा मौलिकार्थाने चुकीची असते, म्हणूनच आम्ही भरकटत राहतो. समन्वयाचं प्रयोजन काय? काय करणार समन्वय करून? आंबा आणि लिंबू यामध्ये समन्वय कसा होणार? आंबा नासेल आणि लिंबूही खराब होईल. दोघं आपले गुण हरवून बसतील.

या दोन्ही गोष्टी आपापल्या स्थानावर बरोबर आहेत. समन्वयामुळे दोन्ही गोष्टी चुकीच्या होतील. पहिली गोष्ट ज्ञान मार्गाची घोषणा आहे की, प्रत्येक व्यक्ती आपलं जीवन आपली नियती यासाठी संपूर्णपणे जबाबदार आहे. कारण ज्ञानाचा मार्ग संकल्पावर आधारित आहे. तुमच्या संकल्पाची प्रगाढता हवी. समर्पणाची ज्ञानमार्गावर गरज नाही. श्रम हवेत, समर्पण नाही. जिथे श्रमांची आवश्यकता आहे तिथे जर असं म्हटलं की सर्व गोष्टींसाठी परमात्मा जबाबदार आहे तर श्रम असंभव होतील, तर

हे वक्तव्य म्हणजे केवळ एक निमित्त आहे. एक उपाय आहे, तुम्हाला संकल्पाचं नियोजन करण्याचा. ज्यांना हे पटतं, त्यांनी दुसऱ्याची चिंता करू नये. समन्वयाची चिंता तर करूच नये.

तुम्हाला ही गोष्ट समजायला हवी की मीच जबाबदार आहे. आपलं सुख, आपलं दु:ख, आपली शांती, आपली अशांती, आपला संसार, आपलं निर्वाण या जबाबदारीच्या जाणिवेने तुमचं आयुष्य रूपांतरित होऊ लागेल. जर नरकासाठी तुम्ही जबाबदार असाल तर नरक का बनवायचा? बाजूला सारा त्याला. ज्या ज्या गोष्टींमुळे नरक बनतो. त्या त्या सर्व गोष्टी जाळून टाका. जर स्वर्ग तुमच्याबरोबर आहे, तर का नाही संपूर्ण स्वर्ग, का नाही फुलवायची संपूर्ण बाग, ज्यात स्वर्गाची फुलं फुलतात? त्या झाडांची निगराणी करा. म्हणजे सर्व ऊर्जा स्वर्ग निर्माण करण्यासाठी वापरता येईल.

संकल्पाच्या मार्गावर तुम्ही निर्णायक आहात, तुम्हीच तुमची नियती आहात, ही गोष्ट जितकी खोलवर, प्रगाढतेने बिंबवून घ्याल, तेवढं चांगलं. पण जर तुम्ही समन्वय करायला बघाल तर द्विधा मनस्थितीत पडाल. समन्वयाचा अर्थ असेल – परमात्मा जबाबदार आहे आणि मी सुद्धा जबाबदार आहे. मग प्रश्न निर्माण होईल, 'कोण जबाबदार आहे?' या द्विधा स्थितीत तुम्ही आहात तिथेच उभे राहाल. चालू शकणार नाही. ज्याला चालायचं आहे तो समन्वयात पडत नाही. चालणाऱ्यांची समन्वय ही गोष्ट नाही. हे तर रिकामटेकड्या माणसांचं काम. ज्यांना काही करायचं नाहीये, त्यांना या समन्वयाच्या निमित्ताने काहीही न करण्याची सोय मिळते आणि होते.

दुसरं वक्तव्य असं की, परमात्मा जबाबदार आहे. पूर्णपणे! काही अंशी काय करणार? थेंब सागरात काय करणार? सागरच जबाबदार आहे. सागर जिथे जाईल, थेंबही तिथेच जाईल. थेंबाचा स्वत:चा प्रवाह – प्रवास तो काय? त्याची स्वत:ची ती काय गती? ही भक्तिमार्गाची घोषणा आहे. ही विपरीत घोषणा आहे. या घोषणेचा अर्थ 'मी करून काहीही होणार नाही. जर मी करून काहीही होणार नसेल तर हे 'मी'पणाचं ओझं मी का बाळगावं? जर काही होतच नाहीये, तर ही आढ्यता घेऊन का फिरू? ही आढ्यता परमात्म्याच्या चरणी ठेवू. नतमस्तक होऊ. सांगू त्याला, आता जशी तुझी मर्जी, कारण तुझ्या मर्जीशिवाय काहीही होत नाही, तर आता कशाला रडायचं? तक्रार करायची?

वृक्षं तर रडत नाहीत की, ते हिरवे आहेत तर का आहेत? चंद्र-तारे रडत नाहीत, नदी-डोंगर तर रडत नाहीत. जो जसा आहे, तो तसा आहे, प्रभूची मर्जी.

भक्त जसा आहे तसा प्रभूला समर्पित होऊन जातो. तो म्हणतो, 'चांगला-वाईट जसा आहे, तूच समज. वाईटाची गरज असेल तर वाईट बनव, चांगल्याची

गरज असेल तर चांगलं बनव. मी तुझं चित्र आहे, तू चित्रकार आहेस. जसे रंग भरायचे असतील भर. चित्राची काय लायकी? चित्र चित्रकाराला काय बोलणार?

ही अगदी दुसरी गोष्ट आहे. दुसरी घोषणा आहे. या घोषणेत अहंकाराला समर्पित करायचं आहे. पहिल्या घोषणेत श्रमांना प्रज्वलित करायचं आहे, दुसऱ्या घोषणेत अहंकाराला समर्पित करायचं आहे. हा वेगळा उपाय आहे. तुम्हाला जर पहिली गोष्ट जमली तर दुसरी विसरूनच जा की कुणी असं म्हटलंय. समन्वयाची गोष्ट तर करूच नका. हेही विसरून जा की या जगात असं कुणी म्हणणारं आहे, की सर्व काही करणारा तो परमात्मा आहे. जर ही गोष्ट तुमच्या मनात उमटत राहिली तर ती संकल्पांना पंगू करेल, नपुसंक करेल. जर समर्पण योग्य वाटतंय, तुमचा रोमन्रोम पुलकित होतोय. हृदय फुलून येतंय, रसधारा वाहत आहेत की हेच योग्य आहे. त्याच्या चरणी सर्व ठेवा ठेवीन, तो जे करेल, तसंच होवो. हे जर शक्य होत असेल तर संकल्पाची पहिली गोष्ट विसरून जा. तुम्ही विचारता, दोन्हींचा समन्वय कसा होणार? मी सांगतोय, 'चालायचं असेल तर एकाच रस्त्याने चालता येईल. दोन्ही रस्त्यांवरून नाही. दोन्ही रस्त्यांवरून कसं चालता येणार? आणि ही पण गोष्ट खरी आहे की दोन्ही रस्ते त्याच्याकडेच पोहोचवतात. तरीही तसं चालता तर येणं शक्य नाही! डोंगराच्या माथ्यावर पोहोचण्यासाठी अनेक वाटा असतात, पण चालता येणार कुठल्या तरी एकाच वाटेने. एकत्र सर्वच वाटांवरून चालू शकणार नाही ना?

सर्व रस्त्यांचा समन्वय, याचा अर्थ काय? डोंगरावर चढताना तुम्ही असा विचार करत नाही की एक रस्ता डावीकडे जातो, एक उजवीकडे दोहोंचा समन्वय कसा करावा? मला पहाडावर चढायचं आहे, मी समन्वयाचा मार्ग तयार करेन. एक पाऊल डाव्या रस्त्यावर, एक पाऊल उजव्या रस्त्यावर. तुम्ही कधीही शिखरावर पोहोचणार नाही, विक्षिप्त व्हाल. एकदा इथे, एकदा तिथे पळत राहाल. या पळापळीत जीव जाईल. आणि पोहोचणार केव्हा? कसे? मनुष्य एकाच मार्गावरून सातत्याने चालला तर पोहोचतो. पावला मागून पाऊल एकाच वाटेवरून पडत राहिलं तर पोहोचतो.

पण जगात महात्मा गांधींसारख्या लोकांनी समन्वयाबद्दल बभ्रा केला आहे. या समन्वयाच्या गोष्टींमागे राजकारण आहे. साधनेशी त्याचा काहीही संबंध नाही. 'अल्लाह – ईश्वर तेरे नाम,' ठीक आहे. ही गोष्ट तर ठीक आहे. पण दोन्ही नावांचा जप करत राहिलात, पण जेव्हा गोळी लागली तेव्हा 'अल्लाह' नाही निघालं मुखातून – तेव्हा 'राम' च आलं. तेव्हा अल्ला कुठे गेला? तेव्हा अल्लाह-राम किंवा राम-अल्लाह तरी म्हणायचं होतं जाता जाता. काहीतरी तर हिशोब ठेवायचा होता. आयुष्यभर अल्लाह-ईश्वर बोलत राहिले! मग मरताना 'राम' का आला?'

'अल्लाह' हा फक्त राजकारणाचा भाग होता. मुसलमानांना खूश, संतुष्ट ठेवण्याचा मार्ग होता. त्यात काही जीव नव्हता. जेव्हा गोळी लागली तेव्हा राजकारण विसरले. तेव्हा जे अंतरात्म्यात होतं, तेच मुखातून उच्चारलं गेलं. त्या अशा क्षणी राजकारण कसं काय लक्षात राहणार? त्या क्षणी जिना काय विचार करत असेल, मुसलमान काय विचार करेल, अशा विचारांसाठी अवधी कुठे होता? गोळीने सर्व राजकारण संपवलं. जे हृदयात होतं, तेच निघालं.

अल्ला पण प्रिय आहे आणि रामही प्रिय आहे. 'अल्ला' पसंत पडलं तर तसा जप करा. पण अल्ला-ईश्वर दोन्हीचा जप करू नका. दोघांचं स्वरज्ञान विभिन्न आहे. दोघांचे परिणाम वेगवेगळे आहेत. दोन्ही दोन वेगवेगळ्या साधकांसाठी तयार झालं आहे, निर्माण केले गेले आहेत.

नेहमी लक्षात ठेवा, प्रत्येक साधना पद्धती आपल्या स्वत:त परिपूर्ण असते. तिला दुसऱ्या साधना पद्धतीच्या आधाराची गरज नाही. पण समन्वयाचा हाच परिणाम होतो.

ॲलोपथी एक शास्त्र आहे. ज्यांनी विचारलंय ते एक डॉक्टर आहेत. म्हणून उपयोग होईल. ॲलोपथी हे एक शास्त्र आहे. होमिओपाथीशी मिळवू नका. समन्वय करू नका. होमिओपाथी हा एक वेगळा उपचार आहे. त्यातही सार आहे, पण प्रक्रिया वेगळी आहे, आयोजन वेगळं आहे. आयुर्वेदातही सार आहे. अजूनही वेगवेगळ्या पद्धती आहेत. या सर्वांत सार आहे. पण या सर्वांचा जर संयोग केला तर आजारी माणूस मरेल.

समर्पणाचा एक विधी आहे की अहंकार संपावा आणि तो तेव्हाच संपेल जेव्हा कर्म करणारा संपेल. संकल्पाचा दुसरा विधी आहे – जागृतता, सक्रीय होणे आणि बेशुद्धता जाणे. ही केव्हा जाईल, जेव्हा तुम्ही प्रगाढ श्रम कराल. हे दोन्ही वेगवेगळ्या दारांतून परमात्म्याकडे जातात.

तुम्ही समन्वयाबद्दल विचारूच नका. साधनेबद्दल विचारा.

'तुम्ही म्हणता, की मनुष्य स्वत:करता स्वत:च पूर्णपणे जबाबदार आहे, असंही म्हणता की सर्व काही ईश्वर करतो, अंश काय करू शकतो? या दोन वक्तव्यांमध्ये समन्वय कसा होणार?'

समन्वय ही बौद्धिक खाज आहे. त्याने काहीही लाभ होणार नाही. खाज वाढत जाईल. अस्तित्वाचा शोध घ्या. दोन्ही खरं आहे, दोन्ही गोष्टी मीच सांगतो. कारण मी दोन्हीतऱ्हेच्या लोकांसाठी बोलत आहे. महावीराने एक गोष्ट सांगितली, मीराने दुसरी गोष्ट सांगितली. महावीरांकडे असेच लोक जमले जे संकल्पाच्या दिशेने जाऊ शकत होते. मीरापाशी अशीच माणसं जमली जी समर्पणाच्या रूपात गती घेऊ शकत होती.

माझ्याकडे सर्व तऱ्हेची माणसं येतात, मी कुणा एका पंथाबद्दल बोलत नाहीये. कारण एक पंथ स्वीकारला तर धोका सिद्ध झाला. एक लाभ अवश्य होता की लोकं द्विधा होत नसत. महावीर एकच गोष्ट सांगत राहिले, ज्यांना पटलं ते राहिले. नाही पटलं ते गेले. महावीराला स्वत:ची गोष्ट, मार्ग बरोबर आहे हे सांगण्यासाठी दुसऱ्यांची गोष्ट, मार्ग चुकीचा आहे, हे म्हणावं लागलं, जरी त्यांनाही माहीत होतं की तो मार्गही तिथेच घेऊन जातो. मीरालाही असंच करावं लागलं, कारण जे ऐकणारे आहेत ते नाहीतर द्विधा मनस्थितीत गेले असते. हा तर लाभ होता.

आत्तापर्यंत मनुष्यजातीच्या इतिहासात हीच प्रक्रिया आहे. प्रत्येकाने एका मार्गाचा पुरस्कार केला आणि खरं तर सर्वच मार्ग चुकीचे आहेत. इतर सर्व मार्ग चुकीचे आहेत, म्हणून नाही. असं कसं होईल की बुद्ध आणि महावीर, कृष्ण आणि जीझस यांना इतकंही समजत नाहीये, की त्यांच्यापर्यंत पोहोचण्याचे अनंत मार्ग आहेत. त्यांना माहीत आहे, त्यांना जाण आहे की अन्य मार्गांनीही लोक त्यांच्यापर्यंत पोहोचतात. पण एक नाईलाज आहे. जर खरोखरच लोकांना हे जाणवून दिलं की सर्व मार्गांनी तुम्ही त्याच्यापर्यंत पोहोचू शकता, तर अनुयायी विचारतील, जसं तुम्ही विचारलंत की, 'मग समन्वय कसा करायचा?' आणि समन्वयाने कुणीही पोहोचत नाही. म्हणून त्यांनी निश्चित एका व्याख्येत सांगितलं.' 'एकच रस्ता आहे, केवळ एकच.' यामुळे जे श्रोते आहेत त्यांना स्पष्टता कळली. सहज झालं, उगाचच कोड्यात पडले नाहीत. समन्वयाचं कोडं राहिलं नाही.

म्हणून साधने व्यतिरिक्त दुसरा मार्ग उरला नाही. समन्वयाची सुविधा नाही. काही करायचं असेल तर साधना करा. ज्याला जमलं त्याने केली, ज्याला नाही जमलं त्याने अन्य मार्ग अवलंबिला. ही तर फायद्याची गोष्ट! आणि एक नुकसानीची गोष्ट, ती अशी की वैमनस्य निर्माण झालं. सर्व पंथांचे लोक एकमेकांचे शत्रू झाले. पृथ्वी मोठ्या शत्रुत्वाने भरली. हिंदू-मुसलमान लढाई, जैन-बुद्ध, बुद्ध-हिंदू अशी लढाई चालूच आहे आणि अशा मुळेच पृथ्वी कलहाने व्यापली गेली.

आता समजा, तुम्हाला सांगितलं की सर्व मार्ग ईश्वरापाशी पोहोचतात, तर तुम्ही समन्वय साधण्याच्या भानगडीत पडणार, तुम्हाला सांगितलं, एकच मार्ग पोहोचतो तर तुम्ही कलह निर्माण करणार! मार्ग चालण्यासाठी आहे. मार्ग त्याचाच आहे. जो चालतो, पण तुम्ही चालत नाही, वाद घालता, माझा मार्ग बरोबर, तुझा चुकीचा... तुमचं चालणं जणू नाहीच. जो चालतो त्यालाच मार्ग कळला.

पण मनुष्य मोठा उपद्रवी आहे. महावीर, कृष्ण, बुद्धाला लोकांनी वाचवलं... समन्वयाच्या त्रासातून. पण दुसरा उपद्रव सुरू केला. लोक वादात उतरले. एक तर दुसरा चुकीचा आहे, हे सिद्ध करत राहतील किंवा दोन्ही बरोबर आहे, हे सिद्ध करत राहतील आणि या दोहोत मनुष्य फक्त बौद्धिक पातळीवरच राहतो.

ही हानी आहे. पृथ्वी हिंसाचाराने भरली. सर्व मनुष्य जातीचा इतिहास हा धर्माच्या नावाखाली हत्या – असा इतिहास आहे, असं व्हायला नको होतं. धर्माच्या नावाखाली इतका अधर्म झाला. असा अजून कुठल्याही कारणास्तव झाला नाही. ही फार वैमनस्याची गोष्ट आहे. धर्म तर प्रेमाचा संदेश देतो, धर्म म्हणजे ईश्वराचा संदेश. पण धर्म सैतानांच्या हातात पडला. मंदिरातल्या प्रतिमांमागे, मूर्तीमागे सैतान बसलाय. गोष्टी प्रेमाच्या, पण हातात असते ती तलवार. शांतीसाठी कबुतरं उडवली जातात आणि प्रत्यक्षात मात्र विष तयार केलं जातंय, हिंसेचं, क्रोधाचं, शत्रुत्वाचं!

माणसांची दोन्ही गोष्टींतून सुटका करायची आहे, त्यांना वादातून सोडवायचं आहे आणि 'समन्वयापासून' दूर ठेवायचं आहे. म्हणून मी सर्व तऱ्हेच्या मार्गांची चर्चा करतो. कधी समर्पण – कधी संकल्प. म्हणजे तुम्हाला समजेल की दोन्ही गोष्टी बरोबर आहेत. तुम्हाला कदाचित दुसरा मार्ग रुचणार नाही, ही तुमची मर्जी. पण त्यामुळे मार्ग चूक असं होत नाही.

कोणी व्यक्ती पूर्वेला हात उंचावून प्रार्थना करते, तर कुणी पश्चिम दिशेला! तुम्हाला पूर्वेकडे हात उंचावून प्रार्थना करावीशी वाटते. ठीक, कुणाला पश्चिमेकडे हात उंचावून प्रार्थना करावीशी वाटते ठीक! दोघंही प्रार्थना करत आहेत. दोघंही बरोबर आहेत. कुठल्या दिशेला हात जातोय, त्याने काय फरक पडतो? कारण परमात्मा सर्वत्र आहे. कधीही, कुठेही हात जोडा, कारण हात जोडले जातात, ते त्याच्यासाठीच ना! काशीला जा किंवा मक्केला जा, काही फरक नाही. कुराण वाचा किंवा वेदपठण करा, काहीही फरक नाही.

पण दक्षता घ्या, वेद आणि कुराण ह्यांचा समन्वय करू नका. ना समन्वय, ना संघर्ष. सर्व मार्ग उपलब्ध करून देत आहे. त्यापैकी तुम्हाला जो रुचेल, जो तुमच्या मनात उमंग, उत्साह निर्माण करेल. त्या मार्गावरून वाटचाल करा आणि यात्रा चालण्यामुळेच होते.

ही दोन्ही वक्तव्यं... बुद्ध यांना कुशल उपाय म्हणत – तसे कुशल उपाय आहेत. तुमच्या मनात तरीही शंका असणारच. दोन विरोधाभासी वक्तव्यं बरोबर कशी असू शकतील? मग विरुद्धतेत दोन्ही योग्य कशी? एकच कुठलं तरी विधान बरोबर असणार.

हे बुद्धी बोलते आणि तिचे तर्क सीमित आहेत. बुद्धी म्हणते, 'हे तरी बरोबर असेल, नाही तर ते तरी, दोन्ही बरोबर हे कसं? एक तर दिवस असेल, नाही तर रात्र. मी जर म्हणेन की आता दिवसही आहे नी रात्रही आहे... तुम्ही म्हणाल, 'तुम्ही आम्हाला संभ्रमावस्थेत टाकत आहात. कारण दिवस आणि रात्र एकाच वेळेस असू शकत नाही.'

दोन्ही गोष्टी असू शकतात, कारण तुम्ही दिवस आणि रात्र वेगवेगळं समजताय,

इथे चूक करताय. असं समजा कोंबडी आणि अंडं! इसवीसनांपासून हा प्रश्न विचारला जातो, 'पहिलं कोण? कोंबडी की अंडं?' प्रश्न अगदी योग्य वाटतो. पण कुणाला हा प्रश्न विचारला तर खरंच प्रश्न पडतो. कारण कोंबडी सांगावं तर ती तर अंड्यातून जन्मते आणि अंडं सांगावं तर ते कोंबडी देते. या प्रश्नाचं उत्तर कधी काळी मिळणंही कठीण.

मी काय सांगू इच्छितो? तुम्ही दिवस, रात्र हे दोन वेगवेगळे मानलेत, हे चुकलंय. यामुळेच दुसरा चुकीचा प्रश्न तयार झाला. अंडं की कोंबडी! अंडं, कोंबडी दोन नाहीयेत. अंडं, कोंबडी होते आणि कोंबडीच अंडं होते. या एकाच घटनेच्या दोन अवस्था! अंडं ही कोंबडीची एक अवस्था आहे आणि कोंबडी ही अंड्याची एक अवस्था आहे. हे दोन नाहीये. जसं तारुण्य आणि म्हातारपण – तसंच अंडं-कोंबडी आणि कोंबडी-अंडं या वर्तुळाकार अवस्था आहेत.

ज्याला तुम्ही रात्र म्हणता ती दिवस होण्याच्या मार्गावर आहे. जेव्हा तुम्ही रात्र आहे असं म्हणता, तेव्हा दिवस होण्याची तयारी सुरू झालेली असते. रात्रीच्या कुशीत दिवस तयार होत असतो. जेव्हा तुम्ही म्हणता दिवस आहे, तेव्हा रात्र जवळ येत असते. दिवसाच्या कुशीत – गर्भात लपलेली रात्र! रात्र-दिवस एकाच नाण्याच्या दोन बाजू. जर मी म्हटलं की आत्ता दिवस आहे. तरीही बरोबर आणि म्हटलं आत्ता रात्र आहे. तरीही बरोबर! कारण दिवस आणि रात्र वेगवेगळे नाहीयेत. जीवन-मृत्यू वेगवेगळे नाहीयेत. संयुक्त आहेत.

म्हणून तुमची अडचण मी समजू शकतोय. इतकं विरोधात्मक वक्तव्य की सर्व जबाबदारी माझी आहे आणि माझी काहीही जबाबदारी नाही. त्या दोन्ही गोष्टी एकत्र कशा होणार?

बुद्धाने याला 'कुशल उपाय' म्हटलं आहे. हेही समजून घेणं गरजेचं आहे. कुशल उपाय याचा अर्थ असा होतो, 'जे सांगितलं जातंय ते सत्य आहे असं नाही तर सत्य जाणून घेण्याकरता उपयोगी आहे. बस! इतकंच, फरक समजून घ्या. जे सांगितलं जातंय ते सत्य आहे असं नाही. आत्यंतिक सत्य आहे, असंही नाही. पण सत्य जाणून घेण्याकरता उपयोगी आहे. एक उपाय आहे.

समजा तुम्ही घरात बसले आहात आणि घराला आग लागली आणि बाहेरून कुणी ओरडलं की घराला आग लागली आहे. तर तुम्ही घराबाहेर पडलात. पण लहान-लहान मुलं घरात आहेत, त्यांना काही अनुभव नाहीये. अर्थ समजत नाहीये की 'आग लागणं' म्हणजे काय? ते खेळण्यात रममाण! तुम्ही बाहेरून ओरडताय, 'मुलांनो, बाहेर या घराला आग लागलीये.' तुम्ही मुलांना आणण्यासाठी आत जाऊ शकत नाही. ज्वाळा वाढत आहेत. आत जाण्याची कुणाला हिम्मत होत नाहीये. तुम्ही सगळे ओरडताय, मुलांनो बाहेर या, घराला आग लागलीये.' पण मुलांना त्या

आगीचा काही पत्ताच नाही. कारण 'आग' म्हणजे काय, हेच त्यांना माहीत नाही. त्या ज्वाळा त्यांनी कधी पाहिल्या असतील तर कदाचित चित्रपटात! आता त्यांना त्या ज्वाळांची मजा वाटते. आधी चित्रपटात, टी.व्ही. वर बघितली, आता प्रत्यक्षात बघता येते. मजा!

तुम्ही काय करणार? बुद्ध म्हणतात, 'कुशल उपाय करायला हवा. जी गोष्ट मुलं समजू शकतात, ती बोलायला हवी. बुद्ध म्हणतात, 'हुशार वडील असं म्हणतील, 'मी जत्रेत गेलो होतो, तुमच्यासाठी खेळणी आणली आहेत...' मुलं हे ऐकून लगेचच बाहेर येतील. आग मुलांना घराबाहेर नाही काढू शकत. आग वास्तविक आहे. खेळणी नाहीयेत. वडील खोटं बोलले. पण त्याला तुम्ही खोटं बोलणं म्हणाल का? असं म्हणाल? की वडील पापाचे भागीदार झाले? नाही. बुद्ध याला 'कुशल उपाय म्हणतात. हे खोटं नाहीये कारण यातून सत्याचा बोध होतोय. सत्याच्या सेवेशी संलग्न आहे, मग खोटं कसं?

हे दोन्ही उपाय कुशल आहेत. 'सर्व काही माझी जबाबदारी आहे' असं म्हणणं हा एक उपाय. जो हे ऐकून बाहेर आला तर ठीक, असं म्हणणं! 'माझी काहीही जबाबदारी नाही सर्व परमात्म्याचा खेळ आहे.' हाही कुशल उपाय, जो हे ऐकून बाहेर आला, तर ठीक. नंतर तुम्हाला समजेल, ना असं ना तसं!

शेवटी असं का आहे? ना असं ना तसं? कारण तुम्ही परमात्म्याहून वेगळे आहात असा विचार केलात जो चुकीचा आहे. दोन्ही गोष्टींत ही गोष्ट मानली गेली की 'परमात्मा आणि तुम्ही भिन्न आहात. तुम्ही असा विचार केला नाहीत की जेव्हा असं म्हटलं गेलं की तुम्ही जबाबदार आहात, 'अस्तित्व' जबाबदार नाही. तेव्हाही तुम्हाला वेगळं मानलं गेलं. तुम्ही अस्तित्वाहून वेगळे आहात हे मान्य केलं गेलं. पृथक, तुम्ही जबाबदार आहात!

आणि तुम्ही विचार केलात, तुम्ही जबाबदार नाही, परमात्मा जबाबदार आहे. तेव्हाही तुम्ही स्वतःला परमात्मा पासून भिन्न मानलंत. दोन्ही पद्धतीने तुम्ही परमात्म्यापासून भिन्न राहिला आहात. हे स्वीकारलंत. दोन्ही विरुद्ध वाटतात, पण दोन्ही अगदी एकच आहे. दोघांचा मौलिक अर्थ एक आहे. एकात सांगितलं गेलं की आपली भिन्नता स्पष्ट करा आणि दुसऱ्यात सांगितलं गेलं, 'समर्पित करा' पण भिन्न आहे, हे स्वीकारलं गेलं.

आणि या दोन्ही गोष्टी चुकीच्या आहेत. तुम्ही भिन्न नाही. ना तुमची जबाबदारी आहे, ना परमात्म्याची. कारण तुम्ही दोन वेगळे नाहीच. पण हे तेव्हाच कळेल, जेव्हा तुम्ही घराबाहेर याल. या आग लागलेल्या घराला सोडून द्याल.

कुणी खिडकीतून उडी मारून, कुणी दरवाज्यातून, कुणी भिंत तोडून – कसेही बाहेर या! कसे बाहेर पडताय ही गोष्ट गौण आहे, बाहेर येताय याला महत्त्व आहे,

सार्थक आहे. कुणी ओरडून सांगतंय, खिडकीतून या, कुणी सांगतंय दरवाज्यातून या, तुम्ही गोंधळलेले! आता दरवाजा आणि खिडकी ह्यांचा समन्वय कसा होणार? हे शक्य नाही.

म्हणून म्हणतोय, समन्वयाची चिंता सोडून द्या. साधनेची चिंता करा. खिडकीच्या जवळ आहात, तर खिडकीतून उडी मारा, दाराजवळ असाल तर दारातून बाहेर पडा. जेव्हा घरात आग लागते तेव्हा मनुष्य असा विचार करत नाही की खिडकीतून उडी मारणं, मला शोभेल का? आगीतून स्वत:ला कसं वाचवायचं, फक्त एवढाच विचार माणूस करतो.

अशीच घराला आग लागली आहे, जे सद्‌गुरू आहेत त्या सर्वांनी जो जवळचा मार्ग दिसेल किंवा आगीतून वाचण्यासाठी जो उपयुक्त मार्ग आहे, त्याची गोष्ट सांगितली. तुम्हाला तो मार्ग जवळचा असेल! आता असं पुष्कळ वेळा होतं की खिडकी जवळ आहे, दरवाजा खूप दूरवर आहे. पण तुम्ही म्हणता, आम्ही दरवाज्यातूनच जाणार, कारण आमचे वडील तसेच गेले. आम्ही सर्व जण दरवाज्यातूनच बाहेर पडत आलो आहोत. रघुकुलनीती कायम चालत आली आहे, आम्ही पण...! प्राण गेला तरी चालेल...! तर मग मुका ना प्राणाला! पण तुम्ही समजून घ्या, जे जवळ आहे. तुमचे वडील तसे निघाले की नाही...! तुम्हाला तसं समजवलं गेलं आहे, तसे संस्कार दिले गेले आहेत.

माझ्याकडे असे लोक निरंतर येत असतात. कुणी जैन घरात जन्मलंय; पण त्याला संकल्पांचा मार्ग जमत नाही, भक्तिभाव सहज साध्य होतो. पण महावीरांच्या धारणेत भक्तिभाव बसत नाही. भक्तीने महावीरांचा मार्ग विकृत होतो. त्यांच्या मार्गावर भक्ती कुठे? त्यांच्या मार्गावर भगवान नाहीच आहे. मग भक्ती कशी असणार? महावीर म्हणतात, भगवान वगैरे काही नाहीये, तुम्ही भगवान आहात. आत्माच परमात्मा आहे. कुणाची पूजा करत आहात? स्वत:ची पूजा! कुणाला आरती ओवाळता? स्वत:ला! वेळ वाया घालवू नका. आरती, पूजा, प्रार्थना! स्वत:ला सुधारा!

तिथे गती नाही, संगीत नाही. ते जे मीरा म्हणते की मृदंग वाजू लागला. वीणेची तार छेडली गेली, पायांत घुंगरू बांधले गेले. अनाहत, आश्चर्यकारक संगीत उमटू लागलं. असं कुठलंही संगीत महावीरांच्या मार्गावर नाही. तिथे अतिशय शांतता आहे. तिथे फक्त एकच संगीत स्वीकारलं गेलं – शून्याचं संगीत, शांततेचं संगीत. स्वरहीन... तिथे स्वर उमटतच नाहीत. तिथे अद्‌भुत मृदंग वाजत नाही, डफ नाही, बासरीचा स्वर नाही.

पण ज्याला रस आहे, भाव आहे, भक्ती आहे, त्याने काय करावं? जैन घरात जन्मला. हा एक अडथळा झाला. तो महावीराच्या गोष्टी ऐकत राहील, पूजा करत

राहील; पण त्याच्या हृदयात अंकुर फुलणार नाही... त्याला तर कृष्णाची बासरी हवी!

असंच दुसऱ्या घरांतूनही होत आहे. कुणी भक्तिमार्गात जन्मलंय, पण त्याला हा मार्ग मान्य नाही. त्याला रामलीला बेबनाव वाटतो. हा कृष्ण – जो बासरी वाजवतो, नाटकी वाटतो. त्याच्या बुद्धीला हे पटतच नाही. परम अवस्था तर महावीरांसारखी असायला हवी. हे काय मुकुटात मोराचं पीस घालून उभा आहे? नाटक चालू आहे काय? ही भानगड काय आहे? स्त्रिया नाचत आहेत, हे मध्यभागी उभे आहेत, बासरी वाजवत. हे तर सांसारिक! विरक्ती कुठे आहे? ती तर महावीरांमध्ये आहे!

तो तर हिंदू घरात जन्मलाय. भक्तिमार्गाच्या घरात! तो महावीराच्या मंदिरात जाऊ शकत नाही. त्याचे वडील, आजोबा कधी गेले नाहीत. त्याला तर कृष्णमंदिरात जावं लागतं म्हणून जातो. कृष्णाला झोपाळा झुलवावा लागतो आणि आतून माहीत असतं, हा सगळा वेडेपणा आहे. मग मी हे का करतोय? कुणाला झोके देतोय? इथे तर कुणीही नाहीये. पण झोका द्यावा लागतो. कारण वडील झोका देतात. वडिलांचे वडील झोका देत होते. हा झोपाळा अनंत काळापासून झुलत आला आहे. याला झोका द्या आणि मुलांनाही शिकवा की, मुला तू झोका दे!' पण जीवनात क्रांती निर्माण होत नाही.

मी तुम्हाला सांगतो, 'तुमच्या आत डोकवा. परंपरेत डोकावू नका. आपल्यात डोकवा. कारण परंपरेमध्ये मुक्तता नाहीये, तुम्हाला मुक्त व्हायचं आहे. याने काय फरक पडणार की तुमचे वडील कसे मुक्त झाले होते! झाले होते की नव्हते, यानेही काही फरक पडत नाही. प्रश्न असा आहे की, तुम्हाला मुक्त व्हायचंय. तुम्ही मुक्त कसे व्हाल? तुम्हाला कुठली गोष्ट पटते, जमते, योग्य वाटते? कुठल्या गोष्टीशी तुम्ही सहजी तादात्म्य पावू शकता? सहजी... प्रयत्न करायला न लागता.

तुम्ही बघता ना? मीराच्या गोष्टी आवडतात, कुणी सहज रडू लागतं. कुणी तिच्या अगदी जवळ बसलेलं असतं, त्याला काहीही जाणवत नाही. अशा न जाणवणाऱ्यांना वाटतं की ही बाई वेडी आहे. हिचं डोकं ठिकाणावर नाहीये आणि ज्यांच्या डोळ्यांमधून अश्रू वाहत असतात ते म्हणतात, तुम्ही आंधळे आहात, बहिरे आहात, तुम्हाला काही ऐकू नाही येत? दगड आहात? तुम्ही डोलत कसे नाही? तुमच्या हृदयातली तार छेडली जात नाही?

आणि दोघंही बरोबर आहेत. दोघं आपापल्या जागी बरोबर आहेत. या दोघांत समन्वय करण्याची गरज नाही. मला कधीही असं वाटणार नाही की हे सज्जन जे मूर्ती वा पुतळ्यासारखे बसले आहेत त्यांनी उठून नाच करावा. नाच खराब होईल आणि त्यांची शांतताही भंग पावेल. नको! कृपा करून दोन्ही वेगवेगळं असू दे.

स्त्रीला नाचू दे, त्यांना ध्यान करू दे. तिला प्रार्थना करू दे, त्यांना संकल्प करू दे. तिला रसपूर्ण जगू दे. त्यांना विररसात मग्न होऊ दे. त्यांना रागातून परमात्मा भेटेल. यांना विरागातून परमात्मा भेटेल. दोघं त्याच्यापाशी पोहोचतील, ही गोष्ट महत्त्वाची आहे.

मार्गाचं महत्त्व काय? तुम्ही कुठल्या मार्गावरून चालत इथपर्यंत पोहोचलात, याला काय महत्त्व आहे? तुम्ही इथपर्यंत कसेही पोहोचला असाल बैलगाडीतून, घोडागाडीतून, चालत, गाडीने, पळत पळत...! तुम्ही इथपर्यंत आलात, बसलात, आता कुठल्या मार्गाने कसे आलात याला काय महत्त्व? त्या मार्गाशी काय देणं-घेणं? बस, गोष्ट संपली. परमात्म्यामध्ये विराजमान व्हा!

हे दोन मूळ उपाय आहेत. जर संकल्प तुमच्यात ईर्ष्या निर्माण करते, ते ऐकून तुम्हालाही वाटतं की आकाशात भरारी मारावी, तर योग्य म्हणजे संकल्प मार्गाने चला. पण संकल्पाने तुमच्या आत ऊर्जा होत नाही, काही उमंग, आशा निर्माण होत नाही, पण समर्पणाची गोष्ट निघाली की तुम्ही डोलू लागता, जसं पुंगी वाजल्यावर नाग डोलू लागतो, तर तोच तुमचा मार्ग आहे.

साधना... समन्वय नाही.

आणि सरते शेवटी तुम्हाला जाणवेल की, ना असं आहे, ना तसं! तुम्ही विचारू इच्छिता, 'मग शेवटी आहे तरी कसं?' नाही सांगू शकत. सांगण्यासारखं काही नाहीच, कारण कुणीच सांगू शकलं नाही. जे काही सांगितलं जाईल, ते असं तरी असेल नाही तर तसं तरी. संकल्प असेल किंवा समर्पण असेल. या दोन भाषा आहेत – एक तर भक्ती, नाही तर ज्ञान!

पण वस्तुत: असं आहे, जिथे सर्व मार्ग जाऊन संपतात, जो मार्गातीत – त्याला सांगून काहीही उपयोग नाही, कारण त्याला सांगण्यासाठी भाषेचा उपयोग करायला लागेल. भाषा दोनच आहेत – भक्तीची, ज्ञानाची, महावीराची किंवा मीरेची. पतंजलींची किंवा चैतन्याची, दोनच भाषा. जसा भाषेचा आधार घेऊ तर पहिली होईल किंवा दुसरी बोलताक्षणी विकृत होईल.

कसा आहे, हे जाणणं तर आवश्यक. पण हे दोन्ही मार्ग त्याच्यापर्यंत पोहोचवतात.

चला! नुसतं बसून विचार करत राहू नका. खूप झाला विचार. अजून किती काळ विचार करणार?

दुसरा प्रश्न : *संसारात एक तुम्ही आहात, ज्यांची भीती वाटत नव्हती. पण इथे काही दिवसांपासून तुमचीही भीती वाटत आहे. इतक्या प्रिय भगवानाची भीती वाटावी, हे मलाही त्रास देतंय. ही काय परिस्थिती आहे प्रभू? (हे अगेह भारतीने*

विचारलं आहे. चांगलं आहे.)

* ही भीती प्रत्यक्षात माझी नाहीये. तुमचं ध्यान हळूहळू खोल होत चाललं आहे, मृत्यू जवळ आला की, भीती निर्माण होते. जसं-जसं ध्यान गहिरं होत जातं, भीती वाटायला लागते. कारण ध्यानाच्या खोलात शेवटी मृत्यू आहे. प्रत्यक्षात मृत्यू तिथेच होता. इतर मृत्यू वर-वर होतात. देह मरतो; मन उरतंच. मग मन नवा देह घेतो. नवा गर्भ. परत प्रवास सुरू होतो. वस्त्रं बदलली जातात साधारण मृत्यूमुळे, तुम्ही बदलत नाही.

ध्यानात महामृत्यू घडतो. तुमचं मनच मारलं जातं. तुमचा 'मी' हा भाव मरतो. तर जेव्हा या मृत्यूच्या जवळ पोहोचाल तेव्हा घाबरायला होतं. माझ्या सोबतीनं तुम्ही चालत आहात, तर तो मृत्यू जवळ येत आहे. म्हणून तुम्ही मला घाबरत आहात, कारण हाच माणूस तुम्हाला त्या दिशेने नेत आहे.

जुनी शास्त्रं सांगतात, 'आचार्यो मृत्युः। गुरु मृत्युरूप आहे. गुरु मृत्यू आहे. ही आचार्यांची परिभाषा आहे. ज्याच्याजवळ मृत्यू घडतो, तो आचार्य – तोच गुरू.

कठोपनिषदाची गोष्ट तुमच्या लक्षात आहे? ती कथा खरंतर मृत्यूच्याजवळ नेणारी नाहीये, तर गुरूजवळ नेणारी कथा आहे. नचिकेतच्या पित्यांनी मोठा यज्ञ केला आणि यज्ञ संपल्यावर ते ब्राह्मणांना दान देत आहेत. नचिकेत बसला आहे; छोटासा नचिकेत जिज्ञासा जागृत होते. लहान मूल आहे; वडील तर अनुभवी व्यक्ती, चलाख, चतुर! मूल तर निष्कपट, सरळचित्ती! तो वडिलांची बेईमानी बसल्याबसल्या बघतोय. वडील अशा गाईचं दान ब्राह्मणांना करत आहेत, ज्यांची कास कधीचीच आटली आहे. नचिकेतला हे माहीत आहे, तो म्हणतो, 'तात, या गायी कशाला देता? यांना तर दूध येत नाही.' वडिलांना संताप येतो, कारण ब्राह्मणही हे ऐकतात.

वडिलांना राग येतोय आणि नचिकेत विचारतच आहे. वडील म्हणतात, 'मी सर्व काही दान करून टाकेन, काहीही शिल्लक ठेवणार नाही, महान दानी होईन.'

मुलगा म्हणतो, 'तात, मी पण तर तुमचा आहे, मलाही दान करणार?'

हे तर त्याने अगदी महत्त्वाचं विचारलं, कारण आम्ही माणसांनाही परिग्रह करतो. 'ही माझी बायको, हा माझा नवरा.' जसं पती-पत्नी म्हणजे संपत्ती! पण हे असं चालतं – तसंच चालत आलंय. 'स्त्री-संपत्ती' असा आमच्याकडे शब्द आहे. नारी संपत्ती! अतिशय वाईट आणि घाणेरडे शब्द. हे कुरूप शब्द भाषेतून हद्दपार व्हायला हवेत. अपमानजनक आहेत, कारण कोणतीही स्त्री तुमची संपत्ती कशी काय होऊ शकते?

बाप मुलीचं लग्न लावून देतो तर म्हणतो 'कन्यादान!' हद्द झाली वेडेपणाची.

दान करताय? जिवंत आत्मा दान करता? असं होऊ शकतं? दान करणारे तुम्ही कोण? हा आत्मा तुमच्यामधून आला असेल, पण तो तुमचा नाही. तुम्ही फक्त त्याचा येण्यासाठीचा रस्ता बनलात, पण तो येतो परमात्म्यामधून, तुमच्यामधून नाही. तुम्ही दान करताय? एक आत्मा निर्माण करून तर दाखवा. मग दान करा. जो निर्माण करू शकतो तो मालक होऊ शकतो, पण जे तुम्ही निर्माण करू शकत नाही, त्याचे तुम्ही मालक कसे? आणि मालकी कुठल्याच गोष्टीची असू शकत नाही. तुम्ही गाय निर्माण करू शकता? तुम्ही वृक्ष, जमीन निर्माण करू शकता? तुम्ही फुकटचे अधिकार गाजवता.

तर नचिकेतनं विचारलं, 'तुम्ही नेहमी म्हणता, मी तुमचा आहे, तुम्ही मलाही दान करणार? कारण तुम्ही म्हणत आहात की जे तुमचं आहे, ते तुम्ही दान करणार.'

वडिलांना तोपर्यंत राग आला होता. म्हणाले, 'हो दान करणार. तुला मृत्यूला देऊन टाकेन!'

मग नचिकेत हट्ट धरून बसला, 'कधी देणार मला मृत्यूकडे?'

वडील म्हणाले, 'तू जा – हा बघ मृत्यूचा रस्ता – शोध मृत्यू. मी तुला देऊन टाकलं.'

आणि नचिकेत गेला. मृत्यूच्या दारापाशी तीन दिवस बसून राहिला, कारण मृत्युदेव बाहेर गेले होते. गेले असतील लोकांना आणायला. कुठे मलेरिया, कुठे प्लेग... गेले असतील डॉक्टरांशी भांडायला. मृत्युदेवाच्या पत्नीने खूप समजवलं, 'जेव, पाणी पी!' पण नाही. नचिकेत म्हणाला, 'काहीही नको. आधी मृत्युदेवाला भेटेन.'

आणि तीन दिवसांनंतर मृत्यूचे देव आले. या मुलाची निष्ठा, त्याच्या सरळपणा बघून खूश झाले. हा तर त्याच्या वडिलांपेक्षा जास्त सरळ सिद्ध झाला आणि याच्याजवळ अद्भुत धैर्य आहे. वडिलांनी तर रागात म्हटलं होतं, 'मृत्युदेवाला देतो.' पण याने तेच खरं मानलं. काहीही बोलला नाही. मी नाही मरणार, मला मरायचं नाही. जर वडील म्हणतात मृत्यू, तर मृत्यू! दान केलंच आहे – तर केलं!

तीन दिवस अन्न-पाण्याशिवाय वाट बघत राहिला. मृत्युदेव त्याच्या या सरळ, निष्कपट, धैर्यवान, अगम्य साहसाने प्रभावित झाले, त्यांनी सांगितलं, 'तू तीन वर माग, तुला जे हवं ते माग.'

पण तो विचारत राहिला, 'मला एकच गोष्ट जाणून घ्यायची आहे की, मृत्यूनंतर काय होतं? कुणी उरतं की नाही उरत?

खूप समजावलं मृत्युदेवाने, 'तू हे घे, तू ते घे, संपत्ती, घोडे, रथ, साम्राज्य घे पृथ्वीचं!'

तो म्हणाला, 'काय करू घेऊन? कारण एक दिवस मृत्यू येईल आणि सर्व हिरावून घेईल. तुम्हीच घ्याल सर्व हिरावून! तुम्हीच सांगता हे? आत्ता द्याल मग थोडे दिवस मीही विसरेन आणि मग एक दिवस याल. मृत्यू – आणि हिरावून घ्याल. मला तर अशा गोष्टीची माहिती हवी की, मृत्यूनंतर काय होतं? मला हे जीवनाचं परम रहस्य सांग. सर्व संपतं की काही उरतं? जे उरतं, ते काय असतं? ते अमृत आहे तरी काय? बस, मला एवढंच माहीत करून घ्यायचं आहे. हीच माझी संपत्ती नि साम्राज्य. द्यायचं असेल तर हेच द्या.'

असं कठोपनिषद! ही अगदी गहन कथा आहे. या कथेतलं रहस्य हे आहे की, नचिकेत गुरूजवळ गेला आहे. आचार्यो मृत्युः! जर आचार्य मृत्यू आहे तर मृत्यू म्हणजे आचार्य!

आणि हे तुम्ही जाणा की जगात सर्व धर्मांचा जन्म मृत्यूमुळेच झाला आहे. मृत्यूने झाला आहे. तोच सद्गुरू आहे. जर मृत्यू नसेल तर धर्म विलीन होऊन जातील. जर तुम्ही कधीच मेला नाहीत तर तुम्ही बुद्धाचं ऐकणार, महावीराचं ऐकणार, कृष्णाचं की रामाचं – कुणाचं ऐकणार? तुम्ही कुणाचंच ऐकणार नाही. म्हणाल, 'सोडा, या गप्पागोष्टी! इथे कायम मजेत राहायचं आहे. कशाला कुठल्या गोष्टी! इथेच स्वर्ग बनवू.' आत्ता तरी कुठे ऐकता? सत्तर वर्षं जगायचं आहे तरी स्वर्ग बनवण्याचा प्रयत्न करताय. मग कायमचं राहायचं असतं तर कशाला कुणाचं ऐकलं असतं? आत्ता मृत्यू तुम्हाला घाबरवतो, तुम्ही कापता मृत्यूच्या उल्लेखाने! जसं जसे वयस्कर होत जाता, तेव्हा ऐकू लागता की कदाचित काही महत्त्वाची गोष्ट असेल, फायद्याची ऐकू या. आता मृत्यू जवळ येतोय.

म्हणून बघा, मंदिर-मशिदीत वयस्कर माणसं दिसतात. तरुण तिथे जात नाहीत. तरुण तिथे जातीलच कशाला? तारुण्य अजून लटपटत नाहीये. अजून मृत्यूने धक्का दिला नाहीये. येऊ दे एखादा हार्ट ॲटक, ब्लड प्रेशर वाढू देत. एखादा धोका, पाय कापू देत, घाबरायला होऊ देत, मृत्यूची पहिली झुळूक येऊ देत. तेव्हा जाईल तो मंदिरात. तेव्हा तो रामनामाचा जप करेल.

मृत्यू धर्माचा जन्मदाता आहे.

'अगेह' विचारतात, 'संसारात एक तुम्हीच आहात, ज्यांची भीती वाटत नव्हती.'

जोपर्यंत खोलवर संबंध नव्हता, तोपर्यंत भीती वाटत नव्हती. आता निश्चितपणे संबंध खोलवर जाऊ लागलेत म्हणून भीती वाटते. अगदी सुरुवातीपासून मी घाबरवू हे योग्य नाही. आधीआधी तर उद्युक्त करावं लागतं. 'तुम्ही सुंदर आहात, सर्व ठीक आहे.' आधी हळूहळू बोट पकडावं लागतं; मग मानेपर्यंत पोहोचायचं, हळूहळू नाही तर तुम्ही पळून जाल. मग मनमोहनाचा फास कसा काय अडकणार? आणि हे

तेव्हाच होऊ शकतं, जेव्हा तुम्ही हळूहळू तयार व्हाल. तुम्ही म्हणाल, 'चला, हातच धरा. काही हरकत नाही, चालेल.' हळूहळू तुम्ही मान्य करू लागता.

आणि शेवटी तुमचं मन मरेल, हेच शिकवायचं आहे. तुमचा अहंकार मरेल, हेच शिकवायचं आहे. शेवटी तुम्ही संपून जाल, हेच शिकवायचं आहे. जसं बी मरतं नि अंकुर फुटतो. तसे तुम्ही मराल तर आत्मा जगेल. तुमच्या अस्तित्वामुळे आत्मा होणं शक्य नाही. जसा थेंब समुद्रात पडतो आणि हरवून जातो, तसे तुम्ही हरवून जा, मिसळून जा शाश्वतच्या समुद्रात, जरा ही उरू नका. तुमची रेषही मागे उरणार नाही. तेव्हा तुम्ही सत्य म्हणजे काय हे समजाल.

तर भीती वाटणं स्वाभाविक आहे. असा विचार करू नका की, तुमचं माझ्यावरचं प्रेम किंवा माझं तुमच्यावरचं प्रेम कमी झालं, म्हणून भीती वाटते. नाही, प्रेम वाढतंय. वाढलेलं आहे. तुम्ही जवळ येत आहात. पतंग ज्योतीजवळ येत आहे.

पतंग जेव्हा दूर असतो, तेव्हा ज्योती उष्ण आहे. हे तर समजत नाही. कसं समजणार? ज्योती जाळून टाकेल, असं वाटत नाही. पतंग ज्योतीवर आकृष्ट होऊन नाचत भिरभिरत येतो. जसजसा जवळ येतो. तसतशी उष्णता वाढत जाते. पण आता ज्योतीचं आकर्षणही वाढलेलं असतं. अजून जवळ येतो नि पंख जळू लागतात. पण आता परतून जाणं शक्य नसतं. आता ज्योतीचं अदम्य आकर्षण खेचून घेतं आणि पतंग ज्योतीत पडतो, एकरूप होतो. शिष्याला गुरुशी असंच एकरूप होऊन गेलं पाहिजे.

भीती तर वाटणार. भीती स्वाभाविक आहे. तुमची इच्छा असो, नसो! इतक्या सुंदर परमात्म्याची भीती वाटावी, असं तर व्हायला नको. तुमच्या इच्छे-अनिच्छेने आता काहीही होणार नाही. आता ही भीती तेव्हाच संपेल. जेव्हा तुम्ही संपाल, ही तुम्हाला संपवूनच संपेल, मागे परतण्याचा मार्गही नाहीये, पुढे गेलात तर तुम्ही उरणार नाही आणि जिथे आहात, तिथेच जर अडकून राहिलात तर भीती कापत राहील. पुढे जावंच लागेल. ज्योतिर्मय! तिच्या दिशेने. पाऊल पुढे टाकलं आहे, ते आता मागे घेता येणार नाही. साधनेच्या मार्गावरती मागे परतण्याची दिशा नाही. मन खूप वेळा सांगेल, 'परत फिर.' खूप वेळा मन सांगेल, 'आधीचं बरोबर होतं.' खूप वेळा मन म्हणेल, 'हे कुठल्या भानगडीत पडलात, त्रासात पडलात, हा काय वेडेपणा?

'मेरो मन बड़ो हरामी।' हे मन तर म्हणेलच, मन वाद घालेल, इथे तर भीती वाटते. इथे येऊन काय उपयोग? आम्ही तर प्रेमाची चव घ्यायला आलो होतो.'

प्रेमाच्या स्वादानेच ही भीती निर्माण झाली आहे. कारण आता अजून मोठं प्रेम निर्माण होण्याची शक्यता आहे. मनुष्याला पुष्कळ वेळा मरावं लागतं. अनेक रूपांमध्ये मरावं लागतं. अनेक स्तरांवर मरावं लागतं. ज्या स्तरावर मनुष्य मरतो,

त्याच्या वरच्या स्तरावर जन्मतो.

मी तुम्हाला मागे सांगितलं की सात स्तर आहेत, मूलधारावर मरतो तर स्वाधिष्ठानावर जन्मतो. स्वाधिष्ठानावर मरतो तर मणिपूरमध्ये जन्मतो. मणिपूरमध्ये मरतो तेव्हा अनाहतमध्ये जन्मतो. असे मरतात आणि जन्म घेतात... अशी यात्रा चालू राहते.

जेव्हा आज्ञाचक्रावर मृत्यू होतो तेव्हा समजता? आज्ञाचक्रचा अर्थ आहे – तिथपर्यंत अहंकार राहू शकतो. तिथपर्यंत तुमचा अधिकार आहे म्हणून त्याचं नाव 'आज्ञा' आहे. तिथपर्यंत तुमची आज्ञा पाळली जाऊ शकते. त्यापुढे नाही. तिथपर्यंत संकल्प चालू शकतो, त्याच्यापुढे नाही. तुम्ही इथपर्यंत वाचता. शुद्ध होत जाता, स्वर्णमय होत जाता, पण वाचता. अहंकार परिपूर्ण शुद्ध होत जातो. सूक्ष्म होत जातो, पण उरतो. शेवटची रेषा बाकी आहे. म्हणून त्याला 'आज्ञा' म्हटलं आहे. इथपर्यंत तुमच्या कह्यात आहे. त्यापुढे तुम्ही विवश होत जाता. आज्ञामध्ये जो मृत पावतो तो सहस्त्रारमध्ये जन्म घेतो. सहस्त्रारमध्ये हजार पाकळ्यांचं कमळ. आज्ञा छोटंसं फूल आहे. छोट्या फुलात जो मृत पावतो, तो विराट फुलात जन्मतो!

असं सात स्तरांवर मृत व्हायला लागतं. गुरूपाशी येतायेता सुद्धा सात मृत्यू घडतात. कारण गुरूशी जे वास्तविक मिलन होतं, ते सहस्त्रार वरच होतं. त्याअगोदर नाही. त्या गगनमंडळात, आकाशातच गुरूशी वास्तविक मिलन होतं.

गुरूची गोष्ट ऐकणं ही एक गोष्ट. गुरूच्या देहाच्या मोहात आणि प्रेमात पडणं ही दुसरी गोष्ट. गुरूचं व्यक्तिमत्त्व, गुरूची गरिमा – यामुळे आंदोलित होणं, ही एक गोष्ट! गुरूमिलन – दुसरी मोठी गोष्ट. या मिलनात मग तुम्ही वाचत नाही. तिथे दोघं उरतच नाहीत. गुरूबरोबर सर्व प्रथम अद्वैताचा अनुभव येतो.

तर भीती वाटणारच. घाबरायला होणारच. मन थरथरेल की हे काय झालं? कारण एका अर्थी हा आत्मघात आहे. आपल्या हातांनी आपल्या मृत्यूला आमंत्रण!

म्हणूनच लोकं पळतात – बुद्धापासून, कृष्णापासून, जीझसपासून. कधीकधी तर लोकं इतकी चिडतात, नाराज होतात की स्वत:ला मारायच्या ऐवजी जीझसला मारतात. कारण हा मनुष्य इतकी भीती निर्माण करतो की, मनुष्याला विकल्प होतो. याच्याबरोबर मरा तरी किंवा यालाच मारून टाका. जर हा जिवंत राहिला तर आम्हाला संपवेलच. ही भीती निर्माण होते.

आणि तुम्ही लक्षात ठेवा, जीझसला मारलं असेल कुणीही पण विकलं होतं ते त्यांच्या अगदी जवळच्या शिष्याने, जुदास ने! तीस रुपयांत विकलं होतं.

जुदासची कहाणी अनेक अर्थांनी समजून घेण्यासारखी आहे. अशा अर्थाने कारण तो जीझसचा निकटतम शिष्य होता. सर्वांत समजूतदार, सर्वांत बुद्धिमान, शिकला सवरलेला, सुसंस्कृत, सर्वांत जास्त तर्कयुक्त! या अशा गोष्टीची खूप

शक्यता आहे. ती वेळ जवळ आली की, जुदास मरेल किंवा जीझसला मारावं लागेल. दोघांचं एकत्र जगणं अशक्य झालं. जुदासनं हेच ठरवलं, 'जीझस मरो, मी जगो,' पण जास्त काळ वाचू शकला नाही. चोवीस तासच जगला. जीझसला जेव्हा सुळावर चढवलं तेव्हा पश्चात्ताप झाला. तेव्हा त्याला त्याने केलेलं कृत्य दिसू लागलं की अरे, हे मी काय केलं? ज्याच्यासाठी मी स्वत:ला मिटवून परम होऊ शकलो असतो, त्याला मी मिटवून टाकलं, त्या चोवीस तासांच्या पश्चात्तापानंतर त्याने आत्महत्या केली. संपावं तर लागलंच.

गुरूच्या इतकं जवळ येऊन वाचू शकत नाही. गुरूला मिटवून टाकलंत तरी नाही. पाठीमागे फिरायला वाट नाही.

तर घाबरू नका, भीती आहे, तिला बघा, साक्षीभाव ठेवा!

लज़्ते जीस्त को हम सोजे जिगर कहते हैं
राहते कल्ब को हम दीदये तर कहते हैं
तेरी ही यादे मुसलसल की हलावत है जिसे
अहले दिल मसलहतन दर्दे जिगर कहते हैं।
दर्द बढ़ने से जो मिलती है हमें इक तसकीन
हम इसे अपनी दुआओं का असर कहते हैं।
है ये तेरा मुअत्तर नफसो रंगे जमाल
सहने गुलशन में जिस हम गुलेतर कहते हैं।
रात कहते हैं जिसे है तेरी फुर्कत का खयाल
वस्ल की आस को हम नूरे सहर कहते हैं।
मस्तिओ हाल जिसे कहते हैं दुनियावाले
तेरे दिवाने इसे तेरी नज़र कहते हैं।
एक ही बात है जलवा कहीं कहते हैं इसे
कहीं दीदार-ए-खुदी हुस्न-ए नज़र कहते हैं।
तेरी रफ्तार ही अपनी है सकूने कामल
वही मंज़िल है जिसे शौके सफर कहते हैं।
लज़्ते जीस्त को हम सोजे जिगर कहते हैं।

जगण्यातील स्वाद प्रेमाच्या दु:खाशिवाय मिळत नाही.

'लज़्ते जीस्त को हम सोजे जिगर कहते हैं।'

जीवनातल्या आनंदाला, जीवनातल्या स्वादाला आम्ही प्रेमाची पीडा असं म्हणतो. प्रेमाच्या पीडेलाच आम्ही जीवनाचा स्वाद म्हणतो.

'लज़्ते जीस्त को हम सोजे जिगर कहते है।
राहते कल्ब को हम दीदये तर कहते हैं।'

आणि 'दिल' हृदयाचं स्वास्थ्य केव्हा असतं! जेव्हा डोळे अश्रूंनी भरलेले असतात तेव्हा!

'राहते कल्ब को हम दीदये तर कहते हैं।'

ओल्या डोळ्यांनाच आम्ही हृदयाचं विश्रामस्थान मानतो.

रडावं लागेल, त्रासही सहन करावा लागेल. या सर्व वाटचालींवर मिळणाऱ्या भेटवस्तू आहेत. याला भेट – बक्षीस म्हणा, त्रास नव्हे. हे काटे प्रत्येक क्षणी तुम्हाला 'ठिकाणा'च्या जवळ नेत आहेत.

'तेरी ही यादे मुसलसल की हलावत है जिसे
अहले दिल मसलहत दर्दे जिगर कहते है।'

आणि ज्याच्या हृदयात परम प्रियकराची आठवण बसली आहे, त्याच्या हृदयात गहन पीडा, विरह स्थापित झाला आहे. खूप काटे टोचतील. या टोचणाऱ्या काट्यांमुळेच तर फुलं फुलण्याची शक्यता जवळ येते, वाढत जाते.

'दर्द बढ़ने से जो मिलती है हमें इक तसकीन'

जो जाणतो; तो ओळखतो. ज्याने हा त्रास भोगलाय, तो म्हणेल 'दर्द बढ़ने से जो मिलती हमें है इक तसकीन... दु:ख वाढल्याने, एक शांती मिळते दिलासा मिळतो. कारण जेवढं दु:ख वाढतं, तेवढं प्रिय परमात्म्याच्या जवळ जाता येतं. त्याच्या जवळिकीमुळेच त्रास वाढतो.

'हम इसे अपनी दुआओंका असर कहते हैं।'

हा आमच्या प्रार्थनेचा परिणाम आहे. प्रार्थनेचा परिणाम. दु:ख वाढतंय, प्रभू अजून दु:ख दे, म्हणजे आम्ही अजून जवळ येऊ. म्हणजे फक्त प्रभूच राहील. आम्ही नाही.

'मस्तिओ हाल जिसे कहते हैं दुनियावाले...'

आतून दु:ख होतं भक्ताला, खूप त्रास होतो. जणू आगीच्या ज्वाळा लपेटतात, कारण मृत्यू रोज रोज जवळ येत असतो. पण बाहेरून भक्त अगदी मस्त असतो.

'मस्तिओ हाल जिसे कहते हैं दुनियावाले'

बाहेरचं जग इतकंच बघू शकतं की तो अगदी मस्त आहे. मीराचा आनंद सर्वांनी बघितला, तिचं मस्त असणं बघितलं, पण तिचा त्रास-पीडा कुणी बघितली! पण या पीडे शिवाय मस्ती नाहीच. प्रत्यक्षात बाहेर तुम्ही जिला मस्ती म्हणता ते त्या पीडेचं झिरपणं आहे. ती पीडा काठोकाठ भरली अहे. पात्र भरभरून गेलंय. वाहून जातंय.

'मस्तिओ हाल जिसे कहते हैं दुनियावाले
तेरे दिवाने इसे तेरी नजर कहते हैं'

बस. तुझी एक नजर आणि सर्व दु:ख मिटून जातात. सर्व पीडा नष्ट होते.

तुझ्या एका दृष्टिक्षेपाने सर्व काटे विसरायला होतात. दूर दूरच्या यात्रा, यात्रेचे कष्ट, सर्व विसरायला होतं. जगातली माणसं याला मस्ती म्हणतात, तुझे वेडे त्याला तुझी नजर म्हणतात.

'एक ही बात है जलवा कहीं कहते हैं इसे
कही दीदार-ए-खुदी हुस्न-ए-नजर कहते हैं।'

कुणी म्हणतं, या मस्तीचे 'जलवे' बघा. मीराचा उत्सव लोकांनी बघितला. हा जो चमत्कार मीराच्या आयुष्यात घडला, हे जे मद्य वाहिलं आणि कृष्ण नाचले, नाचावंच लागलं कृष्णाला. परम बासरी वाजली. जे कुणी मीराच्या जवळ बसले, त्यांना ही बासरी ऐकू आली. परत मृदंगावर थाप पडली, परत नृत्य! – मग ती ज्योत तेवली!

एक ही बात है जलवा कहीं कहते हैं इसे
कहीं दीदार-ए-खुदी हुस्न-ए-नजर कहते हैं।

बाहेरची माणसं याला तेजोवलय (जलवा) म्हणतात, आतलं जो जाणतो तो म्हणतो, ही तर त्या परम परमेश्वराची दृष्टी, त्याच्या सौंदर्याची प्रचिती!

तेरी रफ्तार ही अपनी है सकूने कामल
वही मंज़िल है जिसे शौक-ए-सफर कहते हैं।

भक्ताला 'मुक्कामाची' पण चिंता नाही, तो म्हणतो, 'हा प्रवासही खूप छान आहे. हेच माझं मुक्कामाचं ठिकाण आहे. कुठे पोहोचेन याचं त्याला आकर्षण नसते. जसा आहे, जिथे आहे. हेही सौभाग्य कमी नाही. हेही पुष्कळ आहे.

तर घाबरू नका. त्रास असेल तर समजा प्रार्थनेचा परिणाम! भीती आहे. वाटते थरथर निर्माण होतेय, परतून जावंसं वाटतंय, तरीही समजा प्रार्थनेचा परिणाम आहे. सौभाग्य समजा. जे कुणी या मार्गावर आहे, सौभाग्य समजा आणि तेव्हा तुम्हाला कळेल, 'जे काही झालं ते सौभाग्यात परिणीत झालं.

इथले सर्व काटे, फूल बनू शकतात, इकडचे दगड-धोंडे हिरा बनू शकतात. फक्त दृष्टिकोनाची गोष्ट आहे. चुकीची व्याख्या केलीत तर अडचणीत सापडाल. तुम्ही जर असा विचार केलात की भीती ही अयोग्य वाईट गोष्ट आहे. भीती तर वाटायला नको. हे असं का होतंय? तर तुम्ही चुकीच्या व्याख्येत गुंतलात. तुमचा मार्ग अस्ताव्यस्त होईल. कारण भीतीपासून वाचण्याचा एकच उपाय असेल की थोडे दूर जाऊन उभे राहा. जसे आधी होतात, मग भीती वाटणार नाही. पण मग दूर गेलात, पतंग ज्योतीपासून दूर गेला, म्हणजे आपल्या सौभाग्यापासून दूर गेला. त्या ज्योतीत पतंगाचा मृत्यू आहे. तीच शाश्वत जीवनाची सुरुवात आहे.

तिसरा प्रश्न : *तुम्ही म्हणालात की, गीतेतल्या कृष्णाशी मीराचा काहीही*

संबंध नाही, पण मीरा तर म्हणते, 'मेरे तो गिरधर गोपाल, दूसरो न कोई' मग हा
'गिरधर गोपाल' कोण आहे? स्पष्ट करण्याची कृपा करावी.

✳ 'गिरधर गोपाल,' असा गीतेमध्ये कुठे तरी उल्लेख आहे?

कृष्ण पूर्णावतार आहे. कृष्णाची अनेक रूपं आहेत. कृष्ण तितक्या रूपांतून प्रकटले जितक्या रूपांतून प्रकट होऊ शकले असते. गीतेतला कृष्ण तर कृष्णाचं एकच रूप आहे. शंकराचार्य रूपावर प्रेम करतात. श्री अरविंद आणि लोकमान्य टिळक या रूपावर प्रेम करतात.

गीतेवर हजारो टीका लिहिल्या गेल्या. कृष्ण त्यात संपत नाही. हा कृष्णाचा एक तरंग आहे. कृष्णाच्या जीवनातलं ते एक दृष्य आहे. त्या दृष्याला पूर्ण कृष्ण समजू नका, त्यामुळे चुका होतात. कृष्ण त्याहून खूप जास्त आहे.

म्हणूनच तर मीरा म्हणते, 'मेरे तो गिरधर गोपाल!' हे गिरधर गोपाल, कृष्णाचं दुसरं रूप आहे, ज्याने पर्वताला हातावर उचललं होतं. हे 'श्रीमद्भागवत'चे कृष्ण आहेत. हे ते कृष्ण आहेत, ज्यांनी मडक्यामधून लोणी चोरून खाल्लं. हे ते कृष्ण आहेत, ज्यांनी गोपींची मडकी दगड मारून फोडली. हे ते कृष्ण आहेत, ज्यांनी यमुनेच्या तीरावर रास रचला. हे ते कृष्ण आहेत, जे नाचले, ज्यांच्या हातात बासरी आहे, ज्यांनी मोराचं पीस मुकुटात खोवून धारण केलंय, जे पीतांबर नेसून आहेत, ही कृष्णाची सुंदर प्रतिमा, हे कृष्णाचं शृंगार रूप, हा कृष्ण 'मनमोहन!'

तर तुम्ही चुकीचं समजू नका. मी असं नाही म्हणालो की मीरा कुणा दुसऱ्या कृष्णाच्या प्रेमात आहे. मी इतकंच म्हणालो की गीतेतल्या कृष्णाच्या प्रेमात मीरा नाहीये. नाहीतर तिने गीतेवर व्याख्या केली असती. कृष्णाला मीराने अशा नजरेने बघितलं, जसं राधाने बघितलं असेल. इतर सख्यांनी बघितलं असेल. युद्धाच्या मैदानावर उभा असलेला कृष्ण नाही. ब्रजच्या बागेत रास रंगवणारा, अवीट गोड बासरी वाजवणारा, गायींना चारायला नेणारा कृष्ण! कृष्णाचं हे जे मनोहर रूप आहे, प्रेमळ रूप आहे, मीरा या रूपाच्या प्रेमात आहे.

आणि लक्षात ठेवा, कृष्ण इतका विराट – विशाल आहे की तुम्ही तुमच्या मनातला कृष्ण निवडू शकता. सूरदासाने तिसराच कृष्ण निवडला आहे. तो छोटासा, बाळकृष्ण! पायांत घुंगरू, पैंजण बांधलेला, मस्तीखोर, यशोदेला त्रास देणारा, अवखळ! सूरदासाने बाळकृष्णाला निवडलं. त्याच्यासाठी तोच पुरेसा आहे. त्याच्या बाललीला! त्या सूरदासाला भावल्या. सूरदासाचं प्रेम वात्सल्यरूप आहे, जसं लहान मुलावर असतं, त्याच्या खोड्या, उड्या, मस्ती, धांगडधिंगा! सूरदास कृष्णाकडे वात्सल्याने बघतो.

मीराचा कृष्ण – मीराचा पती आहे. मीराचा कृष्ण तिचा प्रियकर आहे. लहान

कृष्णाची निवड तिने केलेली नाही. साथीदार, मित्र म्हणून कृष्णावर तिचं प्रेम. जसं एखादी स्त्री पती म्हणून कुणाची निवड करते, अशा रीतीने मीराने कृष्णाची निवड केली आहे.

सुंदर गोष्ट आहे. मीरा लहान होती. घरात एक साधू काही दिवसांचा पाहुणा होता. त्या साधुजवळ कृष्णाची फार सुरेख मूर्ती होती, छोटीशी! सावळा कृष्ण. मीरा लहान असेल तीन-चार वर्षांची. सकाळी साधूने पुजेसाठी कृष्णमूर्ती काढली आणि मीरा नाचू लागली. तिला ती मूर्ती हवी होती. साधू ती द्यायला तयार होईना. त्याने साफ नकार दिला. मीराच्या आईने समजावलं, 'तुम्ही पैसे घ्या.' साधू म्हणाला, 'हे माझे भगवान आहेत, यांना मी कसं विकू? मी नाही देऊ शकत. ही माझी फार सुरेख मूर्ती आहे. हिच्या शिवाय जगणं मला शक्य नाही.'

साधू मूर्ती घेऊन निघून गेला. दुसऱ्या गावी रात्री जेव्हा झोपला, तेव्हा कृष्ण प्रकट झाले आणि त्याला म्हणाले, 'हे तू योग्य केलं नाहीस, जिची मूर्ती आहे, तिला देऊन टाक.'

तो म्हणाला, 'मूर्ती माझी आहे. त्या मुलीची नाही.' कृष्ण म्हणाले, 'तिचीच आहे. तुझा-माझा औपचारिक संबंध आहे. तुला दुसरी मूर्तीसुद्धा चालू शकेल. तिचा-माझा संबंध खोल आहे. ही तिचीच मूर्ती आहे. तू तिला ती देऊन ये. आत्ताच जा.'

आणि तिथे मीरा दिवसभर उपाशी बसली होती. म्हणाली, 'मूर्ती मिळाली तरच जेवेन नाही तर मरून जाईन. आई काळजीत, घरातली माणसं काळजीत.' हा कसला हट्ट! कारण वस्तू तर दुसऱ्याची, देईल न देईल आणि कुठली साधी वस्तूही नाही. त्याच्या आराध्य देवाची मूर्ती, नाही दिली तर त्यात नाराज होण्यासारखं काहीही नाही. हे तर स्वाभाविक आहे.

पण दुसऱ्या दिवशी सकाळी साधू धावत धावत आला. म्हणाला, 'मला क्षमा करा.' मीराच्या पायांवर पडला. म्हणाला, 'सांभाळ तुझ्या कृष्णाला, हा तुझाच आहे.' मग तर चोवीस तास मीरा त्या मूर्तीला छातीशी लावून फिरू लागली. मग शेजारी कुणाचं तरी लग्न होतं. मीरा आपल्या कृष्णाला घेऊन गेली. पाच वर्षांची असेल. आईला तिने विचारलं, 'हिचं लग्न होतंय, मग माझं लग्न कधी होणार? आणि आईने अगदी सहज चेष्टेत म्हटलं, 'तुझं लग्न तर झालं ना! या कृष्णकन्हैया बरोबर!' आणि ही गोष्ट मीराने मानली. त्या क्षणापासून तिने कृष्णाला अजून कुठल्याही वेगळ्या रूपात बघितलं नाही. लग्नही झालं तिचं. पण पती कृष्णच राहिला. ती कृष्णमय झाली.

मीराचा कृष्ण गीतेतला कृष्ण नाहीये. माझ्या म्हणण्याचा अर्थ इतकाच, मीराला कृष्णाच्या दर्शनशास्त्रात काहीही रस नाहीये. गीता दर्शनशास्त्र आहे. ते

कृष्णाचं वास्तव्य आहे. मीराला कृष्णाच्या नजरेत रस आहे, त्याच्या शब्दांत नाही, मीराला कृष्णाच्या रूपात रस आहे. त्याच्या सिद्धांतात नाही. मीराला कृष्णात रस आहे, ते काय सांगतात यामध्ये नाही.

आत्ता चार दिवसांपूर्वी ही घटना घडली. एक यहुदी मित्र, मनोवैज्ञानिक आहे. सुशिक्षित, संपन्न, सत्याचा शोध घेण्यासाठी अमेरिकेतून इथे आले. मोठा योग असा की ते जेव्हा इथे पोहोचले, तेव्हा मी जीझसबद्दल बोलत होतो. यहुदी होते तर त्यांना हे ऐकायला कष्ट पडत होते. संन्यास घेऊ इच्छित होते, पण एका गोष्टीमुळे अडचणीत पडले. कारण मी जीझसबद्दल बोलताना, असं म्हणालो, 'जीझसपेक्षा मोठा यहुदी पण या जगात दुसरा कुणीही नाही. जीझस हे यहुदी जातीतले सर्वांत उंच शिखर म्हणजे गौरीशंकर होते!' ही गोष्ट त्यांना दुखावून गेली. यहुदीचं मन हे मानायला तयारच नाही की जीझस सर्वांत मोठे यहुदी! यहुदी तर असं मानतात की जीझस सर्वांत भ्रष्ट व्यक्ती, म्हणूनच तर सुळावर चढवलं. धोकेबाज, पाखंडी, खरा मसीहा नाही. खरा मसीहा तर अजून जन्मायचा आहे आणि या माणसाने जबरदस्ती आवाज उठवला की, 'मी मसीहा आहे.'

ते संन्यास घेण्यासाठी आले होते. पण या एका वाक्याने बुचकळ्यात पडले. आता कळेना काय करू, काय नको? मला म्हणत, 'बाकी सर्व तर ठीक आहे, पण तुमचं वक्तव्य मान्य नाही. खूप ऐकतो, तुमच्या सर्व टेप्स ऐकतोय, पुन्हा पुन्हा वाचतोय, ऐकतोय. सर्व तऱ्हेचे प्रयत्न करतोय की कसंही करून मान्य करू. पण हे एक वक्तव्य मला अडकायला भाग पाडतंय. जीझस आणि सर्वांत मोठे यहुदी? हे मी तरी मान्य करू शकत नाही.'

मी त्यांना म्हणालो, 'माझं वक्तव्य मान्य करण्याची गरजच काय? मला सरळ सरळ मान्य करू शकता? मी काय म्हणालो, ते विसरा. मी काय आहे, ते बघा. आणि जसे ढग पांगतात, त्याच्या डोळ्यांतली अनिश्चितता पांगत गेली... जणू आकाशात सूर्य आला, निर्मळ. नितळ स्वच्छ!

मीराला कृष्णाने काय सांगितलं याबद्दल उत्सुकता नाही. कृष्णाची दर्शनप्रणाली, कृष्णाचं सिद्धान्तशास्त्र, कृष्णाचं वक्तव्य हे सर्व मीरासाठी गौण आहे. विचार करण्याचे विषयच नाहीयेत. कृष्ण साधे सरळ आहेत.

जर कृष्णाने गीता सांगितली नसती तर शंकराचार्यांना कृष्णात काही रस वाटला नसता. तर कृष्णाने गीता सांगितली नसती तर लोकमान्य टिळकांनी त्यावर पुस्तक लिहिलं नसतं. तरीही मीराने कृष्णावर गीतं रचली असती, गायली असती.

मीराचा रस कृष्णाच्या व्यक्तित्वात आहे. सरळ सरळ आहे. कृष्ण काय सांगतात. सांगू देत जे काही सांगायचं असेल, कृष्ण काय आहेत, यामध्ये मीरेला रस आहे, म्हणून मी म्हणालो, गीतेतल्या कृष्णाशी मीराचा काहीही संबंध नाही.

तुम्ही विचारता की, तुम्ही म्हणाला होता, गीतेतल्या कृष्णाशी मीराचा काही संबंध नाही. तुम्ही माझी गोष्ट समजला नाहीत. पण मीरा तर म्हणते की 'मेरे तो गिरधर गोपाल दूसरा न कोई!' मलाही ठाऊक आहे की मीरा असं म्हणते. पण लक्षात ठेवा, गिरधर गोपालची चर्चा गीतेमध्ये नाहीये. हा गिरधर गोपाल कृष्णाचं दुसरं रूप आहे.

कृष्ण अनेक रूपांत आहे. महावीर एका रूपात आहे. त्यांच्यात निवड होऊ शकत नाही. महावीरामध्ये निवड कशी काय होणार? निवड करण्याची सुविधा नाहीये. जैनांचे दोन संप्रदाय आहेत – श्वेतांबर आणि दिगंबर! एकमेकांविरुद्ध आहेत. एकमेकांपासून भिन्न आहेत तरीही महावीरात किती फरक करणार? जास्त फरक होऊ शकत नाही, अगदी क्षुद्रसा फरक! दिगंबराच्या मूर्तीत डोळे बंद असतात, श्वेतांबराच्या मूर्तीचे डोळे उघडे असतात, बस, हाच काय तो फरक! अजून फरक तो काय असणार? बस, वस्त्रहीन असे उभे आहेत. डोळेच तेवढे. हवं तर बंद ठेवा, हवं तर उघडलेले, हा काय फरक झाला? पण जर भांडायचंच असेल तर हेही पुरेसं आहे.

महावीर एक रूपी आहेत. तसेच बुद्ध सुद्धा! कृष्ण अनेकरूपी! खूप निवड करू शकता. म्हणूनच जर सूरदासाला ऐकलंत, तर समजेल कुठल्या कृष्णाच्या गोष्टी करतोय. मीराला ऐकाल, तर ती दुसऱ्याच कृष्णाबद्दल बोलते आणि शंकराचार्यांना ऐकाल, तर अजून निराळाच कृष्ण दिसेल. पण हे सगळेजण एकाच कृष्णाच्या गोष्टी करत आहेत. पण प्रत्येकाने स्वत: एक अंग निवडलं कृष्णाचं, जे त्यांना भावलं. कृष्ण तर सागर आहे. त्याचे खूप तीर आहेत. तुम्ही ज्या तीरातून उतरू इच्छिता, उतरा, गीता एक तीर, बाळकृष्ण दुसरा तीर, युवावस्था तिसरा तीर – कृष्णाबद्दल स्वतंत्रता आहे. तुमचा जसा भाव असेल, तुम्ही जशी त्याची मूर्ती घडवाल तसा तो होईल. तुम्ही त्याच्यावर तुमच्या पद्धतीने प्रेम करू शकता. तुम्हाला हे स्वातंत्र्य आहे.'

चौथा प्रश्न : *मी खूप दु:खी आहे, मला मार्ग दाखवा!*

* दु:खी कोण नाहीये? सगळेच दु:खी आहेत आणि मार्ग एकच आहे. दु:खी आहात, कारण जे आहे त्यात खूश नाही आहात. काय कारण आहे दु:खाचं? एवढंच, जे आहे त्यात समाधान नाही, अजून काही हवं. जिथे आहात, त्यापेक्षा काही वेगळं वेगळ्या ठिकाणी असायला हवं होतं, असं वाटत राहतं. काही वेगळं रूप! कायम स्वप्न बघत, स्वप्नांमुळे दु:खी आहात.

स्वप्न सोडून द्या. ज्या दिवशी स्वप्न सोडून द्याल, त्याच दिवशी सुख मिळेल.

सुख स्वप्नांच्या अभावामुळे येतं. मागू नका. सांगू नका की काय हवं आहे. जसं आहे त्या व्यतिरिक्त काही होऊ शकत नाही. न काही होणार. हे मान्य करा. यामध्येच आनंद माना जसं आहे त्याच्यात! मग कसलं दु:ख!

दु:ख तुमच्या आशेचं कारण आहे. दहा हजार रुपये तुमच्यापाशी आहेत, दु:ख आहे का दहा हजारांत? दहा हजार रुपयांमध्ये दु:ख कसं असू शकतं? असेल तर थोडं सुखच असेल. पण शेजाऱ्याकडे वीस हजार आहेत, हे दु:ख जास्त आहे. तुमच्याकडे पण तीस हजार हवे होते. हे दु:ख!

मी कुणाकडे पाहुणा म्हणून राहत होतो. खूप श्रीमंत होते. मला घेण्यासाठी एअरपोर्टवर आले. त्यांची पत्नी त्यांच्याबरोबर होती. ते जरा मला उदास वाटले. आधी जेव्हा मला घ्यायला आले होते, तेव्हा कधीही उदास दिसले नव्हते. निदान मी त्यांच्या घरी राहत असताना तरी कधी उदास दिसले नाहीत. प्रसन्न असायचे. पण तेव्हा उदास होते. मी विचारलं, 'काय झालंय?' पत्नी म्हणाली, 'आता तुम्ही हे नका विचारू, बरं होईल. यांना व्यवहारात पाच लाखांचं नुकसान झालंय.' मी विचारलं, 'ह्यांच्या हिशोबात?' ती म्हणाली, 'हो, ह्यांच्या हिशोबात! आणि मला पाच लाखांचा लाभ झाला.' मी विचारलं, 'ही भानगड काय आहे?' पती म्हणाला, 'ही स्वत:चा हट्ट धरून चालते. इथे मला पाच लाखांचा तोटा झालाय, ही स्वत:चंच चालवत राहते!'

मी सांगितलं, मला नक्की काय झालंय ते सांगा. ते म्हणाले, की त्यांनी कुठला तरी धंदा केला. दहा लाख मिळण्याची आशा होती, आशाच नव्हे, मिळणारच होते. मिळायला हवेच होते, पण नाही मिळाले. पाच लाखच मिळाले.

आता कोण बरोबर आहे? दोघंही बरोबर आहेत. पाच लाख मिळाले नाहीत म्हणून दु:ख होतंय. पण जे पाच लाख मिळाले, त्याचं सुखही घालवून बसले. जे मिळालं नाही त्यासाठी जे मिळालंय, त्याचं सुखही भोगू शकले नाहीत.

जीवनाकडे बघण्याचा दृष्टिकोन बदला. तुमच्या व्याख्येतच चूक आहे. नजरेत चूक आहे. जे आहे ते पुष्कळ आहे. परमभाग्य! जे आहे त्याचा रस घ्या. मग कोरडी रोटीसुद्धा परम आनंद देऊन जाते. नाहीतर परमभोग समोर असतात आणि तुम्ही उपाशी बसून राहता, तुम्हाला भूक लागतच नाही. भूक लागणार तरी कशी? तुमच्या कल्पना गगनाला भिडलेल्या! ज्या कल्पना गगनाला भिडलेल्या असतात, त्यांच्यापुढे तुम्ही क्षुद्र किडे वाटता, जमिनीवर सरपटणारे! या तुलनेमुळे तुम्ही क्षुद्र होता आणि आशा गगनाला भिडलेल्या राहतात. सगळे दु:खी आहेत. कारण सगळे वासनायुक्त आहेत. तुम्ही जिथे आहात, जसे आहात ते तर बघा! वर्तमानातल्या या क्षणी कुठे दु:ख आहे? दु:ख भूतकाळामुळे येतं. काल कुणी तरी शिवी दिली होती, आज तुम्ही त्यामुळे अजूनही दु:खी

आहात. ना ती शिवी राहिली, ना तो शिवी देणारा राहिला. गंगेचं किती पाणी वाहून गेलं आणि तुम्ही अजून ती शिवी घेऊन बसलात. एक कुणी आला, काल शिवी देऊन गेला आणि तुम्ही त्याच गोष्टीचा विचार करत राहिलात. इथून-तिथून पुन्हा त्या शिवीपाशी. त्या जखमेत बोट खुपसत, जखम भरूच देत नाही आहात. परत परत तेच. अरे, त्याने शिवी दिली. असं का झालं? का दिली त्याने शिवी? कसा आता बदला घेऊ? काय करू? काय नाही करू?

दु:ख भूतकाळामुळे येतं किंवा भविष्यकाळामुळे. उद्या सुख मिळेल का? कशी रचना करू? उद्या मी महालात कसा जाईन? उद्या मला साम्राज्य कसं मिळेल? आणि भीती वाटते की मिळू शकणार नाही. कारण आधीही तुम्ही असाच विचार करत होतात. किती तरी उद्या आले आणि गेले, पण राजमहाल तुमचा झाला नाही. तर आजही असं काय आहे की उद्या साम्राज्य तुमचं होईल? इतके उद्या उगवले आणि धोका देऊन गेले. हा उद्याही अशाच तऱ्हेने जाईल, तर घाबरायला होतं, भीती वाटते, दु:ख होतं. पण कधी या क्षणाचा विचार केलात? या क्षणात जो ना भूतकाळाशी संबंधित आहे ना भविष्याच्या छायेत आहे. कुठे दु:ख आहे? कुणी या क्षणात दु:खी झालंय?

तुम्ही म्हणाल, 'हो, कधी कधी होतं. डोकं दुखत असेल तर? पायांत काटा रूतला असेल तर?

मी तुम्हाला सांगू इच्छितो, 'जेव्हा डोकं दुखत असेल, तेव्हा शांत बसा, डोकेदुखीला स्वीकारा. मान्य करा. दु:खाला वेगळं ठेवू नका. असं नको, की मी दूर आहे आणि हे पाहा दुखणं! दुखणं, वेदना आहेत. तर आहेत. तर तुम्ही वेदना व्हा. बुडून जा त्या वेदनांत. स्वीकारा आणि तुम्हाला आश्चर्य वाटेल. तुमच्या हातात एक पुंजी जमा होईल, अनुभवांची! जितकं तुम्ही मान्य करत जाता, तितक्या वेदना कमी होत जातात. डोकं दुखणं हा तणाव आहे. नाराजी आहे, बेचैनी आहे. तुम्ही ते मान्य करा, की ठीक आहे, प्रार्थनेचा परिणाम आहे. परमात्म्याने दिली आहे, तर काही कारण असणार. विनाकारण तर काही होत नाही. तुम्हालाच दिली, हे विसरू नका. एवढी डोकी आहेत, पण तुम्हाला वेदना दिल्या. कारण असणार, तुमच्यावर विशेष कृपा आहे. प्रार्थनेचा परिणाम आहे. स्वीकारा, नतमस्तक व्हा!

आणि तुम्हाला आश्चर्य वाटेल, 'जसं जसं तुम्ही स्वीकारत जाता, तस तशा वेदना गायब होत जातात. संपूर्णपणे जेव्हा हे स्वीकाराल त्याक्षणी वेदना संपूर्णपणे नष्ट होते. तुम्ही हे करून बघा. दु:खाला मिटवून टाकण्याची कला तुमच्याच हातात आहे.

जिंदगी राहे गम से निकल जाएगी,
तेरी दुनिया ही अक्सर बदल जाएगी।

उनके कदमों में इक बार सर तो झुका,
उनकी चश्मे करम फिर मचल जाएगी।
दिल को मिल जाएगा तेरे अमनो सकूं
वक्त रुक जाएगा जां सम्हल जाएगी।
तेरे सर पर है जो आज मुश्किल खड़ी
तू यकीं रख कि कल तक वो टल जाएगी।
चांदनी में धुली रात भी आएगी।
धूप रंजो अलम की भी ढल जाएगी।
तेरी रग रग में दौड़ेगी सच्ची खुशी
झूठी ख्वाहिश इक दिन दिल की जल जाएगी।
जिंदगी राहे गम से निकल जाएगी।
तेरी दुनिया ही यक्सर बदल जाएगी।

आयुष्य बदलू शकतं. जिथे दु:ख आहे, तिथे सुख असू शकतं. दु:खाला तुम्ही कारणीभूत आहात. तुमची चुकीची नजर दु:खाची जन्मदात्री आहे. दृष्टी हीच सृष्टी आहे. जशी दृष्टी तशी सृष्टी!

'उनके कदमों में इक बार सर तो झुका!'

स्वीकार करा. समर्पण करा. असे चरण शोधा. जिथे झुकू शकाल. खरा प्रश्न नतमस्तक होणे हा आहे, लक्षात ठेवा, चरण कुशल उपाय आहे. कुठे झुकता, याच्याशी देणंघेणं नाहीये. झुका. बुद्धं शरणं गच्छामि! चालेल. महावीराच्या चरणांशी झुका, चालेल. कृष्णाचे पाय धरा, चालेल. ही सर्व कारणं आहेत. ज्या दिवशी पोचाल, त्या दिवशी समजेल, सर्व चरण त्याचेच आहेत. कुणाच्याही चरणांशी झुका. चरण हे निमित्त आहे. झुकणं ही खरी गोष्ट आहे. म्हणून वृक्षापाशी झुकलात तरीही हरकत नाही.

ज्यांनी पिंपळाला देव मानलंय आणि जे नतमस्तक होतात तिथे, तेही चालतं. जो गंगेपाशी परम श्रद्धेने झुकतो, खरं तर गंगा, ना वृक्ष ना दगडाची मूर्ती, न काबा, खरं महत्त्व झुकण्याला आहे. स्वीकारलंय, जशी परमेश्वराने जीवन यात्रा दिली आहे. ती शुभ आहे.

'उनके कदमों मे इक बार सर तो झुका
उनकी चश्मे करम फिर मचल जाएगी।'

तुम्ही इथे झुकलात, लगेच प्रभूची अनुकंपा तुमच्यावर बरसली. तुमच्या झुकण्यामुळे परमेश्वर त्याच्या अनुकंपेला थांबवू शकत नाही. तुम्ही आखडून राहिलात तर परमात्मा काहीही करू शकत नाही. अनुकंपा येते, पण पुन्हा परतून जाते. तुम्ही तिचा अंगीकार करू शकत नाही.

'दिल को मिल जाएगा तेरे अमनो सकूं
वक्त रुक जाएगा जां सम्हल जाएगी।'

एकदा झुका तर! काळ थांबेल, मग ना भूतकाळ आहे ना भविष्य. बस! वर्तमान फक्त वर्तमान. वर्तमानच आहे!

वक्त रुक जाएगा जां सम्हल जाएगी।
चांदनी में धुली रात भी आएगी।
धूप रंजो अलम की भी ढल जाएगी।
जिंदगी राहे गम से निकल जाएगी।
तेरी दुनिया ही अक्सर बदल जाएगी।

शेवटचा प्रश्न : *मी तुमचा संदेश घराघरात पोहोचवू इच्छितो, पण माझं कुणी ऐकतच नाही. मी काय करू? चरफडतो आणि गप्प बसून राहतो.*

* परख के, देख-भाल के फरेबे जीस्त खाये जा
समझ के, जान-बूझ के जहां से जी लगाये जा
यहां बनी है जो भी शै बिगड़ने को ही बनी है
ये देख के भी खूबतर हर इक शै बनाए जा
नहीं बना कोई कभी किसी का इस जहान में
ये जानते हुए भी सबको अपना तू बनाए जा
बुझे-बुझे है दिल यहां — दिमाग हैं धुआं-धुआं
तू इन स्याहियों में दीप प्रेम के जलाए जा
इक और हां इक और जाम की तलब है सबको यां
जो तश्नगी को दे मिटा वो जाम तू पिलाये जा
न सोच ये कि तेरी बात पा भी जाएगा कोई
है बात काम की अगर तू गलगला मचाये जा
यही सदा उठेगी नारा बन के कायनात में
कोई सुने नहीं सुने सदा-ए-हक लगाए जा।

जर तुम्हाला असं वाटतंय की जे तुम्हाला मिळालंय, ते सत्य आहे, तर मग काळजी करू नका.

न सोच ये कि तेरी बात पा भी जाएगा कोई
है बात काम की अगर तू गलगला मचाए जा।

मग चढा तुम्ही घरांच्या छतावर आणि ओरडा...

यदी सदा उठेगी नारा बन के कायनात में

कोई सुने नहीं सुने सदाएहक लगाए जा।

सत्य सांगायला हवं. गप्प राहण्याची गरज नाही. जी तडफड आत आहे, तिला व्यक्त करा. शंभर जणांना सांगाल, तर दहा जणं ऐकतील. दहा जणं ऐकतील तर एक तसा वागेल. हेही पुष्कळ आहे. शंभरातून एक जरी बदलला तरी पुष्कळ! तुम्ही धन्य आहात, भाग्यवान आहात. निदान एका व्यक्तीला परमात्म्याशी जोडण्याचं निमित्त बनलात, सेतू बनलात. त्याची काळजी करू की लोकं वेडं समजतात. त्यांनी कायम तसंच समजलंय. त्याची चिंता करू नका की ऐकू इच्छित नाहीत.

ते का ऐकतील? तुम्ही त्यांचं बस्तान बिघडवत आहात. त्यांनी आपलं पत्त्यांचं घर बनवलं आहे आणि तुम्ही गेलात, सांगू लागलात, हे पत्त्यांचं, कागदाचं घर आहे. पडून जाईल. ते तर मोठमोठाली स्वप्नं बघत होते आणि तुम्ही अपशकुनी शब्द बोललात. ते नावेत बसले होते त्यांना तीरावर पोहोचायचं होतं, तर तुम्ही जाऊन सांगू लागलात ही तर कागदाची नाव – होडी आहे. बुडाल तुम्ही!

त्यांच्या मोठ्या आशा-आकांक्षा होत्या. या सर्वांवर तुम्ही बोळा फिरवलात, ते नाराज होणारच. लोकं स्वप्नांवर जगतात. तुम्ही त्यांना आवाज देता, हाक मारता, त्या गोड स्वप्नातून जागं करता. स्वप्न तुटतं. त्यांचं नाराज होणं स्वाभाविक आहे. ते ऐकूही इच्छित नाहीत.

तुम्ही कधी ताडलंत? कधी तरी तुम्ही सांगता की मला सकाळी पाच वाजता उठव. गाडी पकडायची आहे. तुम्ही तसं सांगता म्हणूनच तुम्हाला उठवलं जातं. तरी तुम्ही चिडता आणि मनातल्या मनात त्या व्यक्तीवर डाफरता. अशा वेळेला तुम्ही ब्रह्म मुहूर्तावर छानसं स्वप्न बघत असता आणि उठवलं जातं. तुम्ही चिडता, म्हणता, बोललो चुकून, उठव. पण त्याचा अर्थ खरंच जागं करायचं का? केली चूक. गेला बोलून, म्हणून खरोखरंच उठवताय?

झोपेतून खरंच कुणाला जागं व्हायचं आहे? कुणीही जागं होऊ इच्छित नाही. तरीही तुम्ही म्हणालात, जागं करा. जागवा. लोकं चिडतील. पण घाबरू नका. लोकं ऐकतील, न ऐकतील. वाईट वाटून घेऊ नका.

'न सोच ये कि तेरी बात भी पा जाएगा कोई
है बात काम की अगर तू गलगला मचाए जा।'

हेरी! मी तर दर्द दिवाणी

प्रवचन पाचवे

सूत्र

हेरी! मैं तो दरद दिवानी, मेरो दरद न जाणे कोइ।
घायल की गति घायल जाणे, की जिन लाई होइ।
जौहरि की गति जौहरि जाणे, की जिन जौहर होइ।
सूली ऊपर सेज हमारी, सोवण किस विधि होइ।
गगन मंडल पे सेज पिया की, किस विधि मिलना होइ।
दरद की मारी बन बन डोलूं, बैद मिल्या नहिं कोइ।
मीरा की प्रभु पीर मिटेगी, जब बैद सांवलिया होइ।
बंसीवारा आज्यो म्हारो देस, थांरी सांवरी सूरत बाला भेस।
आऊं-आऊं कर गया सांवरा, कर गया कौल अनेक।
गिणता-गिणता घस गई जी, म्हारी आंगलिया की रेख।
मैं बैरागण आदि की जी, थारि म्हारि कदको सनेस।
बिन पाणी बिन सावण सांवरा, हो गई धोय सफेद।
जोगण होकर जंगल हेरूं, तेरो नाम न पायो भेस।
तेरी सूरत के कारण मैं तो, धारया छे भगवा भेस।
मोर मुकुट पीताम्बर सोहे, घूंघरवाला केस।
मीरी के प्रभु गिरधर नागर, मिल्यां मिटेगा क्लेस।
बाला मैं बैरागण हूंगी।
जिन भेषां म्हारो साहब रीझै, सो ही भेष धरूंगी।
शील संतोष धरूं घट भीतर, समता पकड़ रहूंगी।
जाको नाम निरंजन कहिये, ताको ध्यान धरूंगी।
गुरु के ज्ञान रंग तन कपड़ा, मन मुद्रा पैरूंगी।
प्रेम प्रीत सूं हरिगुण गाऊं चरणन लिपट रहूंगी।
या तन की मैं करूं कींगरी, रसना नाम कहूंगी।
मीरा के प्रभु गिरधर नागर, साधा संग रहूंगी।
री! मैं तो दरद दिवानी, मेरो दरद न जाणे कोइ।
घायल की गति घायल जाणे, की जिन लाई होइ।
जौहरि की गति जौहरि जाणे, की जिन जौहर होइ।
'हेरी! मै तो दरद दिवानी, मेरो दरद न जाणे कोइ।'

परमात्मा मिळवणं, त्याच्या आकांक्षेमध्ये जळणं, या जगातलं मोठ्यातलं मोठं दु:ख आहे आणि गोडातलं गोडही! गहन पीडा आहे, पण सौभाग्यपूर्ण! संसारात ही लोकं रडतात, तेव्हा अश्रूंमध्ये विष असतं. परमात्म्यासाठी जेव्हा लोकं रडतात, तेव्हा अश्रू अमृतमय असतात. अश्रू तर दोन्ही परिस्थितीमध्ये असतात. पण त्यांचा गुणधर्म बदलतो. पैशांसाठी माणूस धावत असतो. पैसा मिळवण्यासाठी हजारो तऱ्हेचे त्रास सहन करावे लागतात. पण फक्त त्रासच हाती लागतात, पैसा कधी लागत नाही. पैसा मिळाला तरी हातात राहत नाही, त्रास मात्र राहतो. फक्त त्रासच त्रास!

परमात्मा मिळवण्यासाठी सुद्धा त्रास सहन करावा लागतो, पण प्रत्येक त्रासामागे परमात्मा लपलेला आहे. त्याच्यासाठी सहन केलेला प्रत्येक त्रास मुक्कामापाशी नेतो. त्याच्यासाठी झेललेला प्रत्येक त्रास अमृतवर्षाव होतो. तसं बघाल तर भक्तही रडत असतो, पण त्याच्या अश्रूंना चुकीचं समजू नका. त्याचे अश्रू सांसारिक अश्रू नाहीयेत, सांसारिकांचं हास्य सुद्धा भक्ताच्या अश्रूंसमोर फिकं पडतं. कारण त्यांचं हसणंही वरवरचं असतं, ओठांवरचं, खोटं-खोटं. सांसारिकांचा आनंद सुद्धा भक्ताच्या वेदनांना स्पर्श करू शकत नाही. भक्ताची पीडा सांसारिकांच्या आनंदापेक्षाही श्रेष्ठ आहे. हे दु:ख मोठं अद्‌भुत आहे.

मीरा म्हणते, 'हेरी! मैं तो दरद दिवानी!' हे दु:ख वेडं करणारं आहे, भक्तीने पुरेपूर भरलेलं. या दु:खात एक नशा आहे, दारू आहे. ज्यांनी ही दारू प्यायली, त्यांना संसारात अजून वेगळं पिण्यासारखं काही उरत नाही. परमात्म्याच्या विरहाची वेदना ज्यांनी प्यायली, त्यांना या व्यतिरिक्त अजून काही प्यावंसं वाटत नाही.

परमात्म्यासाठी सहन केलेली पीडा, परमात्म्यापासून फक्त एक पाऊल मागे आहे. मग मात्र परमात्म्याला मिळवण्याचं सुखच सुख आहे. म्हणून भक्ताला इतर काहीही देऊन सुखी – तृप्त करता येत नाही. सर्व कमी पडतं, सर्व क्षुल्लक असतं.

तुमचा संसार जे काही देऊ शकतो, ते खेळण्यापेक्षा जास्त काही नाहीये. आणि भक्ताला तर जिवंत परमात्म्याची झलक मिळू लागली. त्याला आता या खेळण्यात गुंतवून ठेवता येणं शक्य नाही. वेदना वेडं करणाऱ्या असतात, कारण जसजशा वेदना वाढत जातात, तसतशी परमात्म्याची उपस्थिती वाढत जाते. इथे हृदयांतल्या वेदनांची वाढती खोली परमात्म्याच्या जवळ जाण्याचं लक्षण नाही, खूप जवळ आहे. इथेच जवळपास – शेजारी, मला वेढून उभा आहे. वेदनांमुळेही भक्ताला समजतं किती दूर आहे. वेदना कमी तर, परमात्मा खूप दूर आहे. वेदना जास्त, तर खूप जवळ! वेदनेचा उच्चांक म्हणजे भक्त वेदनामय होऊन जातो आणि या उच्चांकातच परमात्म्याशी मिलन होतं.

तर वेदनेमुळे असं समजू नका की मीरा रडतेय. रडतेही आणि हसतेही.

'हेरी! मैं तो दरद दिवानी, मेरो दरद न जाणे कोइ'

म्हणून म्हणते की माझ्या वेदना कुणी ओळखू शकत नाही. लोकं येत असतील, समजावत असतील, 'नको रडूस. खेळण्यांचं प्रलोभन दाखवत असतील. या संसारात खूप मोह आहेत. आणि मीरा म्हणते, 'माझ्या वेदना कुणी समजू शकत नाही.'

नानक परमात्म्याचं स्मरण करता करता आजारी पडले. हा शारीरिक आजार नव्हता. वैद्य बोलावले गेले. वैद्य नानकाची नाडीपरीक्षा घेत आहेत आणि नानक हसून म्हणतात, 'हा असा आजार नाहीये की नाडीपरीक्षेने ओळखता येईल. हा आजार असाही नाही की तुमची औषधं उपयोगी पडतील.' हा परम आजार आहे. परमात्म्याला भेटल्यावरच हा आजार जाईल. तुम्ही विनाकारण कष्ट घेऊ नका. तुमच्याकडे तशी औषधं नाहीत. ज्यामुळे माझा आजार बरा होईल.

मुळात स्वाभाविकतेने मीराला रडताना बघून तिच्या परिवारातले लोक, तिचे हितचिंतक समजावत असतील, की मीरा वेडी तर होणार नाही? सांत्वन करत असतील. म्हणून मीरा म्हणते, 'मेरो दरद न जाणे कोइ!' लोकं तिला चुकीचं समजतात. त्यांना कळत नाहीये की ते अश्रू नाहीयेत, ते फक्त अश्रू नाहीयेत, ते आनंदाश्रू आहेत. मी भाग्यवान आहे, म्हणून रडते. परमात्मा जवळ येतोय म्हणून रडतेय. हा जो बाण माझ्या श्वासात, प्राणात टोचतो आहे, तो त्याच्या अस्तित्वाचा आहे. माझ्याकडून माझ्या या वेदना हिरावून घेऊ नका. माझं सांत्वनही करू नका. मी सांत्वनासाठी शोध घेत नाहीये. माझ्या या वेदनांसाठी औषध नकोय. मी त्या परम औषधानेच तृप्त होऊ शकेन. हे अश्रू त्याच्या मिलनानंतर थांबतील. या अश्रूंनीच

त्याची प्रार्थना करत आहे. या अश्रूंनीच त्या रूसलेल्याला मनवत आहे. तुम्ही माझ्या वेदना समजू शकत नाही.

'मेरो दरद न जाणे कोइ.'

मीरा म्हणते, 'हे ठीकच आहे. तुम्ही नाही समजू शकत, मला समजतंय, की ते समजू नाही शकत.' 'घायल की गति घायल जाने'

अशा वेदना तुम्ही जाणू शकणार नाही. हा तुमचा अनुभव नाही. मग तुम्ही कसं समजणार? तुम्ही मला तर समजू शकत नाही, पण मी तुमच्या नासमजला समजू शकते.

मुळात आम्ही तितकंच समजू शकतो, जितका आपला अनुभव असतो. अनुभवापुढे आपली समजशक्ती नसते, ना असू शकते. तुम्ही गीता, बायबल, कुराण वाचा, तुम्ही तितकंच समजू शकता, जितकी आकलनशक्ती आहे. तुम्ही सागरापाशी जरी गेलात तरी तितकंच पाणी आणू शकाल, जितकं तुमचं पात्र आहे. सागर कितीही मोठा असो, तुमचं भांडं तर छोटं आहे, मग तितकंच ते भरेल. तुम्ही तेच शोधाल जो तुमचा गतकाळातला अनुभव आहे. तुम्ही तेच तेच सांभाळत राहाल, ज्याचं तुम्हाला स्मरण आहे. पण ज्याचं स्मरण नाही, अनुभव नाही तो तुमच्या जवळ जरी असेल, तरी तुम्ही त्याला हरवाल.

असंच तर आम्ही परमात्म्याला हरवत आहोत. परमात्मा दूर नाहीच आहे. दूर असेलच कसा? तुमच्या श्वासाश्वासात तो आहे. तुमच्या हृदयाच्या स्पंदनांमध्ये तोच आहे. त्याचीच तर स्पंदनं आहेत. कारण तोच जीवन आहे. तोच जीवनाचा आधार आहे. सर्व बाजूंनी त्यानेच तुम्हाला वेढलं आहे – बाहेरही आणि आतूनही. तरीही तुम्ही विचारता, 'परमात्मा कुठे आहे?' तुमचं हे असं विचारणं इतकंच दर्शवतं की, तुम्हाला अजून काही ज्ञात झालेलं नाही. तुम्हाला अजून जीवनाचा काही अनुभव नाही. जीवनाचा अनुभव असता तर तुम्ही असा प्रश्न केलाच नसता. त्याच अनुभवात परमात्म्याशी ओळख होते.

ना तुम्ही प्रेम जाणलंत, ना तुम्ही जीवन जाणलंत. तुम्ही काहीच जाणलं नाहीत. तुमच्या आत कसली शुद्ध नाही. तुमची अनुभवसंपत्ती अगदी गरीब, दरिद्री आहे. 'संपदा' असं म्हणण्यासारखं काहीही नाही.

तुम्ही काय जाणून घेतलं आहेत? संपत्ती म्हणजे पैसा कमावला असेल, मोठ्या पदावर असाल, प्रतिष्ठा मिळवली असेल. बस, इतकंच! पण हे जाणून घेणं, मिळवणं म्हणजे परमात्म्याला जाणणं असा काही संबंध नाही.

हे तर असं आहे की लोहाराच्या हातात सोनं. ज्याला फक्त लोखंड आणि लोखंडच माहीत. त्याला सोनं ओळखता येणार नाही. जसं लहान मुलाच्या हातात हिरा दिला, तर तो त्याला दगड समजेल.

आम्ही त्यालाच ओळखू शकतो, ज्याच्याशी आपली थोडी थोडी ओळख असते. मग ओळख वाढत जाते. म्हणून या जगात 'सद्‌गुरू' कोण हे समजत नाही. त्यांना जाणून घेण्याचा प्राथमिक आधारही आमच्यात नाहीये. बाराखडीच माहीत नाही. आम्ही फक्त ऐकतो.

समजा, जेव्हा मी 'परमात्मा' हा शब्द उच्चारतो, तेव्हा तुमच्या कानांवर हा शब्द पडतो, तो आवाज ऐकू येतो हे नक्कीच. या शब्दाची तुम्हाला ओळखही आहे. या शब्दाचा भाषेतला अर्थही तुम्हाला माहीत आहे. पण प्रत्यक्ष, जिवंत कुठलाही अनुभव तुमच्यापाशी नाही. तर परमात्मा शब्द घुमतो आणि रिकामाच निघून जातो, तुमच्या आत कुठलेही तरंग निर्माण होत नाहीत. तार छेडली जात नाही. मस्ती जाणवत नाही. तुम्ही डोलत नाही. पण जर कुणी म्हणालं, 'पैसा' तर लगेचच समजून जाता.

रस्त्यावरून दोन माणसं चालत होती. गर्दी होती. खूप आवाज होते, जसे एखाद्या बाजारात असतात. दुकानं माणसांनी भरलेली, सौदा होत होता, ग्राहक तोलून-मापून खरेदी करत होते. मेळाच भरला होता. तेव्हाच दूरच्या डोंगरावरच्या मंदिरात घंटा वाजू लागली. त्यांच्यापैकी अचानक एक जण होता तसा थांबला आणि त्याने नमस्कार केला. दुसऱ्याने विचारलं, 'काय करतो आहेस?' पहिला म्हणाला, 'तू ऐकलं नाहीस? मंदिरात घंटा वाजली. किती मधुर आवाज!' दुसरा म्हणाला, 'कमाल आहे? या बाजारात इतक्या घाई-गर्दीच्या आवाजात मंदिराची घंटा तुला ऐकू आली? ती कशी काय? मला तर काही ऐकू आलं नाही. तू कसं काय ऐकलंस? हे तर काही तरीच, अशक्य आहे.'

त्या पहिल्या व्यक्तीने स्वत:च्या खिशातला एक रुपया काढला आणि जोरात रस्त्यावर आपटला. त्याचा खण्ण आवाज... आणि पंधरा-वीस माणसं एकदम धावत आली. म्हणाले, कुणाचा तरी रुपया पडला...

त्या पहिल्या व्यक्तीने विचारलं, 'बघितलं? या एवढ्या गर्दीच्या बाजारात, आवाजात, रुपयाचा आवाज पंधरा-वीस जणांना आला. एकदम...! पण मंदिरातल्या घंटेचा आवाज ऐकू आला नाही.'

तुम्हाला फक्त तेच ऐकू येतं, जे तुम्हाला समजतं. ही जी माणसं इथे गोळा झाली, त्यांच्या आयुष्यात रुपयाच्या आवाजापलीकडे दुसरं कुठलंही संगीत नाहीये.

तुम्ही बघितलं असेल, रात्री आई मुलाला जवळ घेऊन झोपते. वादळ येवो, वीजा चमकत राहो, ती झोपलेली असते. पण मूल जरा जरी चुळबुळ करतंय, तर तिला लगेचच जाग येते. ती लगेचच त्याला थोपटायला सुरुवात करते. वादळ आलं, वीजा चमकल्या, पण तिला जाग आली नाही आणि मुलाच्या नुसत्या एका किरकिरीने ती जागी झाली, का? आईजवळ मुलाचं किरकिरणं जाणून घ्यायचं हृदय

आहे. तो तिचा अनुभव आहे. त्यासाठी ती तत्पर आहे. ती आतुर आहे.

तुम्हाला तेवढंच समजतं ज्यासाठी तुम्ही तत्पर आहात, आतुर आहात. तुम्हाला मी खात्रीने सांगतो, तुम्हाला रस्त्यात जर परमात्मा मिळाला, तर तो तुम्हाला दिसणार नाही. कारण तुम्हाला तेच दिसतं, ज्याचा तुम्ही शोध घेत आहात. आपण जे शोधतो, तेच आपल्याला मिळतं. जे आपण शोधत नाही, ते जरी मिळालं, तरीही ते मिळून न मिळाल्यासारखं असतं.

तुम्ही सगळे जण एकाच जगात राहता. तरीही हे म्हणणं चुकीचं ठरेल. प्रत्येक जण आपापल्या दुनियेत राहतो कारण सगळ्यांचा अनुभव वेगवेगळा आहे. याच जगात, याच बाजारात मीरा पण असते, पण तिला फक्त कृष्णाची बासरी ऐकू येते. ती बासरी बंद होतच नाही. तुम्हीपण जाता, तुम्हाला मीरा जर म्हणाली की तिला कृष्णाची बासरी ऐकू येते, तर तुम्ही हसाल. म्हणाल, वेडी झालीय. डोक्यावर परिणाम झालाय. इथे कुठे कृष्ण, कसली बासरी? काय गोष्टी करते ही? मीराच्या गोष्टी खोट्या वाटल्या लोकांना, म्हणूनच तर मीरा म्हणते, 'मेरो दरद न जाणे कोइ!'

'घायल की गति घायल जाणे।' ज्याच्या हृदयात बाण, त्यालाच समजतील त्या वेदना. ज्याला थोडासा तरी अनुभव आलाय, तोच अजून मोठ्या अनुभवासाठी तयार होऊ शकतो.

'की जिन लाई होई।' कोणी जखमी तरी झालाय किंवा कुणी स्वत:नेच जखम तयार केली. कुणी अकस्मात जखमी झालाय किंवा निर्धारपूर्वक स्वत:ला जखमी केलं आहे, तोच जाणू शकेल.

परमात्म्याची आस, परमात्म्याची प्रार्थना, ही एक जखम आहे. म्हणूनच थोडेफार लोक हिम्मत करू शकतात. त्या त्रासाला झेलण्याची तयारी कुणाची आहे? तुम्ही जर कधी परमात्म्याचं नाव घेतलंत, तरी ते एवढ्याचसाठी असतं, तुम्हाला या संसारातून सुटका हवी असते म्हणून. तुम्ही कधी प्रार्थना केलीत? की हे प्रभू या संसाराचा त्रास मला दे. तुम्ही कधी प्रार्थना केलीत? की माझ्या हृदयाला छेद दे. जसा मासा पाण्याशिवाय तडफडतो, असा मी तडफडू दे... तुझ्यासाठी.

नाही. तुम्ही अशी प्रार्थना कधीही केली नाहीत. केली असतीत तर नक्की ऐकली गेली असती. तुम्ही प्रार्थना कधी केलीच असेल तर ती धनासाठी! माझा व्यवसाय नीट चालत नाही, तो नीट चालू दे. नोकरी मिळत नाहीये, ती मिळू दे. बायको आजारी आहे, बरी होऊ देत, काही चमत्कार कर, तुम्ही जेव्हा केव्हा प्रार्थना केली, संसारासाठी केली. संसारासाठी केलेली प्रार्थना त्याच्यापर्यंत पोहोचत नाही, पोहोचू शकत नाही.

म्हणून तुमची प्रार्थना व्यर्थ जाते. पत्ताच चुकीचा आहे. पत्ता संसाराचा असतो

आणि पाठवता परमात्म्याला! परमात्म्यापाशी फक्त हीच प्रार्थना केली जाऊ शकते की, 'संसार... खूप बघितला. तो त्रासही खूप बघितला. या त्रासाने ना उजळून निघालो, ना जीवनात काही क्रांती झाली. ना कुठली ज्योत तेवली. आता तुझा त्रास जाणून घ्यायचा आहे. आता तुझी तहान लागू देत. आता तूच मला सर्व बाजूंनी घेरून टाक. ही मुळं उखडून टाक. मला संपवून टाक. अशी जखम कर, की ती कधीही भरून येणार नाही. अशा वेदना दे, की जोपर्यंत तुला मिळवत नाही, तोपर्यंत वेदना सरणार नाहीत.' अशी प्रार्थना तुम्ही केलीत? अशी प्रार्थना करणं म्हणजे वेडेपणा वाटेल. संसाराच्या वेदना कमी पडल्या का, म्हणून परमात्म्याच्या वेदना झेलायच्या? मग तुम्ही मीराला कधीही समजू शकणार नाही.

जर तुम्ही जखमी झाला असाल, तुम्ही या जखमांसाठी प्रार्थना केली आहे, आमंत्रण दिलं आहे आणि या जखमांना तुम्ही फुलाप्रमाणे सांभाळत आहात, तरच तुम्हाला समजेल. तर तुम्ही समजाल की हा कुठल्या प्रकारचा वेडेपणा आहे. मीराला हे काय झालंय? आणि जे मीराला झालंय ते जर तुम्हाला समजतं, तर ती तुमच्या आयुष्यातली सर्वोत्तम घटना असेल.

या जगात परमात्मा नसेल तर काहीही होणं, घडणं शक्य नाही. तुम्ही वाळूची घरं बनवता आणि मोडता. तुम्ही कागदाच्या होड्या बनवत राहिलात आणि बुडवत राहिलात. तुम्ही मनातल्या मनात स्वप्नरंजन करत राहिलात. जे कधीही पूर्ण होत नाही. हे तर परमात्म्यावर ओढलेल्या रेषेसारखं आहे. रेष ओढेस्तोवर मिटून जाते.

'हेरी! मैं तो दरद दिवानी, मेरो दरद न जाणे कोइ।
घायल की गति घायल जाणे, की जिन लाई होइ।
जौहरि की गति जौहरि जाणे, की जिन जौहर होइ।'

जवाहिऱ्या असतो, तोच हिऱ्याची पारख करू शकतो. हिऱ्याची पारख करता आली पाहिजे. नाहीतर कोहिनूर पडलाय रस्त्यावर, तरी त्याला दगड-धोंडाच समजाल. ती नजर पाहिजे जी जाणकार असेल, जी दगडाच्या आतपर्यंत पोहोचेल, दगडाच्या आतली आभा जाणून घेईल. तुम्ही जर जवाहिऱ्या असाल तर जाणाल, नाहीतर तुम्ही स्वत:च हिरा असाल तर जाणू शकाल, ओळखू शकाल. जवाहिऱ्या किंवा हिरा दोहोंपैकी एक असणं तरी गरजेचं आहे. हिरा, हिऱ्याला ओळखेल.

बुद्ध महावीराला ओळखेल, महावीर कृष्णाला आणि ज्यांनी महावीराला ओळखलंय, तो कृष्णालाही ओळखेल. याला परीक्षा म्हणतो. जर तुम्ही महावीराला ओळखता आणि कृष्णाला नाही तर तुमचं महावीराला ओळखणं खोटं आहे. तुम्ही महावीराला ओळखलं नाहीत.

याला असं समजा, की तुम्ही म्हणाल, मी हिरा ओळखतो, पण दुसरा कुठला हिरा मला ओळखता येत नाही, तर ही ओळख कच्ची आहे. तुम्ही फक्त हा हिरा

आहे, हे मान्य केलं आहेत, ओळखलं नाहीये. जर तुम्ही एक हिरा ओळखू शकलात तर संसारातले सर्व हिरे ओळखलेत. मग अडचण काय?

बुद्ध म्हणतात, 'सागराचं पाणी ज्याने एकदा प्राशन केलं, त्याने सर्व सागरांचं पाणी ओळखलं. ती जी खारट चव आहे, ती त्याला मिळाली. तुम्ही हिंदी महासागराचं पाणी प्राशन केलंत, का प्रशांत महासागराचं! काही फरक पडत नाही. तुम्ही चव घेतलीत, कुठल्याही तीराची, तुम्हाला सर्व तीरांची ओळख झाली.'

म्हणूनच मी म्हणतो की लोकं खोटं बोलतात. कुणी म्हणतं, मी महावीरांना ओळखतो, महावीर तीर्थंकर आहेत, परम ज्ञानी आहेत, सर्वज्ञ आहेत. पण हा जो कृष्ण गृहस्थ आहे, तो मला माहीत नाही.' म्हणतो, 'कृष्णात असं काय आहे? हा मनुष्य बुद्धालाही ओळखत नाही. म्हणतो, 'हां, ठीक आहे, पण ती खास बात नाहीये.' हाच मनुष्य मुहंमदला तर अजिबातच ओळखत नाही. तर याची महावीरांशी ओळख चुकीची आहे. हा महावीरांना मानतो, ओळखत नाही. आणि मानणं म्हणजे ओळखणं नाही. हा जैन घरात जन्मला असेल, म्हणून मानतो. हिंदू घरात जन्मला असता तर कृष्णाला मानलं असतं.

'मानणं' याला 'ओळखणं' समजू नका. मान्यता उधार आहे. दुसऱ्यांमुळे मिळालेली आहे. ओळखणं हे आपल्या आत जन्मतं. 'ओळख' ही आपली आहे. आपली समज, आपली दृष्टी, आपली तशी नजर निर्माण व्हायला लागते. तेव्हा 'ओळख' होते. जर मी असं म्हणतो की, तुम्ही ज्ञानीला ओळखलंत, तर सर्व ज्ञानीजनांना ओळखलंत. त्या ओळखीत सर्व ओळखी पूर्ण झाल्या. म्हणून जो प्रत्यक्षात हिंदू आहे, तो हिंदू राहणार नाही, जो खरा मुसलमान आहे, तो मुसलमान राहणार नाही. जे खरे हिंदू आहेत, खरे मुसलमान किंवा खरे जैन आहेत ते फक्त धार्मिक राहतील. सर्व जगातले धर्मगुरू त्याचे स्वत:चे होतील. सर्व धर्मशास्त्रं त्याची स्वत:ची होतील. असे लोक अगदी विरळच! धार्मिक लोक कमीच आहेत या जगात!

हे जे तुम्ही धार्मिक समजता ते वस्तुत: अधार्मिक आहेत, ज्यांना फक्त धार्मिक अध्ययन मिळालं आहे. वरवरची रंगरंगोटी! कोणी हिंदू, कोणी मुसलमान, कोणी जैन... सर्व खोटं. त्यांची ओळख खरी नाहीये.

> 'घायल की गति घायल जाणे...
> जौहरि की गति जौहरि जाणे, की जिन जौहर होई।'

नाहीतर तुम्ही हिरा व्हा. दोघांत फरक आहे. महावीराला ओळखू शकता... जर तुम्ही सरळचित्ती, समतावादी असाल तर महावीराला ओळखाल, कृष्णाला ओळखाल, बुद्धाला ओळखाल, नाहीतर तुम्ही स्वत: बुद्ध व्हा, तेव्हा ओळखाल.

मान्य करण्याने तर ओळख होत नाही, ते खोटं आहे. जाणून घेतल्याने ओळख

होते. पण जाणून घेण्याने ओळख होते ती दूरची असते, जसं हिमालय बघितला पण दुरून! शेकडो मैलांवरून हिमालय दिसतो. उत्तुंग शिखर, शाश्वत बर्फ. सकाळी सूर्यकिरणांमुळे दूरूनही दिसतात. चमकणाऱ्या सोन्याप्रमाणे. पण ही दूरची ओळख आहे. अजून आश्वस्त नाही होऊ शकत. अजून तुम्ही शिखरावर पोहोचला नाही. तुम्ही अजून शिखर झाला नाही, म्हणून तुमच्या ओळखीचं नाव असेल 'श्रद्धा!'

ज्याला तुम्ही ओळख असं मानता, ती फक्त मान्यता आहे. त्याचं नाव आहे विश्वास! मी जी ओळख करून देत आहे. ज्याला मीरा ओळख म्हणते, नाव आहे श्रद्धा! दुरून शिखर बघितलं आहे, श्रद्धा जागृत झाली आहे. प्राण आंदोलित होत आहेत. ते सौंदर्य बघून खिळून गेला आहात, पण अजून शिखरावर पोहोचला नाहीत. ज्या दिवशी शिखरावर पोहोचाल किंवा शिखरच होऊन जाल. त्या दिवशी ज्ञान!

विश्वास, श्रद्धा, ज्ञान! जवाहिऱ्यात श्रद्धा असते. पण त्यावरचीही एक पातळी असते. श्रद्धेची, अनुभवाची, साक्षात्काराची! तुम्हीपण महावीर व्हा, तुम्हीपण बुद्ध व्हा, तुम्ही पण मीरा व्हा. ते जे जाणून घेणं असेल त्यात शंका नसेल, अंधुकता नसेल, धुकं नसेल. ती प्रचिती असेल. त्या प्रचितीला जगातली कुठलीही व्यक्ती भेदू शकणार नाही. कुणीही कितीही खंडन केलं, तर्क लढवले तरी तुमच्या प्रचितीला काडी इतकाही धक्का लागणार नाही. विश्वास करणारे खोट्या श्रद्धेत जगतात. म्हणूनच पोहोचू शकत नाहीत. जिथे असतील तिथेच राहतात. जसे असतील तसेच राहतात. श्रद्धाळू यात्रा करतो. श्रद्धेची यात्राच एक दिवस ज्ञानाच्या मुक्कामी पोहोचवते. ज्ञानी पोहोचतो. श्रद्धाळू चालतो. विश्वास ठेवणारा फक्त विचार करत राहतो की चालूया. ना तो चालतो, ना पोहोचतो. विश्वास करणारा निद्रेतच आहे.

तुम्ही फक्त विश्वास करणारे राहू नका. एकतर जवाहिऱ्या बना किंवा हिरा बना. यापेक्षा खालचा विचार करूच नका. तेव्हाच तुम्हाला समजेल की मीरा काय म्हणते.'

'जौहरि कि गति जौहरि जाणे, की जिन जौहर होइ
सूली ऊपर सेज हमारी, सोवण किस विधि होइ।'

लोकं समजवतात की, 'मीरा, आराम कर. संयम ठेव. परमात्मा मिळेल. पण तो इथे नाही मिळत, तर मेल्यावरच मिळतो. चांगलं काम, सत्कर्म कर. मिळेल परमात्मा मृत्यूनंतर, स्वर्गात मिळेल.' असंच, बरंच काही लोकं मीराला समजवतात.

आणि मीरा म्हणते, 'सूली ऊपर सेज हमारी, सोवण किस विधि होइ!'

इथे मी सुळावर बसले आहे आणि तुम्ही म्हणता की झोप घेऊ! सुळावर जर अंथरुण घातलं असेल तर कोण कसं झोपेल? उद्या सकाळी तुला मरण येणार

आहे, फाशी देणार आहेत, तर आज रात्री तुम्ही झोपू शकाल? झोपण्याचा काही मार्गच नाही, शक्यताच नाही.

मीरा म्हणते, 'सूली ऊपर सेज हमारी' हा संसार सुळावरचा आहे. त्यात झोप कशी काय येऊ शकते?' समजून घ्या, हा संसार सुळावरचा, म्हणून इथे मरणाव्यतिरिक्त काहीही होऊ शकत नाही. जन्मानंतर केवळ एकच गोष्ट निश्चित आहे. 'मृत्यू.' जन्मानंतर मरणापलीकडे अजून इथे काहीच घडू शकत नाही. बाकीच्या गोष्टी सगळ्या व्यर्थ आहेत. ज्याला तुम्ही घटना म्हणता – 'राष्ट्रपती झालो, खूप पैसा कमावला, खूप प्रसिद्धी मिळाली. या सर्व गोष्टींना काहीही मोल नाही. तुम्ही मेलात की सर्व विसरलं जाणार. संपत्ती, पद सर्व हरवणार. चार दिवसांनंतर तुमची आठवणही कुणी काढणार नाही. काही वर्षांनी तुम्ही होतात की नव्हतात. याचाही विचार करावा लागेल आणि काही कालांतरानंतर तुम्ही नसताच किंवा असता – काहीच फरक पडणार नाही.

विचार करा. तुमच्याअगोदर अब्ज-अब्ज लोक या पृथ्वीवर आले. तुमच्यासारखीच स्वप्नं बघणारी माणसं. तुमच्या सारखाच पैसा गोळा करणारी, तुमच्यासारखंच – पद, प्रतिष्ठा, धनाकांक्षी! ते सर्व आता कुठे आहेत? त्यांची नावंही माहिती नाहीत. कुठे हरवले सगळे? असंही होऊ शकतं की ज्या धुळीवरून तुम्ही चालत आलात, त्याच धुळीत ते पडले असतील. ज्या जागेवर तुम्ही बसता, शक्यता आहे तिथेच खाली जमिनीत, त्यांना पुरलं गेलं असेल, तिथेच त्यांची हाडं झिजून चूर झाली असतील. कधी काळी तेही मोठ्या तोऱ्यात चालत होते, जसे आज तुम्ही चालता. चुकून कुणाचा धक्का लागला तर चिडून तलवारी उपसल्या गेल्या. आज धुळीत – मातीत पडलेत आणि प्रत्येक जण पायदळी तुडवून जातोय. ना रागावू शकत, ना तलवारी उपसू शकत.

च्वांगत्सु एका मसणवाटेवरून जात होता. संध्याकाळची वेळ होती, अंधार पडत होता आणि त्याच्या पायांखाली एक कवटी आली, तर तो तिथेच बसला. त्याचे शिष्यही त्याच्याबरोबर होते. तेही हादरून उभे राहिले की हा काय करतोय? त्याने त्या कवटीला उचललं आणि कपाळाला लावलं. खूप क्षमा मागू लागला की क्षमा करा. माफ करा, रागावू नका! थोडा वेळ हे सर्व शिष्यांनी सहन केलं, मग म्हणाले, 'तुम्ही वेडे झालात की काय? या कवटीची क्षमा मागताय?'

च्वांगत्सुने सांगितलं, 'विचार करा जरा. हा मनुष्य जर जिवंत असता, तर आपण संकटात सापडलो असतो. हा कुणी लहानसहान मनुष्य नाहीये कारण हे स्मशान मोठ्या लोकांसाठीचं आहे. इथे फक्त राजे-महाराजांचे अंतिम संस्कार होतात. आज आपली मान कापली गेली असती. हे तर आपलं नशीब आहे की हा मेलेला आहे. पण क्षमा मागणं योग्यच आहे. मोठी माणसं! ह्यांची काय खात्री,

नाराज होतील, चिडतील, भूत-प्रेत असेल, नाराज झाला तर अजून त्रास!

आणि त्याने ती कवटी घरी आणली. कायम स्वतःबरोबर ठेवली. लोकं यायची तर दचकायची आणि विचारायची, 'ही कवटी कशासाठी?' तर तो म्हणायचा की ही कवटी एका गोष्टीची नित्य आठवण देत राहते, की कधी तरी आपली कवटीही अशीच कुठेतरी स्मशानात पडलेली असेल. लोकांच्या लाथा खात आणि कुणी क्षमाही मागणार नाही. ज्या दिवसापासून ही कवटी आणली आहे, त्या दिवसापासून जरी कुणी मला मारलं, तरी मी हिच्याकडे बघतो आणि हसतो. म्हणतो, 'हे बघ, लोकं आत्तापासूनच मारायला लागली. अजून मी मेलोही नाहीये आणि लोकं मारत आहेत.' हे तर आज नाही तर उद्या घडणारच आहे. सत्तर वर्षांचं आयुष्य आहे आणि त्यानंतर अनंत काळ ही कवटी कुठेतरी पडलेली असेल.

तुमच्या आधी खूप लोकं झाली. कुठे आहेत ती? तुमच्या इतकीच मिजास होती त्यांचीही. पुढे तुमची मिजासही अशीच हरवणार आहे.

हा संसार सूळ आहे. इथे प्रत्येक माणूस स्वतःच्या फाशीची प्रतीक्षा करत आहे. इथे आम्ही रांगेत उभे आहोत. फाशी लागत जाते, रांग पुढ- पुढे सरकते. जो जो मनुष्य मरतो, तो तुमच्या मृत्यूला जवळ आणतो, कारण तुम्ही पुढे जाताय... जवळ. रांग पुढे सरकते. लवकरच तुमचं नावही हाकारलं जाईल.

इथे मृत्यूशिवाय अजून काही होत नाही. इथे रोज मरण घडतं. इथे मृत्यू हीच एकमेव वास्तविक घटना आहे. बाकी घटनांचं काहीही महत्त्व नाही. किंमत नाही, कारण मृत्यू सर्व काही पुसून टाकतो. शेवटी मृत्यूची रेषाच ठळकपणे राहते, बाकी सर्व पुसून जातात.

मीरा म्हणते, 'यहां सोना भी चाहूं, कैसे सो जाऊं? यहां सूली पर सेज कैसे लगे?' संसार म्हणजे सुळावरचं जगणं. मीरा म्हणते, 'डार गयो मनमोहन फांसी.' आणि जेव्हा ही परमात्म्याची धून भिनली. तर दोनदा फाशी झाली. इथे मृत्यू तर होताच, जीवन कष्टमय होतंच, हजार दुःखं होती. तर त्याच दुःखात अजून एक मोठं दुःख जन्मलं. आता अजून एक नवी फाशी. जोपर्यंत परमात्म्याशी मिलन होत नाही, तोपर्यंत चैन पडणार नाही. तोपर्यंत स्वास्थ्य, शांतता नाही.

इथे भक्त आणि ज्ञानी माणसांतला फरक लक्षात घ्या. या सूत्रांत दोन-तीन ठिकाणी फरक जाणवेल.

ज्ञानी म्हणतो – तुम्ही शांत व्हा म्हणजे सत्य सापडेल.

भक्त म्हणतो – सत्य मिळालं तरच शांत होता येईल. नाहीतर कसं शांत होऊ?

ज्ञानी म्हणतो – अंधार दूर करा म्हणजे प्रकाश दिसेल.

भक्त म्हणतो – प्रकाश झाला तरच अंधार दूर होईल. नाहीतर कसा दूर

होणार?

ज्ञानी म्हणतो – तुम्ही सरळ व्हा! तुम्ही प्रत्येक चिंतेतून मुक्त व्हा! म्हणजे तुम्हाला शांती मिळेल.

भक्त म्हणतो – कशी? आत्ता अशांतता राहणारच, जोपर्यंत परमप्रियाशी मिलन होत नाही. त्याला भेटण्याच्याअगोदर शांतता कशी मिळणार? शांती तर सावलीसारखी आहे. तो मिळाला की शांतता!

भक्तीच्या मार्गात, भक्तासाठी विरह, परमात्म्याची तहान, ती पीडा, सहयोग करते. तर दुःखी, रडणारा, हाक मारणारा, तो शांत होऊ शकत नाही. शांत होण्यात तर धोकाच आहे. शांततेमुळे हाक विरून जाईल. शोध बंद होऊन जाईल.

तर एक तर संसार सुळी दिल्यात जमा आहे आणि दुसरं, मीरा म्हणते, 'जेव्हा पासून त्या प्रियतम परमात्म्याची झलक मिळाली आहे. जेव्हापासून त्याची तस्वीर डोळ्यांत उतरली आहे. फाशी लागली आहे – 'सूली ऊपर सेज हमारी सोवण किस विधि होइ।'

तर संसाराची दुःख निद्रा होऊ देत नाहीत, पण तरी कसं तरी झोपते. सांसारिक झोपतोच. तर एका अजून नव्या दुःखाने पछाडलं, एक नवा तीर प्राणात खुपसला गेला. हा असा तीर आहे, ज्याचा काही इलाज नाही, कोणतंही औषध यावर काम करू शकत नाही. परमप्रिय जर आला तरच काही होईल. म्हणून निद्रा कुठे? चैन कुठे? सांत्वन तरी कुठे?

'गगन मंडल पे सेज पिया की, किस विधि मिलना होइ।'

इथे झोप कशी लागेल? ही काळजी नाहीच आहे, काळजी एकच आहे की त्या प्रियकराशी मिलन कसं होणार? कारण खूप मोठी अडचण आहे. 'मी इथे जमिनीवर आणि तो तिथे आकाशात बिछाना घालून! आम्ही क्षुद्रतेशी बांधील, तर तो विशालतेत! इतकं मोठं आकाश आतमध्ये आहे. तितकंच मोठं आकाश बाहेरही आहे. दोन्ही समतोल! तुम्ही आतमध्ये डोकावला नाहीत, नाहीतर इतका मोठा विस्तार आतमध्ये सुद्धा आहे. सहस्त्रारकात जेव्हा कुणी पोहोचतो, तेव्हा तो गगनमंडळात पोहोचतो. जेव्हा कुणी आपल्या सातव्या चक्रात स्थिर होते, तेव्हा ती व्यक्ती आपल्या आतल्या आकाशात स्थिर होते.

तर मीरा म्हणते, 'त्या सातव्या चक्रात, सहस्त्रारकात, त्या प्राणप्रियाचं वास्तव्य आहे. तुम्ही बघितलंय ना, विष्णूला कमळावर विराजमान झालेला? बुद्ध सुद्धा कमळावर विरामजमान झाले, कृष्ण सुद्धा कमळावर विराजमान! आम्ही सर्व अवतारांना कमळावर विराजमान केलं आहे. कारण आमच्या आत जे सातवं चक्र आहे ते कमळासारखं आहे. म्हणून त्याला सहस्त्रार म्हटलं आहे. सहस्त्रदल कमळ! ज्याच्या हजार पाकळ्या आहेत. आमच्या आतलं जेव्हा शेवटचं चक्र उघडतं, तेव्हा हजार

पाकळ्यांचं कमळ फुलतं. त्यातच परमात्मा विराजमान आहे.

मीरा म्हणते, 'आम्ही चिखलामध्ये रुतलो आहोत आणि प्रभू आकाशात विराजमान आहेत. खूप दूर आहे. अंतर आहे. मग कसं मिलन होणार? प्राण तडफडतो. मी इथे – तुम्ही तिथे. ना कुठे नाव आहे, कसं त्या तीरी पोहोचणार? तुम्ही कसे त्या किनारी येणार? कसं मिलन होणार? आणि जोपर्यंत मिलन होत नाही तोपर्यंत कसलं सांत्वन, शांती, आराम?'

'सूली ऊपर सेज हमारी, सोवण किस विधि होइ।
गगन मंडल पे सेज पिया की, किस विधि मिलना होइ।
दरद की मारी बन-बन डोलूं, बैद मिल्या नहिं कोइ।'

वैद्य मिळतही नाही, हा आजार असा नाहीये की जो ताडता येईल. हा आजार तर परम वैद्य मिळाला तरच दूर होईल.

'दरद की मारी बन-बन डोलूं,' मीरा म्हणते, 'फिरत राहते. या टोकापासून त्या टोकापर्यंत या गावातून त्या गावात, या वनातून त्या वनात, हाक मारत राहते, सर्व बाजूंनी हाका मारते. सर्व दरवाजे ठोठावते – या देवळाचा, त्या देवळाचा पण कुठे ही वैद्य मिळत नाही. कुणीही भेटत नाही, जो हा बाण खेचून काढील, जखम भरून देईल आणि बरंच आहे, वैद्य मिळत नाही. त्या वैद्याला परमात्म्याने बनवलेलाच नाही. ज्याला भक्तीची जखम झाली, ती भरून निघणं शक्यच नाही. जखम वाढतच जाणार, वाढतच....'

भक्त एक दिवस संपूर्ण जखमच होऊन जातो, पूर्णपणे तहान बनतो. त्या दिवशी मिलन होतं. त्याअगोदर नाही. ही किंमत तर द्यावीच लागते.

'मीरा की प्रभू पीर मिटेगी, जब बैद सांवलिया होइ।' ही पीडा तेव्हाच संपेल जेव्हा तो सावळा वैद्य होऊन येईल, तो प्रिय प्रियतम वैद्य होईल. खुद्द परमात्मा जेव्हा या जखमेवर हात ठेवेल, तेव्हाच ती भरेल. कुणा हाताने ती भरणार नाही. कुणा दुसऱ्या हाताने भरावी ही इच्छाही नाही आणि शक्यताही नाही.

सिसकता हुआ मन अभी चुप हुआ है
जरा ठहरो, अभी मत रुलाओ
लगी चोट जब से तभी से रुदन है
बहुत ही कसक है बहुत ही जलन है
न आंसू थमे हैं नहीं दर्द कम है
भरेगा नहीं कि यह ऐसा जखम है
गये चोट करके पुनः लौट आए
कि कितने निठुर हो तुम्हें क्या बतायें
अभी घाव गीला है पीड़ा बहुत है

इसे फिर न छू लो न फिर से दुखाओ।

पण परमात्मा दुखवतच जातो. तोपर्यंत दुखवत राहील जोपर्यंत जखम पूर्ण होत नाही. जखम पिकायला हवी, तरच ती भरून निघू शकते.

लगी चोट जब से तभी से रुदन है
बहुत ही कसक है बहुत ही जलन है
न आंसू थमे हैं नहीं दर्द कम है
भरेगा नहीं कि यह ऐसा जखम है
गये चोट करके पुन: लौट आए।

आणि परमात्मा घाव करतच जातो.

तुम्हाला भक्ताची अवस्था समजू शकणार नाही. फूल फुलतं आणि त्याला जखम होते. चंद्र उगवतो आणि त्याला जखम होते. पक्षी आकाशात विहार करतो आणि त्याला जखम होते. कोकिळा कुहू-कुहू करते आणि तिला जखम होते. पपीहा बोलावतो पी कहां, त्याला जखम होते. मंदिराच्या घंटा वाजतात, मशिदीत नमाज पढला जातो, त्याला जखम होते. जखमेवर जखम होतच जाते. भक्त या जखमांनी नाजूक होतो.

कि कितने निठुर हो तुम्हें क्या बताएं
गये चोट करके पुन: लौट आए
अभी घाव गिला है पीड़ा बहुत है
इसे फिर न छू लो, न फिर से दुखाओ
बहुत नींद तेरी झुकी पर न पलकें
गयी भाल पर छा परेशान अलकें
कि बेचैन करवट शिकन हर चिढ़ाती
कि घायल की पीड़ा रही है बढ़ाती
कि पल भर हुआ है अभी पीर चुप है
सपन देखता प्राण का कीर चुप है
कि आंखे रुआंसी अभी ही लगी हैं
सपन यह न टूटे अभी मत जगाओ।

पण भगवान भक्ताला जागं करतोच आहे. स्वप्नही बघू देत नाही. प्रत्येक स्वप्न मोडतो. कसं तरी स्वप्नाची चादर ओढून तुम्ही झोपायचा प्रयत्न करता आणि तो येतो. तो पाठलाग करतो आणि त्याचं पाठलाग करणं हे योग्यच आहे. तरच तुम्ही पिकाल, तरच फळ लागेल.

शलभ की लगन है जला दीप आया
मचल ज्वाल चूमी अधर को जलाया

कि बलिदान पर भी मिटी है न दूरी
अभी अर्चना है हृदय की अधूरी
गड़ी फांस मन में कि सोने न देगी
अभी पंख झुलसे सभी तन न झुलसा
निठुर दीप तुम यह अभी मत बुझाओ
सिसकता हुआ मन अभी चुप हुआ है।
    जरा ठहरो, अभी मत रुलाओ।

पण परमात्मा थांबत नाही. एकदा का तुम्ही त्याला हाक मारलीत की येतच राहतो. म्हणूनच कदाचित लोकं घाबरतात आणि हाक मारतच नाहीत. म्हणूनच लोकं वाचतात, किनाऱ्यावरच राहतात. जिथे जखम होणार असते, तिथे जातच नाहीत. लोकं मलमपट्टी शोधतात. पंडित-पुरोहितांचं ऐकायला जातात, कारण ते तुम्हाला सल्ले देतात. म्हणतात, 'घाबरू नका. धर्मशाळा बनवा, मंदिर बनवा, गरिबांना अन्नदान करा, दवाखाने बांधा, सर्व ठीक होईल.' ते तुम्हाला काही ना काही करायला सांगतात. ते तुम्हाला 'होण्याचा' मार्ग दाखवत नाहीत. असं सांगत नाहीत की जखम व्हा, सर्व ठीक होईल.

म्हणूनच तर लोकं महावीर, बुद्ध, मीरा यांच्याकडे कमी जातात. ते दोन पैशांच्या पुजारी-पंडितांकडे जातात. ते त्यांच्यासाठी सोपं असतं, सोयीचं असतं. कारण ते तुम्हाला कुठल्या अडचणीत टाकत नाहीत. तिथे क्रांती प्रज्वलित होत नाही. जिथे तुम्ही जाता तिथे तुम्हाला थोपटलं जातं. अंगाई गीत गायलं जातं. तुम्ही डुलक्या घेऊ लागता, प्रसन्न होता. तुम्ही घरी परतता की हो, आता सर्व ठीक झालं. ते तुमच्या जखमा भरून देतात.

'सद्‌गुरू' तेच आहेत, जे तुमच्या जखमा खोलवर करतात की परमात्म्याशिवाय कुणीही त्या भरून काढू शकत नाहीत. म्हणून सद्‌गुरूंपाशी साहसी लोकच जाऊ शकतात. वेडी लोकं; तिथे अशीच माणसं जातात ज्यांना जीवन वेशीवर टांगता येतं. जे असं करू इच्छितात, तसं करण्याची हिम्मत करतात. तुम्ही दुकानदार आहात, तुम्ही पुरोहितांकडेच जाणार.

जीवन की गलियों मे
हम तो चुपचाप रहे।
मिलन बहुत प्यारा है
विरह बहुत खारा है।
जीवन की प्याली में दोनों ही साथ रहे
जीवन की गलियों में
हम तो चुपचाप रहे।

आंसू में थिरकन है
आहों में कंपन है
जीवन की लहरों पर आशा की नाव बहे
जीवन की गलियों में
हम तो चुपचाप रहे
लिखना मजबूरी है
खुद से भी दूरी है
अब तक तो गीतों ने मन के ही दर्द कहे
जीवन की गलियों मे
हम तो चुपचाप रहे।

भक्त तर काही सांगू इच्छित नाही आणि कधी बोललाच तर आतल्या आर्ततेमुळे, दुःखच बोलतं म्हणून ही गीतं मीराने गायली असं समजू नका. तो जो मीराचा घाव आहे, त्याने गायली आहेत. अन्यथा मीरा गप्प बसली असती. सांगण्यासारखं काय होतं? कुणाला सांगायचं होतं? ज्याला सांगायचं होतं, त्याला शब्दात सांगण्याची आवश्यकता नाही. ज्यांना शब्दांनी समजतं, त्यांना सांगण्यात काही अर्थ नाही. कारण ते समजू शकणारच नाहीत. 'घायल की गति घायलही जाणे।'

तरीही मीरा रडते. हे शब्द बोलले गेले आहेत. ते सहजी प्रकट झाले आहेत. ते अति पीडेतून निघालेत. त्यांना मीरा थांबवू शकत नाही. जणू जखमेतून रक्त वाहतंय, तसे हे शब्द वाहतात.

मिलन अतिशय छान आहे. प्रिय आहे. विरह मात्र खारट आहे. ज्यांनी विरहाची खारट चव सहन केली नाही, त्यांना मिलनातला गोडवा कळणार नाही. मिलन तर सर्वांना हवं असतं. विरहाच्या वेदना कुणालाच नको असतात. म्हणून मिलन होऊ शकत नाही. विरह सहन करायला हवा. विरहाची परीक्षा द्यायला हवी आणि ही परीक्षा कठीण, अतिशय कठीण आहे. कारण ती तोडतच जाते. जाळतच जाते. रोज-रोज पीडा सहन होत जाते.

जसजसे परमात्म्याच्या जवळ जाता, पीडा वाढते आणि मिटतेही, पण तेव्हाच, जेव्हा मिलन होतं. तेव्हा खरा स्वाद, गोडवा, माधुर्य, म्हणजे मदिराच आहे. पण त्याअगोदर मात्रं खारेपणाच! समुद्रच्या समुद्र प्राशन करावे लागतात. तेव्हा कुठे स्वातीचा एक थेंब हातात येतो.

'बंसीवारा आज्यो म्हारो देस।'

ते जे आतलं जग आहे, मीरा म्हणते कधी त्या जगात. त्या देशातही ये. माझ्या आत ये कधी तरी! माझ्या आतल्या शून्यात ये, बासरी वाजव. मला भरून टाक,

मी रिकामी आहे. तुझे स्वरच मला भरून टाकू शकतात. यापेक्षा अन्य कुठल्याही स्वस्त वस्तूने मला भरायचं नाही.

'बंसीवारा आज्यो म्हारो देस, थारी सांवरी सूरत बाला भेस।'

कृष्णाचा रंग नेहमी सावळा वर्णन केला आहे. खूप विचारपूर्वक हा रंग निवडला गेला आहे. सावळ्या रंगात एक गहिरेपण आहे. जे गोऱ्या रंगात नाही. गोऱ्या रंगात एक प्रकारचा उथळपणा आहे. जशी नदी जिथे फेसाळलेली पांढरी असते, तिथे तिचा उथळ भाग असतो आणि जिथे ती खोल असते तिथे ती निळ्याशार रंगाची असते. कृष्णाच्या अप्रतिम सौंदर्याचं वर्णन करण्यासाठी त्याचा चेहरा सावळा बनवला गेला आहे. त्याला 'श्याम' नाव दिलंय, 'घनश्याम' नाव दिलंय. हे फक्त अपूर्व सौंदर्याला प्रस्थापित करण्यासाठीच!

'थारी सावरी सूरत बाला भेस।'

पण तो चेहरा दिलाय कृष्णाला, तो बालकासारखा आहे. गहिरं सौंदर्य आहे. पण लहान मुलाची सरळता आणि निर्दोष भाव. सर्व संत शेवटी लहान मुलांसारखे होतात. तसे झाले तरच ते संत! वर्तुळ पूर्ण झालं. लहानापासून सुरुवात केली आणि नंतर पुन्हा लहान झाले. लहान मुलं भोळीच असतात, यामध्ये गौरवास्पद काहीही नाही, हे स्वाभाविक आहे. अजून संसार म्हणजे काय हे अनुभवलेलं नाही, संसाराची धूळ पडलेली नाही, आरसा स्वच्छ आहे. पण संसाराचा अनुभव घेऊनही जो लहान मुलासारखा पारदर्शक राहतो, तर मग गौरवास्पद आहे. संसाराच्या गर्दीतून प्रवास करूनही स्वच्छ राहिला. कबीर म्हणतात, 'ज्यों की त्यों धरि दीन्हीं चदरिया।'

तर ते जे परम सौंदर्य आहे, ती जी परम अवस्था आहे, ती फक्त देहाची, देहाच्या सौंदर्याची नाही. जर देहापुरतं मर्यादित असतं तर सावळा मुखडा एवढं म्हणून गोष्ट पूर्ण झाली असती. तिथे आल्याचं सौंदर्यही आहे. म्हणून. 'बालो भेस!' लहान मुलासारखा भाव – निर्दोष, निष्कपट, निर्मळ! आरसा, ज्यावर एकही धुळीचा कण नाही.

'बंसीवारा आज्यो म्हारो देस, थारी सांवरी सूरत बाला भेस।
आऊं-आऊं कर गया सांवरा, कर गया कौल अनेक।'

भक्त आणि भगवान यांच्यामध्ये खूप वचनं, दिली जातात, मोडली जातात.

मीरा म्हणते, 'आऊं-आऊं कर गया सांवरा।'

अजून किती वेळा तू वचनं देऊन जाणार? किती वेळा सांगणार की येतो-येतो! भगवान प्रत्येक क्षणी सांगत राहतो. जेव्हा तुम्ही प्रेमाने, आतुरतेने ऐकाल, तर तुम्हाला ऐकू येईल, प्रत्येक एक क्षण सांगत राहतो. जेव्हा तुम्ही प्रेमाने, आतुरतेने अजून गहिरं, तुमच्या जखमेला अजून गहीरं करत जाता. सर्व बाजूंनी त्याचा संकेत येतो की आता येतोय, येतोच आहे, त्याचे पदरव ऐकू येऊ लागतात. कुणी बासरी

वाजवतंय, हा बघा, कुणी येतोय, तोच तर आहे, मोर मुकुटधारी! हा तर तोच आहे, पीतांबरवेष धारण केलेला!

खूप वेळा अशी झलक मिळते. पदरव ऐकू येतात. खूप वेळा त्याचा आवाज ऐकू येतो. खूप वेळा स्वप्नं पडतात. खूप वेळा जवळपासच त्याचा सुगंध दरवळतो. श्वास सुगंधाने भरभरून जातो. इतका जवळ असतो की भक्ताला वाटतं हात पुढे करू आणि धरून ठेवू त्याला. आणि मग परत-परत अंतर वाढत जातं.

हे गरजेचं आहे. याच पद्धतीने भक्त वेदनांमध्ये पिकतो. वेदना निखार आणते, गहिरी होते, गहन होते. जर परमात्मा कुठलं वचन, आश्वासन देत नाही तर भक्त निराश होईल. म्हणून अधूनमधून आशेचा किरण दिसायला हवा. तसा तो दिसतो आणि भक्त निराश होत नाही. आशेचा किरण भक्ताला तल्लीन करतो. मिलन तेव्हाच होतं जेव्हा भक्त संपूर्णत: फळतो.

'आऊं-आऊं कर गया सांवरा, कर गया कौल अनेक।'

जब भी आशा-लहरों के हाथों नैया सौंपी
तूफानों से मिल तट ने सपने नीलाम किये
जानी-अनजानी भूलों का कर्ज चुकाने में।
सौंधी माटी जैसी सुघर उमरिया बीत चली
सम्बंधों के चौराहे पर किरण अकेली है
सुबह-सुबह पनघट पर नवल गगरिया रीत चली
किसने चाहा नहीं अमा के द्वार दिवाली हो
किन्तु तिमिर की गलियों में दीपक बदनाम हुए
अश्रु-धरा पर गीतों के बिरवों को प्राण मिले
अनबोली अभिशप्त विवशता डाल-डाल फूली
ढलते वैरागी दिन ऐसी प्रीत बावरी है
मेरी ही पकछाई मुझको अनायास भूली
ठिठक गए विश्वासों के पग सर्पीले पथ पर
अनब्याही अल्हड़ निष्ठा कब तक निष्काम जिए
तन की अंजुरी में मन पारे जैसा बिखर गया
चपला की चितवन सुरधनु को बांध नहीं पायी
तरुछाया को मीत मान कर जीना मुश्किल है
बिना प्यार की छांव जिंदगी कभी न मुस्कायी।

परम प्रियतमाच्या प्रेमाच्या वर्षावाशिवाय तृप्ती नाही. नृत्य नाही, गीत नाही, गायन नाही. भक्त स्वत:ला आशेत कुठपर्यंत समजावत राहणार? कधीकधी आशा पराकोटीला पोहोचते. वाटतं आता आला, येतोय! हे दार

वाजलं! भक्त सावध होतो. आशा प्रफुल्लित होते. तृष्णा वाढते. दार उघडतो पण कुणीही नसतं. शांतता, निरव शांतता! कुणीही येत नसतं. जात नसतं. जखम अजून गहिरी होते. जखमेला गहिरं, खोल करण्याची ही प्रक्रिया आहे.

'आऊं-आऊं कर गया सांवरा, कर गया कौल अनेक।
गिणता-गिणता घस गई जी, म्हारी आंगलिया की रेख।'

ये तुझसे किसने कहा गम से दिल तबाह नहीं
ये और बात कि मेरे लबों पे आह नहीं
वो एक मैं कि सरापा सवाल हूं कब से
वो एक तू कि तुझे फुरसते निगाह नहीं।

ये तुझसे किसने कहा कि गम से दिल तबाह नहीं?

कधीकधी भक्त नाराज होतो की बस, खूप झालं आता. मी इथे प्रत्येक क्षणी मरतोय, तडफडतोय.

ये तुझसे किसने कहा कि गम से दिल तबाह नहीं?

इथे मी बरबाद होतोय, पानगळ लागलीये.

ये और बात कि मेरे लबों पे आह नहीं।

मी तक्रार करत नाहीये, ही एक वेगळी गोष्ट आहे, पण मी बरबाद झालोय, हे नक्की!

वो एक मैं कि सरापा सवाल हूं कब से

एक मी आहे, जो प्रश्नांवर प्रश्न विचारत जातोय, एक मी आहे जो प्रार्थना-प्रार्थना करत राहतोय, एक मी आहे जो माझी तहानच तहान पुन्हा पुन्हा सांगतोय.

वो एक मैं कि सरापा सवाल हूं कब से
वो एक तू कि तुझे फुरसते निगाह नहीं।

आणि एक तू आहेस की तुला माझ्याकडे बघायला वेळच नाही. तुझी नजर माझ्याकडे वळतच नाही.

'गिणता-गिणता घस गई जी, म्हारी आंगलिया की रेख।
मैं वैरागण आदि की जी, थारि म्हारि कदको सनेस।'

मीरा म्हणते, की जरा आठवा तरी! विसरलात का? 'मैं वैरागण आदि की जी' मी सुरुवातीपासूनच वैरागण आहे. हे काही आजचं प्रेम नाही. हे काही नवं प्रेम नाही. ही प्रीत अगदी जुनी आहे. सनातन प्रीती आहे. मी कधीपासूनच तुला शोधत आहे.

आणि ज्या दिवशी तुम्ही परमात्म्याच्या तृष्णेने भरून जाल, तेव्हा तुम्हाला समजेल की तुम्ही नेहमीच त्याच्याच शोधात होतात. कधी-कधी चुकीच्या ठिकाणी शोध घेतात, ही गोष्ट वेगळी, पण शोध त्याचाच चालू होता. कधी कुठल्या रात्रीमध्ये शोधलंत, पण शोधलंत ते त्यालाच. तेच अनंत सौंदर्य हवं होतं, पण ते त्या

स्त्रीमध्ये मिळणं शक्य नाही. त्यात तिची चूक नाही. तुमची आशा विराट-विशालतेची! तुमची मागणी विशालतेची! स्त्री रंगते, सौंदर्य प्रसाधनं वापरते, सुरेख कपडे घालते, दागदागिने...! सर्व प्रकारचे प्रयत्न करते तुम्हाला आनंद देण्याचा. तुमचं मागणं पूर्ण करायचा! पण ते शक्य नाही.

कधी कुणा पुरुषात शोधता! सर्व स्त्रिया पुरुषांमध्ये परमात्म्याचा शोध घेतात. म्हणूनच तर स्त्रीला दुःख होतं, जेव्हा नवऱ्यात दोष दिसतात. छोटासा दोषही तिला त्रासदायक होतो. कारण तिला तिचा पती निर्दोष हवा असतो. ती त्याच्यात कृष्णाला शोधत असते. हे तिला कळतही नसतं, पण शोध कृष्णाचाच असतो. नवरा साधारण, त्याची काय चूक? ती त्याची मर्यादा आहे आणि तुम्हाला असीम हवं असतं. त्या निर्दोष सौंदर्याचा शोध! पण हे सौंदर्य तर कपटी असतं... हे सौंदर्य मनाचं. मनापेक्षा गहिरं होऊ शकत नाही.

ज्या दिवशी तुम्ही परमात्म्याला शोधाल, त्या दिवशी पहिल्यांदा तुमच्या मनात विचार येईल की, अरे! मी तर नेहमीच यालाच शोधत होतो. वेगवेगळ्या ठिकाणी, वेगवेगळ्या दिशांना, पण याचाच शोध घेत होतो. म्हणूनच तर कितीही पैसा मिळाला तरी तृप्ती होत नव्हती. कारण तुम्ही परमधन शोधत होतात. करोड असतील तर दहा करोडची अभिलाषा – दहा करोड असतील तर दहा अब्ज... संख्या मोजतामोजता तुमच्या हातांच्या, बोटांच्या रेषा झिजल्या, मिटून गेल्या! तुम्हाला नक्की हवंय काय, नीट पारख करा. कधी मनात, तसा विचार केलात की काय हवं आहे?

मी ऐकलंय, एका गुरुकुलात एक युवक उत्तीर्ण झाला. गुरू त्याच्यावर प्रसन्न होता. गुरू म्हणाला, 'तू माग, तुला काय हवं? मी तुझ्यावर प्रसन्न आहे.'

तो युवक म्हणाला, 'मला अजून काही मागायचं नाही. जेव्हा घरून इथे आलो तेव्हा माझे वडील कर्जात बुडाले होते, गरीब होते. मी तर इथे एक वर्ष आश्रमात राहिलो. माहीत नाही त्यांची अवस्था आता कशी आहे. कर्ज चुकवलंय की नाही? चुकवलं असलं तरी गरीबच असतील, उपाशी असतील. एकच आशा आहे, आता जाईन तर त्यांची सेवा करेन.'

गुरू म्हणाला, 'तू एक काम कर. या देशाचा जो सम्राट आहे, तू त्याच्याकडे जा. तो रोज सकाळी एका व्यक्तीला वरदान देतो, कुणी काहीही मागो तर तू लवकर जाऊन उभा रहा. रात्री चार वाजताच जाऊन उभा राहा. म्हणजे तूच पहिला असशील.'

तर तो जाऊन उभा राहिला; पहाटे चार वाजल्यापासून. पाच वाजता सम्राट त्याच्या बागेत फेरफटका मारायला बाहेर पडला, तर त्याला युवक दिसला, त्याने विचारलं, 'काय हवंय?' जेव्हा सम्राटाने असं विचारलं... गुरूने सांगितलं होतं, 'जे

मागशील ते सम्राट देईल.' तुम्ही विचार करू शकता त्या युवकाची परिस्थिती कशी विचित्र झाली असेल. विचार केला होता की पाचशे रुपये मागावेत. जुन्या काळातली गोष्ट. पाचशे रुपये संपूर्ण आयुष्यभर पुरले असते. पण त्याला हा वेडेपणा वाटला, पाच हजार का नको मागू? पाच लाख... पाच करोड....

रक्कम वाढतच चालली. सम्राट म्हणाला, 'असं वाटतंय की तू ठरवून आलेला नाहीस. तू विचार करून ठेव. तोपर्यंत मी बागेत फेरफटका मारून येतो.'

सम्राटाचा फेरफटका होईपर्यंत तो युवक वेडा होण्याच्या मार्गावर आला होता. संख्या वाढतच होती. जर देणारा राजी आहे, तर कमी का मागायचे? जेवढी संख्या त्याला येत होती त्या शेवटच्या संख्येपर्यंत पोहोचला. तेव्हा डोकं आपटत राहिला, कारण गुरूने एकसारखं बजावलं होतं की गणित नीट शीक. आज कामी आलं असतं. यापुढची संख्या येत नाही. आता अडकलो.

तोपर्यंत सम्राट आला. म्हणाला, 'तू बेचैन, त्रासलेला दिसतोस. काय झालंय? तू माग. तुला जे काही मागायचं आहे.'

तो म्हणाला, 'संकोच वाटतो.' सम्राट म्हणाला, 'संकोच करू नकोस, माग.' युवक म्हणाला, 'मी खूप विचार केला. खूप संख्या, पण माझं गणित चांगलं नाही आणि एका संख्येवर येऊन मी अडकलो आहे. तेवढंच जर मागितलं तर आयुष्यभर पश्चात्ताप करत राहीन की अजून का नाही मागितलं? तर तुम्ही असं करा, ज्या दरवाज्यातून मी आलो, त्या दरवाज्यातून तुम्ही निघून जा आणि जे तुमच्यापाशी आहे, ते सर्व मला द्या. जितकं आहे, ते सर्व द्या!'

युवकाला वाटलं सम्राट घाबरेल. पण सम्राटाने आकाशाकडे हात वर करून नमस्कार केला. म्हणाला, 'हे प्रभू, आज शेवटी तू त्या माणसाला पाठवलंच, ज्याचा मी शोध घेत होतो.' तर युवक घाबरला. म्हणाला, 'काय झालं? तुम्ही असं का म्हणालात?'

सम्राट म्हणाला, 'आता तू विचारात पडू नकोस. तू आत जा. सांभाळ! मी खूप थकलोय. मी गेली कित्येक वर्षं प्रार्थना करतोय की हे प्रभू, कुणाला तरी पाठव, जो सर्व काही मागेल, त्याने आज माझी प्रार्थना ऐकली.'

युवक म्हणाला, 'मला अजून एकदा विचार करण्याची संधी द्या. तुम्ही अजून एकदा बागेत फिरून या.'

सम्राट म्हणाला, 'मोठ्या परिश्रमानंतर तू आला आहेस. वर्षं सरली, मी दान करतो आहे. पण लोकं लहानसहान मागणं मागतात. त्याने काय फरक पडणार? तू हिम्मत दाखवलीस. आता विचार करण्याची गरजच काय? नंतर आरामात, मजेत विचार कर. महालात जा. तिथे विचार कर. जसं मी आयुष्यभर विचार करत राहिलो, तूही कर. काय घाई आहे? तू तर आता तरुण आहेस.'

युवक म्हणाला, 'तरीही तुम्हाला मला एक संधी द्यावीच लागेल.' सम्राट बागेत फिरायला गेला. चक्कर मारून आला आणि त्याने जसा विचार केला होता, तसंच झालं. युवक पळून गेला होता. द्वारपालाला सांगून गेला की, 'माझ्यावतीने सम्राटांची क्षमा माग. कारण सम्राट इतकं सर्व असूनही तृप्त नसेल, तर मी या त्रासात कशाला पडू? त्यांचं आयुष्य खराब झालं, मी माझं का करू?'

धन, पैसा कितीही असला तरी तुम्ही निर्धनच असता. तर धनात परम धनाचा शोध चालू आहे. परमात्म्याचा शोध चालू आहे. सर्व दिशांमध्ये मनुष्य त्यालाच शोधतो आहे. म्हणून मीरा योग्यच म्हणते, 'मै वैरागण आदि की जी' ही काही नवी प्रीत नाही. जुनीच आहे. मी नेहमी, कायमच तुझा शोध घेत आहे. तुलाच हाक मारते. 'थारि म्हारि कद को सनेस!' जरा विचार कर की आपलं प्रेम किती जुनं आहे? केव्हाचं?

'बिन पाणी बिन साबण सांवरा, हो गई धोय सफेद।'

इतक्या दिवसांपासून तुला बोलावतेय, जन्मोन्‌जन्म तुला बोलावतेय, तुझ्यासाठी रडतेय की जणू या अश्रूंनीच मला धुवूनधुवून पांढरं, गोरं केलं.

'बिन पाणी बिन साबण सांवरा...' ना पाण्याची गरज पडली आणि ना आकाशात ढग जमले, ना पावसाची गरज भासली. अश्रूंमुळेच धुतली गेली. गोरी झाले. जरा बघ तरी माझ्याकडे 'हो गई धोय सफेद....'

'जोगण होकर जंगल हेरूं, तेरो नाम न पायो भेस।' जंगलांमध्ये भटकत राहते. तुला काहीच दया येत नाही का? 'मेरो नाम न पायो भेस,' ना तुझ्या नावाचा पत्ता ना तुझं रूप माहीत. जागे-जागेवर अडखळते, आपटते, पण तुला हाका मारत फिरते. तू मिळत नाहीस. पण तुझी झलक मात्र दिसते, कुठे तरी दूर दूर कधी त्या ताऱ्यापाशी, कधी त्या चांदणीपाशी, कधी चंद्राजवळ. मी तिथे पोहोचेपर्यंत तू अंतर्धान पावतोस. 'तेरी सुरत के कारण मैं तो, धारया छे भगवा भेस' आणि हे जे भगवं वस्त्र मी परिधान केलं आहे ते काही स्वर्ग किंवा मोक्ष मिळवण्यासाठी नाही.

हा भक्तामधला फरक समजून घ्या. ज्ञानीला मोक्ष हवा आहे. ज्ञानीला स्वर्ग हवा आहे. ज्ञानीला परम अवस्था हवी आहे. 'सच्चिदानंद!' भक्त म्हणतो, 'मला हे काहीही नको. मला फक्त तू भेट. तुझे चरण हवेत.'

'तेरी सूरत के कारण मैं तो...' तो तुझा सावळा चेहरा मला भावला. ते तुझं लहान मुलासारखं निर्व्याज हसणं, निर्दोष असणं, त्याचा मला मोह पडला.

'बंसीवारा आज्यो म्हारो देस, थांरी सांवली सूरत बालो भेस
तेरी सूरत के कारण मैं तो, धारया छे भगवा भेस।'

ही जी मी भगवी वस्त्रं परिधान केली आहेत. कुठल्याही मोक्षाच्या शोधार्थ नाहीत. तुला भेटण्यासाठी!

भक्ताला परमात्म्याला भेटायचं आहे. यापलीकडे त्याची कुठलीच आकांक्षा

नाही. म्हणूनच भक्त एका अर्थी परम वासनामुक्त असतो. मोक्षाची आकांक्षा ही सुद्धा स्वत:साठी केली गेलेली आकांक्षा आहे. 'मला मोक्ष मिळो.' भक्त स्वत:साठी काहीही मागत नाही. तो म्हणतो, 'मला तुझ्याजवळ, तुझ्या सावलीत बसायला मिळू देत. तू मला भेट!' इतकंच हवं आहे.

'मोर मुकुट पीताम्बर सोहे, घूंघरवाला केस।'

बस, माझ्या मनात सतत एकच गोष्ट घुमत राहते. मीरा म्हणते, तुझे ते कुरळे केस, तुझा तो पीतांबरी वेष, तो तुझा सावळा चेहरा, तो तुझा निरागस भाव, ती निष्पाप नजर. बस, हेच! याचसाठी ही भगवी वस्त्रं!

'मीरा के प्रभू गिरधर नागर, मिल्या मिटेगा क्लेस।'

महावीर म्हणतात, 'त्रास संपला की सत्याची उपलब्धता होते.' मीरा म्हणते, 'तू मिळालास की त्रास संपला, दु:ख संपलं, चिंता मिटल्या.'

दोन तऱ्हेचे संन्यासी आहेत या जगात. माझ्याकडे दोन्ही तऱ्हेचे लोक आहेत. एक ते, ज्यांनी भगवी वस्त्रं परिधान केली आहेत. कारण संसारातून त्याचं मन उबलं, त्यांना वैराग्य आलं. आणि दुसरे, त्यांनी भगवी वस्त्रं एवढ्यासाठी धारण केलीत, कारण त्यांना परमात्माची ओढ लागली. दोघांची फलश्रुती शेवटी एकच आहे. ज्याचं परमात्म्याशी प्रेम वाढलं, ज्याला त्याची ओढ लागली. म्हणजेच त्याचं सांसारिक वैराग्य आपोआपच फलद्रुप होतं. पण ही गोष्ट गौण आहे, कारण त्याचं लक्ष्य हे नाही.

'बाला मैं बैरागण हूंगी।'

खूप छान वचन आहे, कृष्णाला सांगते बाला, म्हणजे लाला.

'बाला मैं बैरागण हूंगी।'

पण हे माझं वैराग्य तुझ्या प्रेमामुळे ज्योतिर्मय आहे. हे माझं वैराग्य संसाराच्या विरोधात नसून तुझी अभिलाषा आहे म्हणून आहे.

'जिन भेषां म्हारो साहब रीझै, सो ही भेष धरूंगी।'

जिन भेषां म्हारो साहब रीझै...। तो परममित्र ज्या गोष्टीमुळे रिझवेल, मान्यता देईल, तोच वेष मी करेन. जर ही भगवी वस्त्रं तुला प्रिय असतील तर तीच... भगवी वस्त्रं! तुला जशी प्रिय वाटेल, तशीच मी होईन. तुझ्या योग्यतेची होईन, पात्रता मिळवेन, अधिकार मिळवेन.

'जिन भेषां म्हारो साहब रीझै, सोही भेष धरूंगी।'

तू जे म्हणशील, तेच करीन.

'शील संतोष धरूं घट भीतर, समता पकड़ रहूंगी।'

तू जर म्हणशील शील पाहिजे – तर शील! तू म्हणशील संतोष – तर संतोष. तू जर म्हणशील समता – तर समता!

फरक लक्षात घ्या. ज्ञानी या प्रक्रिया साधतो, अट घातल्याप्रमाणे. कारण समतेशिवाय सत्य कसं मिळणार? शील नसेल तर सत्य कसं मिळणार? संतोष नसेल तर सत्य कसं मिळणार? त्याला सत्य मिळवायचं आहे, म्हणून तो शील, साधना, संतोष सर्वच साधतो. पण पडताळा घेत राहतो की अजून सत्य गवसलं नाही. मी इतकं शील साधलं, त्याग केला, व्रत केलं. पण अजून मिळाला नाही. त्याची साधना व्यावसायिक असते. साधना – पण नजर कुठे दुसरीकडेच असते.

मीराच्या साधनेत भेद आहे. भक्ताच्या साधनेत भेद आहे. भक्त म्हणतो, 'असं ऐकलं आहे की तुला शील आवडतं, म्हणून शील. समता तुला प्रिय आहे, म्हणून समता. जसं कुणी स्त्री तिच्या पतीला आवडतं तशी वेशभूषा, आभूषण, वस्त्रभूषण करते.

'जिन भेषां म्हारो साबह रीझै!'

भक्त असंच म्हणतो की ज्या वेषात तुम्ही तृप्त व्हाल, मला भेटाल नुसती खूण करा, ते साध्य करण्यासाठी जराही वेळ लागणार नाही.

भक्त साधतो, परम आनंदाने साध्य करतो. त्याच्या साधनेत तोच भाव आहे, जो कधी तुम्ही स्त्रीला आपल्या प्रियकरासाठी सजताना बघितला असेल, शृंगार करताना बघितला असेल. प्रियकर खूप दिवसांनी येतोय म्हणून शृंगार करते. परम आनंद भाव! गंभीरता नाही. ती कशासाठी? प्रियकराशी मिलन होण्यात आनंद, परम आनंद आहे. आठवण कर करून प्रियकराच्या मर्जीतल्या गोष्टी लेवून शृंगारत राहते. त्याच्यासाठी 'योग्य' होण्याकरता! भक्तही असाच होतो. चरित्र हाच भक्ताचा शृंगार. ज्ञानी माणसाचा शृंगार त्याचं चरित्र नाही. म्हणून ज्ञानी माणसं उदास दिसतात. ती कामं करतात. समता साधतात, शील साधतात, ध्यानही करतात. तरीही ती उदास दिसतात. त्यांच्या चेहऱ्यावर हर्ष, प्रफुल्लता दिसत नाही. कारण तिथे प्रेमाची कमतरता असते आणि प्रेम नसेल तर प्रफुल्लता, प्रसन्नता दिसू शकत नाही.

'शील संतोष धरूं घट भीतर, समता पकड़ रहूंगी
जाको नाम निरंजन कहिये, ताको ध्यान धरूंगी।'

तुम्ही जर म्हणताय की लक्ष ठेवा, लक्षात ठेवा तर ठेवेन. तुम्ही सांगताय की निरंजनला आठवा, स्मरण करा, तर करेन.

'गुरू के ज्ञान रंग तन कपड़ा, मन मुद्रा पैरूंगी।'

तुम्ही जर सांगताय तर मी गुरूचे चरण स्पर्श करेन तर 'गुरू के ज्ञान रंग तन कपड़ा'... गुरू जे ज्ञान देईल, त्यात स्वत:ला रंगवून टाकेन, कपडे रंगवून टाकेन. तुम्ही जे सांगाल ते मान्य करेन. जिथे पाठवाल तिथे जाईन. तुमच्या आज्ञेची वाट बघत आहे.

'मन मुद्रा पैरूंगी।'

'मुद्रा' हा पारिभाषिक शब्द आहे. मुद्राचा अर्थ असा होतो की एक अशी शून्य दशा जिथे काहीही विचार नाहीत. त्या शून्यावस्थेतच परमात्मा पूर्णपणे उतरतो. त्याला 'महामुद्रा' म्हणतात. ध्यानाच्या परमदशेला महामुद्रा म्हणतात, जिथे अहंकार शून्य होतो, शून्य-वर्तुळ राहतं फक्त. म्हणूनच 'अंगठी'लाही 'मुद्रा' म्हणतात, कारण ते ही शून्य-वर्तुळ आहे.

प्रेमात अंगठी दिली जाते. बऱ्याच देशांत ज्याच्यावर तुमचं प्रेम असतं, त्याचं प्रतीक म्हणून अंगठी दिली जाते. ती मुद्रा आहे. प्रतीक मात्र आहे. आता परमात्म्याला सोन्याची अंगठी तर देता येत नाही पण चित्ताची शून्य दशा तर देता येते. चित्त शून्य व्हायला हवं. जशी मुद्रा, जशी अंगठी एक वर्तुळ असते आणि मध्ये शून्य असते. तसं तुमचं व्यक्तिमत्त्व एक वर्तुळ आणि मध्ये शून्य. याच शून्यात परमात्म्याचा प्रवेश होतो. याच मुद्रेच्या साहाय्याने, तुम्ही त्याला बोलावू शकता. ही मुद्रा म्हणजे तुम्ही आणि परमात्मा. दोहोंतलं प्रणयाचं प्रतीक!

तर मीरा म्हणते,

'गुरू के ज्ञान रंग तन कपड़ा मन मुद्रा पैरूंगी
प्रेम प्रीत सूं हरिगुण गाऊं, चरणन लिपट रहूंगी।'

एकदा तू मला भेट. मग मी तुला सोडणार नाही. तुझे चरण धरून ठेवेन, जशी वेल झाडाला लपेटते, तशी मी तुला लपेटून टाकीन. 'प्रेम प्रीत सूं हरिगुण गाऊं चरणन लिपट रहूंगी। या तन की मैं करूं कींगरी...! एकदा भेट मला.'

भक्ताच्या मोठमोठ्या आशा आहेत की, एकदा जर का भेटला तर मी असं करेन, तसं करेन. हे असंच. जसं तुमच्या मनातही उमटतं की प्रियकर आला की मी असं करेन, तसं करेन, घर सजवेन, जेवण असं बनवेन. भक्त सुद्धा अशा आशा करत असतो की प्रभू भेटल्यावर तो काय काय करेल.

मीरा म्हणते, 'या तन की मैं करूं कींगरी...! या देहाची मी सारंगी बनवेन. या तन की मैं करू कींगरी, रसना नाम कहूंगी।'

जिभेला आम्ही रसना म्हणतो – दोन कारणांनी. दुसरं कारण कदाचित तुम्हाला माहीत नसेल. एक कारण तर माहीत आहे की रस जिभेमुळे मिळतो. चव जिभेमुळे मिळते. हे खरं कारण नाही. खरं कारण दुसरं आहे की जिभेमुळे परमात्म्याचं स्मरण होतं आणि त्याचा स्वाद मिळतो म्हणून रसना. जेवणाचा, अन्नाचा स्वाद आणि परमात्म्याचा उच्चार, त्याचा स्वाद म्हणून रसना.

मीरा म्हणते, 'या तन की मैं करूं कींगरी, रसना नाम कहूंगी,' शरीराला सारंगी बनवेन आणि मग तुझी गाणी गाईन आनंदाची, गुणांची!'

'प्रेम प्रीत सूं हरिगुण गाऊं, चरणन लिपट रहूंगी

या तन की मैं करूं कींगरी, रसना नाम कहूंगी
मीरा के प्रभू गिरधर नागर साधा संग रहूंगी।'

आणि मग तुझ्याशी मिलन होईल, तुझ्या चरणांशी माझी गीतं अर्पण होऊ देत. जे संगीत मी जन्मोन्जन्म गात फिरतेय. ते प्रकट होऊ देत मग उरतंच काय? मग उरतं इतकंच की हेच गाणं मी गुणगुणत राहावं आणि सर्व जनांपर्यंत पोहोचवावं.

'साधा संग रहूंगी।'

ज्या कुणाची आशा-अपेक्षा-आकांक्षा तुला मिळवण्याची आहे, जे साधू होण्यासाठी तत्पर आहेत, जे तुला शोधायला बाहेर पडले आहेत, सारंगी वाजवेन. एकदा तुला भेटू, तुझ्या चरणांशी माझी गीतं अर्पण करू. माझं संगीत अर्पित करू, मग निघून जाईन दूर...!' 'साधा संग रहूंगी।' जे निद्रिस्त आहेत त्यांना जागं करेन, हाक मारेन, एकदा मला तुझ्या अमृताने भरून टाक म्हणजे मी सर्वांना वाटेन.

'साधा संग रहूंगी।' जिथे-जिथे सत्संग असेल तिथे-तिथे नाचेन. जिथे लोकं प्रभू प्रेमाने एकत्र येतात, तिथे मस्त होऊन गाणी गुणगुणेन! मला जेव्हा तुझी चव, स्वाद मिळेल, तेव्हा त्या रसनाने फक्त अमृतच बरसेल.

आणि मीराने हेच केलं. जेव्हा तिला तिचा प्राणाहून प्रिय असलेला परमात्मा मिळाला, ती त्याचे गुण गात, निद्रिस्तांना जागवत फिरली.

कुणी अशी स्वत:च्या शरीराची सारंगी बनवली आहे का जशी मीराने बनवली? नाही, कुणीच नाही. मनुष्य जातीच्या इतिहासात मीरा अप्रतिम आहे. बुद्धाला ज्ञानप्राप्ती झाली तर त्यांनी मौन धारण केलं, शांत राहिले. महावीरांनीही निर्विकार, निर्दोष मौन पाळलं. महामुनी होते. बारा वर्षं मौन पाळलं; मग बोलले, पण तेही संक्षिप्तच.

मीरासारखं कोण नाचलं? तन-देहाची सारंगी अजून कुणी बनवली?

मीरा या अर्थाने अद्भुत आहे. सत्याचा संस्पर्श अशा संगीताची निर्मिती कुणीच केली नाही. मीरामध्ये अक्षरश: पूर आला. ती वाहत राहिली. जो जवळ आला त्यालाही चिंब केलं. ज्याला स्पर्श केला त्यालाही ते वरदान मिळालं. तिने जे काही म्हटलं, तसं केलं.

'या तन की मैं करूं कींगरी, रसना नाम कहूंगी,
मीरा के प्रभु गिरधर नागर साधा संग रहूंगी।'

एकदा मला भेट, तर तुला मी वाटून टाकेन. गावोगावी हाक मारत राहीन. 'मीरा के तो गिरधर नागर।' जिथेजिथे साधू असतील, तुझ्या प्रेमासाठी तहानलेले असतील, तिथेतिथे मी जाईन. ज्यांची प्रार्थना तुला हाक मारते, त्यांच्याकडे तुझं प्रेम उधळून देईन.

आणि मीराने असं केलं. आजही तिच्या वचनांमध्ये तितकाच रस आहे, असा रस आहे की इतर कुणाच्याही वचनात तो नाही. अजूनही मीरा म्हटलं, की हृदयात रसस्राव होतो.

तिची पदं साधी सरळ आहेत. ती काही कवयित्री नाही. प्रेमात गायली गेलेली गीतं! यमक नाही. मात्रा, छंद नाही. सहजस्फूर्तीतून उमटलेली वचनं! मग नंतर अनेकांनी अशी वचनं लिहिली, मीराचं नाव जोडून लिहिली. मग लोकांनाही ओळखता येणं कठीण जायला लागलं की यातली मीराची पदं कुठली? पण ती ओळखता येतात. कारण इतरांनी जी लिहिली आहेत त्यात काव्य आहे, आखणी आहे, भाषेचं सौंदर्य आहे, पण तो भाव मात्र नाहीये. देह सुंदर आहे पण आत्मा अनुपस्थित आहे. पण ज्याला आत्म्याची ओळख आहे तो भेद – फरक करू शकेल. घायाळ जो आहे, त्यालाच ती गीतं समजतील.

मीराहून मोठमोठे कवी झाले पण तिच्या इतका मोठा भक्त कुठे आहे? या कविता वेगळ्या आहेत. अपौरुषेय आहेत, जसे वेद अपौरुषेय आहेत. वेद, जसे उतरले ऋषींमधून. मोहम्मदने कुराण दिलं, तशीच ही मीराची वचनं! ज्या प्रेमाने तिने ती गायली – तो रस, ते प्रेम, ते स्वर, तसे कधीही कुणाचे वाटले नाहीत.

डुंबायचंच असेल तर मीरामध्ये डुंबून घ्या. असा प्रेमळ घाट-तीर-किनारा अजून कुठेही नाही.

∎

ओशो – एक परिचय

ओशो हे कोणत्याच अवकाशात मावणारे नाहीत. माणसाच्या व्यक्तिगत शोधापासून ते समाजातल्या सर्व सामाजिक तसंच राजकीय प्रश्नांवर प्रकाश टाकणारी अशी त्यांची प्रवचनं आहेत. ओशोंनी स्वत: ही पुस्तकं लिहिलेली नाहीत. जागतिक स्तरावर सर्व श्रोत्यांसमोर दिलेल्या प्रवचनांच्या ऑडिओ व्हिडीओच्या वार्तांकिनांचं संकलन म्हणजे त्यांची पुस्तकं आहेत. ते म्हणतात ''मी जे काही सांगतो ते केवळ तुमच्यासाठीच नसून भविष्यातल्या पिढींसाठी सांगत असतो.

लंडनच्या 'संडे टाइम्स'नं विसाव्या शतकातल्या जग बदलून टाकणाऱ्या एक हजार व्यक्तींमध्ये त्यांची गणना केलेली आहे. टॉम रॉबिन्स या अमेरिकन लेखकानं तर त्यांना 'जिझस ख्राईस्ट' नंतरचं सर्वांत 'खतरनाक' व्यक्तिमत्त्व असं बिरुद त्यांना बहाल केलंय. भारताचं भाग्य बदलवणाऱ्या गांधी, नेहरू आणि बुद्ध यांच्या बरोबरीनं भारतातील 'संडे-मिडडे'नं त्यांचा गौरव केला आहे.

आपल्या कार्याविषयी ते म्हणतात,'नवीन आधुनिक मनुष्याच्या जन्मासाठी मी

'भूमी' तयार करतो आहे.' या नवीन मनुष्याला ते 'झोरबा द बुद्ध' म्हणतात. झोरबा असा की, ज्यामध्ये पृथ्वीवरची सर्व सुखं उपभोगण्याची क्षमता असेल, तसंच बुद्धांची शांत, सौम्य अशी प्रवृत्ती असेल. ओशोंच्या सर्वांगीण विचारांमध्ये जीवन-दर्शनाचा एक झुळझुळता प्रवाह आहे. त्यामध्ये पूर्वेकडची कालातीत असलेली प्रज्ञा आणि पश्चिमेकडचं विज्ञान, तसंच तंत्रज्ञानाच्या सर्वोच्च शक्यतांचा समावेश आहे.

आंतरिक परिवर्तनाच्या शास्त्रात 'ओशो' म्हणजे क्रांतिकारी उपदेशासाठी उत्तम पर्याय आहेत. तसंच ध्यानाच्या विविध पद्धतीचे प्रसारक आहेत. आत्ताच्या आधुनिक वेगवान जीवनशैलीला अनुसरून या पद्धती त्यांनी निर्माण केल्या आहेत.

सक्रिय ध्यानपद्धती अशापद्धतीनं तयार केलीय की, त्यामध्ये शरीर आणि मन या दोन्हीमध्ये साचलेल्या ताणतणावांचा निचरा होऊ शकेल आणि रोजच्या जीवनात सहज स्थिर मनोवृत्ती प्राप्त होऊ शकेल तसंच गाढ शांतीचा अनुभव येईल.

ओशोंची दोन आत्मकथात्मक पुस्तकं याप्रमाणे.

१) 'ऑटोबायोग्राफी ऑफ ए स्पिरिच्युअली इनकरेक्ट मिस्टीक', सेंट मार्टिस प्रेस, यूएसए.

२) 'ग्लिम्प्सेस ऑफ ए गोल्डन चाइल्डहूड', ओशो मीडिया इंटरनॅशनल, पुणे, भारत.

■

ओशो इंटरनॅशनल मेडिटेशन रिझॉर्ट

ठिकाण : मुंबईपासून शंभर मैलावर दक्षिणपूर्वेला असलेल्या संपन्न अशा आधुनिक पुणे शहरात सुट्टी घालवण्याचं एक सुरेख असं स्थान म्हणजे, 'ओशो इंटरनॅशनल मेडिटेशन रिसॉर्ट!'' घनदाट झाडीमध्ये लपलेलं हे रिसॉर्ट सर्वांपेक्षा वेगळं असून अठ्ठावीस एकराच्या बगिचामध्ये पसरलेलं आहे.

वेगळेपण : शंभरपेक्षाही जास्त अशा निरनिराळ्या देशांमधून हजारो पर्यटक दरवर्षी या रिसॉर्टला भेट देतात. इथला अनुपम असा परिसर उत्साहानं परिपूर्ण, शांत-निवांत असा असून काहीतरी सर्जनात्मक असं नवीन जीवन जगण्याविषयी प्रेरणा देणारा आहे. संपूर्ण वर्षभर चोवीस तास चालणारे निरनिराळे उपक्रम इथे आहेत. अर्थात काहीही न करता नुसतं शांत बसणं, हाही त्यातलाच एक भाग!

इथल्या सर्व कार्यक्रमांच्या रचनेत ओशोंच्या 'झोरबा द बुद्ध'ची आंतरदृष्टी समाविष्ट आहे. यामध्ये एका नवीन मनुष्याचा नवीन ढंग आहे. जो माणूस रोजचं दैनंदिन जीवन सर्जनात्मक पद्धतीनं जगूनसुद्धा मौन तसंच ध्यानामध्ये मग्न होण्याची क्षमता राखतो.

इथली कार्यक्रमपद्धती :

ध्यान : दिवसभर चालणाऱ्या ध्यान कार्यक्रमांमध्ये सक्रिय तसंच निष्क्रिय, परंपरागत तसंच क्रांतिकारक, खासकरून 'ओशो डायनॅमिक मेडिटेशन'पद्धतीनुसार, प्रत्येक व्यक्तीनुसार अनेक ध्यानपद्धती उपलब्ध आहेत. या सर्व ध्यानपद्धती जगातल्या सर्वांत भव्य अशा 'ओशो ऑडिटोरियम' ध्यान सभामंडपात पार पाडल्या जातात.

विविधता : इथल्या विविध व्यक्तिगत सेशन्समध्ये, शिबिरात सर्जनशील अशा कलांपासून ते संपूर्ण स्वास्थ्यापर्यंत, तसंच व्यक्तिगत परिवर्तन, व्यक्तिगत संबंध, जीवनातील अग्रक्रम, कार्यध्यान, गुह्यविज्ञान, खेळ, मनोरंजन या सर्व गोष्टीत अगदी 'झेन पद्धती'चा सुद्धा समावेश आहे. इथल्या (मल्टिव्हर्सिटी) विविध

गोष्टींच्या यशाचं रहस्य म्हणजे इथले सर्वप्रकार पूर्णपणे ध्यानाशी जोडलेले आहेत. त्यामुळे इथल्या माणसांमध्ये हा विचार घट्टपणे रुजवला जातो की, 'मनुष्य म्हणजे फक्त शरीराशी निगडीत नसून त्यापलीकडेही खूप आहे.'

बाशो स्पा : हिरव्यागार झाडांच्या सान्निध्यात, मोकळ्या हवेत असलेला भव्य असा, पाण्यात मनसोक्त तरंगण्याचा आनंद देणारा जलतरण तलाव म्हणजे मोठं आकर्षण आहे. वैशिष्ट्यपूर्ण तयार केलेली मोठी झकूझी, सौना, जीम, टेनिसकोर्ट या सर्वांचा समावेश इथे केलेला आहे.

भोजन : निरनिराळ्या पद्धतींनी बनवलं जाणारं इथलं स्वादिष्ट भोजन पूर्णपणे शाकाहारी असून ते पाश्चात्त्य तसंच आशियाई ढंगामध्ये उपलब्ध आहे. मेडिटेशन रिसॉर्टसाठी विशेषत्वानं लागवड केलेल्या सेंद्रिय भाज्याच इथं वापरल्या जातात. ब्रेड आणि केक रिसॉर्टच्या स्वत:च्याच बेकरीत बनवले जातात.

संध्याकाळचे कार्यक्रम : या कार्यक्रमांची यादी तर खूप मोठी आहे. पण सर्वांत पहिल्या स्थानावर आहे नृत्य! इतर कार्यक्रमात चांदण्यारात्रीतलं ध्यान, विविध मनोरंजक कार्यक्रम, संगीताचे कार्यक्रम तसंच रोजच्या जीवनासाठी ध्यान हे सम्मिलित आहे.

याव्यतिरीक्त प्लाझा कॅफेमध्ये मित्र-परिवारा बरोबर गाठीभेटी तसंच रात्रीच्या शांतवेळी या परिकथेसारख्या वाटणाऱ्या वातावरणात भटकण्याचा आनंदही घेऊ शकतो.

सोयी : रोजच्या उपयोगाच्या वस्तू आपण रिसॉर्टच्या दुकानांमधून खरेदी करू शकता. मल्टिमीडिया सभागृहात ओशोंची सर्व 'मीडिया' सामुग्री मिळू शकते. बँक ट्रॅव्हल एजन्सी तसंच सायबरकॅफेची सोयही इथे आहे. खरेदीची आवड असणाऱ्यांना पुण्यामध्ये भरपूर गोष्टी उपलब्ध आहेत. अगदी पारंपरिक भारतीय वस्तुंपासून ते आंतरराष्ट्रीय बँडपर्यंतची सर्व दुकाने आहेत.

राहाण्यासाठी : ओशो गेस्टहाउसमध्ये एखादी छानशी खोली मिळू शकते. खूप दिवस राहायचं असेल, तर 'लिव्हिंग-इन'चं पॅकेज घेऊ शकता. याव्यतिरिक्त आसपास बरीच चांगली हॉटेल्स आणि सर्व्हिस्ड अपार्टमेंट सुद्धा आहेत.

www.OSHO.com/meditationresort
www.OSHO.com/guesthouse
www.OSHO.com/livingin

अधिक माहितीसाठी

ओशोंची अलौकिक अशी वाणी आपण निरनिराळ्या भाषेमध्ये तसंच इतर माध्यमाद्वारा ऑनलाईन वेबसाईटवर मिळवू शकता.

* वेबसाइट – www.OSHO.com
* ओशोंच्या विविध गोष्टी आपण या माध्यमांद्वारे प्राप्त करू शकता.
* ओशो मेडिटेशन सेंटरमध्ये प्रत्यक्ष येण्याचं ठरवू शकता.
* आपल्या मनाजोगत्या विषयासाठी ओशो लायब्ररी सदैव तत्पर आहे.
* संपूर्ण ओशो ध्यानाचे प्रकार तसंच त्याचं संगीत अपलोड केलेलं आहे ते पाहू शकता.
* इथल्या सर्व कार्यक्रमांची तत्कालीन माहीती घेण्यासाठी फेसबूक अपडेट्स पहा.
* ट्वीटर वर रोजच्यारोज ओशोंचे विचार आहेत.
* यू ट्यूबवर 'ओशो व्हीडीओ चॅनल' वर पाहू शकता.
* 'ओशो टॉक्स प्रोजेक्ट'च्या सहाय्यानं आपल्या स्थानिक भाषेत ओशोंचे अनुवाद आपल्याला मिळू शकतात.
* ओशो रेडीओ तसंच ओशो टीव्ही चा आस्वाद घ्या.
* आणखीन सविस्तर माहीतीसाठी –
  www.OSHO.com/All About Osho पाहू शकता.

■

ओशो का हिंदी साहित्य

उपनिषद
सर्वसार उपनिषद
कैवल्य उपनिषद
अध्यात्म उपनिषद
कठोपनिषद
ईशावास्य उपनिषद
निर्वाण उपनिषद
आत्म-पूजा उपनिषद
केनोपनिषद

कृष्ण
गीता-दर्शन
(आठ भागों में अठारह अध्याय)
कृष्ण-स्मृति

महावीर
महावीर-वाणी (दो भागों में)
जिन-सूत्र (दो भागों में)
महावीर या महाविनाश
महावीर : मेरी दृष्टि में
ज्यों की त्यों धरि दीन्हीं चदरिया

मीरा
मैंने राम रतन धन पायो
झुक आई बदरिया सावक की

च्वांगत्सु
संसार और मार्ग
सत्य असत्य

लाओत्से
ताओ उपनिषद (छह भागों में)

बुद्ध
एस धम्मो सनंतनो (बारह भागों में)

अष्टावक्र
अष्टावक्र महागीता (नौ भागों में)

कबीर
सुनो भई साधो
कस्तूरी कुंडल बसै
कहै कबीर दीवाना
मेरा मुझमें कुछ नहीं
कहै कबीर मैं पूरा पाया
गुंगे केरी सरकारा
होनी होय सो होय

जगजीवन
नाम सुमिर मन बावरे
अरी, मैं तो नाम के रंग छकी

दादू
सबै सयाने एक मत
पिव पिव लागी प्यास

शांडिल्य
अथातो भक्ति जिज्ञासा (दो भागों में)

दरिया
कानों सुनी सो झूठ सब
अमी झरत बिगसत कंवल

पलटू
अजहूं चेत गंवार
सपना यह संसार
काहे होत अधीर

सुंदरदास
हरि बोलौ हरि बोल
ज्योति से ज्योति जले

धरमदास
जस पनिहार धरे सिर गागर
का सोवै दिन रैन

मलूकदास
कन थोरे कांकर घने
रामदुवारे जो मरे

बाउल संत
प्रेम योग
आनंद योग

अन्य रहस्यदर्शी
भक्ति-सूत्र (नारद)
शिव-सूत्र (शिव)
भजगोविन्दम् मूढ़मते (आदिशंकराचार्य)
एक ओंकार सतनाम (नानक)
जगत तरैया भोर की (दयाबाई)
बिन घन परत फुहार (सहजोबाई)
नहीं सांझ नहीं भोर (चरणदास)

संतो, मगन भया मन मेरा (रज्जब)
कहै वाजिद पुकार (वाजिद)
मरौ हे जोगी मरौ (गोरख)
सहज-योग (सरहपा-तिलोपा)
बिरहिनी मंदिर दियना बार (यारी)
प्रेम-रंग-रस ओढ़ चदरिया (दूलन)
दरिया कहै सब्द निरबाना (दरियादास
बिहारवाले)
हंसा तो मोती चुगैं (लाल)
गुरु-परताप साध की संगति (भीखा)
मन ही पूजा मन ही धूप (रैदास)
झरत दसहुं दिस मोती (गुलाल)
अकथ कहानी प्रेम की (फरीद)

विचार-पत्र
क्रांति-बीज
पथ के प्रदीप

पत्र-संकलन
अंतर्वीणा
प्रेम की झील में अनुग्रह के फूल
ढाई आखर प्रेम का
पद घुंघरू बांध
प्रेम के फूल
प्रेम के स्वर
पाथेय

**झेन, सूफी और
    उपनिषद की कहानियां**
बिन बाती बिन तेल
सहज समाधि भली
दीया तले अंधेरा
मनुष्य होने की कला

सदगुरु समर्पण
उस पथ के पथिक
अंतर्यात्रा के पथ पर

बोध-कथा
मिट्टी के दीये

योग
पतंजलि : योग-सूत्र (पांच भागों में)
योग : नये आयाम

तंत्र
संभोग से समाधि की ओर
 संभोग से समाधि की ओर
 युवक और यौन
 क्रांती सूत्र
तंत्र-सूत्र (पांच भागों में)

ध्यान, साधना
ध्यान विज्ञान
ध्यानयोग : प्रथम और अंतिम मुक्ति
मैं कोन हूं
समाधिके द्वार पर
तृषा गई एक बूंद से
 तृषा गई एक बूंद से
जीवन सत्यकी खोज
माटी कहै कुम्हार सूं
 माटी कहै कुम्हार सूं
जीवन रस गंगा
अमृत की दिशा
 अमृत की दिशा
 समाधि के तीन चरण
चित चकमक लागे नाहिं

साधना-शिविर
साधना-पथ
 साधना-पथ
अंतर्यात्रा
प्रभूकी पगडंडियां
साक्षी की साधना
 साक्षी की साधना
 साक्षी का बोध
मैं मृत्यु सिखाता हूं
जिन खोजा तिन पाइयां
समाधि के सप्त द्वार (ब्लावट्स्की)
साधना-सूत्र (मेबिल कॉलिन्स)
ध्यान-सूत्र
जीवन ही है प्रभु
असंभव क्रांति
ध्यान दर्शन
ध्यान के कमल
शून्य की नाव
 शून्य के पार
 सत्य की खोज
 संभावनाओं की आहट
समाधि कमल
जो घर बारे आपना
प्रेम दर्शन
गिरह हमारा सुन्न में
अपने माहिं टटोल
जीवन संगीत
रोम-रोम रस पीजिए

राष्ट्रीय और सामाजिक समस्याएं
देख कबीरा रोया
अस्वीकृति में उठा हाथ
भारत के जलते प्रश्न

भारत के जलते प्रश्न
समाजवाद से सावधान
समाजवाद अर्थात आत्मघात
स्वर्ण पाखी था जो कभी

नये समाज की खोज
नये भारत की खोज
नये भारत का जन्म
भारत का भविष्य
फिर अमरित की बूंद पड़ी
एक एक कदम

अंतरंग वार्ताएं

संबोधि के क्षण
प्रेम नदी के तीरा
सहज मिले अविनाशी
उपासना के क्षण
अनंत की पुकार

प्रश्नोत्तर

नहिं राम बिन ठांव
प्रेम-पंथ ऐसो कठिन
उत्सव आमार जाति, आनंद आमार गोत्र
मृत्योर्मा अमृतं गमय
प्रीतम छवि नैनन बसी
रहिमन धागा प्रेम का
उड़ियो पंख पसार
सुमिरन मेरा हरि करैं
पिय को खोजन मैं चली
साहेब मिल साहेब भये
जो बोलैं तो हरिकथा
बहुरि न ऐसा दांव
ज्यूं था त्यूं ठहराया
ज्यूं मछली बिन नीर
दीपक बारा नाम का
अनहद में बिसराम
लगन महूरत झूठ सब
सहज आसिकी नाहिं
पीवत रामरस लगी खुमारी
रामनाम जान्यो नहीं
सांच सांच सो सांच
आपुई गई हिराय
बहुतेरे हैं घाट
कोंपलें फिर फूट आईं
क्या सोवै तू बावरी
कहा कहूं उस देस की
पंथ प्रेम को अटपटो
फिर पत्तों की पांजेब बजी
मैं धार्मिकता सिखाता हूं, धर्म नहीं
ओशो उपनिषद
एक नई मनुष्यता का जन्म
भविष्य की आधारशिलाएं

विविध

अमृत-कण
अमृत वाणी
कुछ ज्योर्तिमय क्षण
नये संकेत
चेति सकै तो चेति
हसिबा, खेलिबा, धरिबा ध्यानम्
धर्म साधना के सूत्र
मैं कहता आंखन देखी
जीवन क्रांति के सूत्र
जीवन रहस्य
करुणा और क्रांति
विज्ञान, धर्म और कला

प्रभु मंदिर के द्वार पर
तमसो मा ज्योतिर्गमय
प्रेम है द्वार प्रभु का
अंतर की खोज
अमृत वर्षा
अमृत द्वार
एक नया द्वार
प्रेम गंगा
समुंद समाना बुंद में
सत्य की प्यास
शून्य समाधि
व्यस्त जीवन में ईश्वर की खोज
अज्ञात की ओर
धर्म और आनंद
जीवन-दर्शन
जीवन की खोज
क्या ईश्वर मर गया है
क्या मनुष्य एक यंत्र है
नानक दुखिया सब संसार
नये मुनष्य का धर्म
धर्म की यात्रा

स्वयं की सत्ता
सुख और शांति
नारी और क्रांति
सम्यक शिक्षा
शिक्षा में क्रांति
गहरे पानी पैठ
ज्योतिष विज्ञान
नव संन्यास क्या
सत्य का अन्वेषण
सत्य का दर्शन
घाट भुलाना बाट बिनु
पथ की खाोज
जीवन अलोक
जीवन की कला
जीवन क्रांती की दिशा
जीवन गीत
मन का दर्पण
आंखों देखी सांच
आनंद की खोज
स्वर्णिम बचपन

ओशोंच्या साहित्यासंबंधी माहितीसाठी तसेच मागणीकरिता संपर्क :

ओशो मिडिया इंटरनॅशनल
१७ कोरेगाव पार्क, पुणे ४११००१ (महाराष्ट्र-भारत)
फोन नं. +९१ (२०) ६६०१९९८१
Email : distribution@osho.net

ओशोंच्या ऑडियो व्हिडियो प्रवचनांसंबंधी माहितीसाठी तसेच मागणीकरिता संपर्क :

ओशो मल्टिमीडिया ॲन्ड रिसॉर्ट्स प्रा. लि.
१७, कोरेगाव पार्क, पुणे ४११००१ (महाराष्ट्र-भारत)
फोन नं. +९१ (२०) ६६०१९९८१
Email : distribution@osho.net

श्रोत्यांसमोर प्रत्यक्ष दिलेल्या तत्कालीन प्रवचनांचा समावेश असणारी ही ओशोंची पुस्तकं आहेत. ओशोंची सर्व प्रवचनं, पुस्तकरूपात तसंच ऑडिओ रेकॉर्डिंगच्यारूपात उपलब्ध आहेत. ही रेकॉर्डिंग्ज तसंच पुस्तकं यांच्यासाठी www.OSHO.com/library या संकेतस्थळावर संपर्क साधता येईल.

मीरेच्या प्रेमतीर्थावर

ओशो

अनुवाद
स्वाती चांदोरकर

मीरा

मीरा म्हणजे भक्ती.

भक्तीने परमात्मा साध्य करणारे अनेक आहेत आणि तरीही मीरा वेगळी आहे. का?

ओशो सांगतात की भक्तिसाराची इतकी पारदर्शकता मीरामध्ये आहे, की ही पारदर्शकताच तिचं वेगळेपण सिद्ध करते. मीरा कृष्णमय आहे हे कुणी नव्याने सांगायला नको. पण आपण तिची भक्ती बघून मीरामय होऊन जातो हे निश्चित. भक्तिमार्ग हा सर्वांत कठीण मार्ग. न दिसणाऱ्या परमात्म्यावर तन, मन, भान विसरून प्रेम करणं, स्वतःला त्याच्यावर सोपवून देणं हे कठीणच आणि म्हणूनच मीराचं कृष्णासाठी केलेलं समर्पण अनमोल आहे.

यमक जुळतंय की नाही याची विवंचना न करता जे हृदयातून उमटत गेलं असं ते काव्य, गीत, भजन आजही आपल्या हृदयाला भिडतात आणि मीरा म्हणते 'मैं तो प्रेम दीवानी'. हा तिचा भाव, ही तिची भावदशा आपल्यालाही भारावून टाकते.

www.ingramcontent.com/pod-product-compliance
Lightning Source LLC
Chambersburg PA
CBHW070038030726
47506CB00003B/794